பெருமரங்கள் விழும்போது

பெருமரங்கள் விழும்போது

தேர்ந்தெடுத்த சிறுகதைகள்

என்.எஸ். மாதவன் (பி. 1948)

கொச்சியில் பிறந்தவர். கொச்சி ஸ்ரீ ராமவர்மா உயர்நிலைப் பள்ளி, எர்ணாகுளம் மகாராஜா கல்லூரி, திருவனந்தபுரம் கேரளப் பல்கலைக்கழகம் ஆகிய கல்வி நிறுவனங்களில் பயின்றார். பொருளாதாரத்தில் முதுகலைப் பட்டம் பெற்று இந்திய ஆட்சிப் பணியில் சேர்ந்தார். பீகார் மாநிலத்தில் மாவட்டத் துணை ஆட்சியர், ஆட்சியர் முதலான பதவிகளில் பணியாற்றி அம்மாநில உள்ளாட்சித் துறைச் செயலரானார். பீகாரில் வசிக்கிறார்.

ஐந்து சிறுகதைத் தொகுதிகளும் நாவல், நாடகம், விமர்சனம் ஆகிய பிரிவுகளில் ஒவ்வொரு நூலும் வெளிவந்துள்ளன. ‘லந்தன் பத்தேரியிலே லுத்தினியகள்’ (டச்சு பீரங்கித் தளத்தில் பாசுரங்கள்) நாவலின் ஆங்கில மொழியாக்கத்துக்கு (மொழியாக்கம் – ராஜேஷ் ராஜமோகன்) வோடஃபோன் கிராஸ்வேர்ட் புத்தக விருது வழங்கப்பட்டது. ‘பெருமரங்கள் விழும்போது’ சிறுகதை ‘காயாதரண்’ என்ற பெயரில் சசிகுமாரால் இந்தியில் திரைப்படமாக்கப்பட்டது.

மனைவி ஷீலா ரெட்டி *அவுட்லுக்* ஆங்கில வார இதழின் புத்தகப் பகுதி ஆசிரியர். மகள் மீனாட்சி ரெட்டி மாதவன் புகழ்பெற்ற வலைப்பதிவர், நாவலாசிரியர்.

நிர்மால்யா
மொழிபெயர்ப்பாளர்

சிற்றிதழ்களின் மூலம் மொழியாக்கப் பணியைத் தொடங்கியவர். பதினைந்துக்கும் மேற்பட்ட நூல்களை மலையாளத்திலிருந்து தமிழில் மொழிபெயர்த்துள்ளார். 2010இன் மொழிபெயர்ப்புக்கான சாகித்ய அகாதமி விருதைப் பெற்றவர். மலையாளத்தைத் தாய்மொழியாகக்கொண்ட இவர், ஊட்டியில் வசிக்கிறார்.

மின்னஞ்சல்: nirmalyamani@gmail.com

என்.எஸ். மாதவன்

பெருமரங்கள் விழும்போது
தேர்ந்தெடுத்த சிறுகதைகள்

தமிழில்
நிர்மால்யா

காலச்சுவடு பதிப்பகம்

பெருமரங்கள் விழும்போது ❖ சிறுகதைகள் ❖ ஆசிரியர்: என்.எஸ். மாதவன் ❖ மலையாளத்திலிருந்து தமிழில்: நிர்மால்யா ❖ © என்.எஸ். மாதவன் ❖ முதல் பதிப்பு: டிசம்பர் 2012 ❖ வெளியீடு: காலச்சுவடு பப்ளிகேஷன்ஸ் (பி) லிட்., 669, கே. பி. சாலை, நாகர்கோவில் 629001.

காலச்சுவடு பதிப்பக வெளியீடு : 505

perumarankaL vizumpootu ❖ ShortStories ❖ Author: en.es. maadavan ❖ Translated from Malayalam by: Nirmalya ❖ © N.S. Madhavan ❖ Language: Tamil ❖ First Edition: December 2012 ❖ Size: Demy 1 x 8 ❖ Paper: 21.3 kg Maplitho ❖ Pages: 168 ❖ Copies: 550 + 50.

Published by Kalachuvadu Publications Pvt.Ltd., 669, K.P. Road, Nagercoil 629001, India ❖ Phone: 91- 4652-278525 ❖ e-mail: publications @ kalachuvadu.com ❖ Wrapper printed at Print Specialities, Chennai 600014 ❖ Printed at Mani Offset, Chennai 600005.

ISBN : 978-93-81969-60-1

12/2012/S.No. 505, kcp 903, 21.3 (1) 600

பொருளடக்கம்

என்னுரை: பிடித்த கதைகள்	9
சிசு	13
சூளைமேட்டின் பிணங்கள்	18
ஹிக்விட்டா	38
பெருமரங்கள் விழும்போது	48
புலம்பல்கள்	66
திருத்தம்	78
மாலுமியின் மகள்	87
ஒரு காதல் கதை	102
சர்மிஷ்டை	119
ஓலம்	126
நாவிதன்	134
மும்பை	158

என்னுரை

பிடித்த கதைகள்

எல்லாக் கதைகளும் எனக்குப் பிடித்த கதைகளாக இருந்தபோதிலும் அவற்றிலிருந்து ஒரு தேர்வை எப்படி நடத்துவது என்ற, எழுத்தாளர்களுக்குத் தோன்றும் வழக்கமான தர்மசங்கடம் எனக்கும் எழுந்தது. இத் தொகுப்புக்கான கதைகளைத் தேர்ந்தெடுக்கும்போது எனது எழுத்து பயணித்த பாதைகளைத் திரும்பிப் பார்க்க உதவும் படைப்புகளுக்கே முன்னுரிமை தந்தேன்.

1950களின் இறுதியிலும் அறுபதுகளிலும் மலையாளச் சிறுகதையில் சட்டென்று ஒரு வசந்தம் வீசியது. ஒருவர்பின் ஒருவராக எம்.பி. நாராயணபிள்ளை, ஓ.வி. விஜயன், வி.கே.என் போன்ற எழுத்தாளர்களின் ஒரு நீண்ட வரிசை சிறுகதைகளின் வழியாகக் கவனத்தை ஈர்த்தது. அதையே ஐயப்பப் பணிக்கர் போன்றவர்கள் கவிதையிலும் நடைமுறைப்படுத்தினார்கள். ஓவியக் கலையிலும் நாடகத்திலும் புதிய சலனங்கள் நிகழ்ந்தன. அடூரும் அரவிந்தனும் இந்திய சினிமாவின் கவனத்தை ஈர்க்கத் தொடங்கினார்கள்.

அந்தக் காலத்தைத் திரும்பிப் பார்க்கும்போது, அன்று நடைமுறையில் நிலவிய கொந்தளிக்கும் அரசியல் சூழ்நிலையே படைப்பாக்கம் களிப்புடன் பெய்யக் காரணமாக இருந்ததைப் புரிந்துகொள்ள முடியும். வியட்நாம் போரில் அமெரிக்கா தாக்குப் பிடிக்கத் திணறியது. ஐரோப்பாவின் தலைநகரங்களில் மாணவர்களின் எழுச்சி. அமெரிக்காவின் மனித உரிமைத் தலைவராக விளங்கிய மார்டின் லூதர் கிங்கின்

படுகொலை, வங்காளத்தில் நக்சல்பாரி விவசாயப் போராட்டம் உருவாகியிருந்தது. அத்தகைய ஒரு காலத்தில்தான், தாமதமாக என்றாலும் கேரளத்தில் நவீனத்துவம்/அதிநவீனத்துவம் (*high modernity*) பிரவேசித்தது. அக்காலத்தில்தான் சிறுகதையில் வர்ண ஜாலம் மிளிர்ந்தது. எம். சுகுமாரனும், பட்டத்துவிளை கருணாகர னும் 'அரசியல்' சார்ந்து எழுதியபோது எழுத்தாளனின் முழு சுதந்திரத்தைக் காக்கநாடனும் டி. ஆரும் மேதிலும் அறிவித் தார்கள்.

எனது முதல் கதை 'சிசு' எழுதப்பட்ட காலமும் அதுதான். 1970இல் *மாத்ருபூமி* வாரப் பதிப்பில் விஷுப் பண்டிகை மலரில் அக்கதை வெளியானது. அதே ஆண்டில் வெளியான இரண்டா வது கதை 'பறவை' (இந்தத் தொகுப்பில் இல்லை) ஒரு சிறுவ னும் அவனது தோழனும் வியட்நாம் போரில் குண்டு வீசும் அமெரிக்கப் போர் விமானத்தைப் பார்ப்பது தொடர்பானது. (விமானத்தை ஒரு பறவையாகவும்; குண்டை அதனுடைய முட்டையாகவும் பார்க்கிறான் சிறுவன்.)

என் முதல் சிறுகதைத் தொகுப்பின் கடைசிக் கதை 'சூளை மேட்டின் பிணங்கள்.' 'சிசு' எழுதி முடித்துப் பல வருடங் களுக்குப் பிறகு எழுதப்பட்ட கதை. அந்தச் சிறு தொகுப்பில் இடம் பெற்ற பெரும்பாலான கதைகளும் 1970 – 71இல் எழுதப் பட்டவையாகும். அவ்வருடங்களுக்குப் பிறகுதான் 'சூளை மேட்டின் பிணங்கள்' கதையையும் 'கனகம்' என்கிற கதையை யும் (இந்தத் தொகுப்பில் இல்லை) எழுதினேன். 'ஹிக்விட்டா' கதைக்குப் பிறகுதான் தொடர்ந்து எழுதத் தொடங்கினேன்.

இத்தொகுப்பில் இடம்பெற்ற 'பெருமரங்கள் விழும்போது', 'திருத்தம்', 'ஓலம்' ஆகிய மூன்று கதைகளும் இந்தியா எதிர் கொண்ட மூன்று கலவரங்களைப் பற்றியவை. இந்திய வரலாற்று நூல்கள் ராஜவம்சத்தின் கதைகளில் தொடங்கி வைஸ்ராய்களின் வாழ்க்கை வரலாறுகள் வழியாகப் பயணித்துச் சுதந்திரப் போராட்டத்தில் நிறைவுபெறுகின்றன. சுதந்திரத்திற்குப் பிந்தைய இந்திய வரலாற்றுப் பதிவு என்பது இத்தகைய பிரிவினையில் தொடங்கிச் சமீபக் காலத்தில் நடந்தேறிய குஜராத் கலவரம்வரையிலான இனக் கலவரங்களை அடையாளப்படுத்தக் கூடியவையாக இருக்குமோ?

இந்தக் கதைகளில் எதுவும் நிகழ்வுகள் சார்ந்து, சட்டென்று ஏற்பட்ட எதிர்வினைகளாக இருக்கவில்லை. எடுத்துக்காட்டாக 'பெருமரங்கள் விழும்போது' சிறுகதை 1984இல் தில்லியிலும் பிற இடங்களிலும் நடந்த சீக்கிய நரவேட்டையின் பின்னணியில் எழுதப்பட்ட கதையாகும். 1990இல்தான் கதை எழுதப்பட்டுப்

பிரசுரமாகிறது. அடுத்த இரண்டு கதைகளை எழுத இத்தனை தாமதம் ஏற்படவில்லை. இருப்பினும் அவற்றின் மையச் சம்பவங்கள் நடந்த பிறகே எழுதப்பட்டன.

ஆனால் 'நாவிதன்' சிறுகதை ஈரானில் அமெரிக்க ராணுவம் சதாமைச் சிறைப்பிடித்த பிறகு நடந்த சம்பவங்களைப் பற்றியது. இக்கதை இன்னும் காலாவதியாகவில்லை என்கிற விஷயம் என்னை வேதனைப்படுத்துகிறது. யுத்தம் தொடர்ந்துகொண்டிருக்கிறது.

இத்தகைய கதைகளுக்கும் பத்திரிகைப் பணிக்கும் உள்ள வித்தியாசம் என்ன?

நிச்சயமாக அவற்றிற்கிடையே ஒரு பெரிய ஒற்றுமை உள்ளது. இரண்டும் நிகழ்ச்சிகளை நேரடியாகவும் அருகில் கண்ட காட்சிகளாகவும் விவரிக்கின்றன. அத்துடன் ஓர் அடிப்படை வேறுபாடும் உள்ளது – பத்திரிகைத் தகவல்கள் அன்றாட வரலாற்றில் தலையிடும்போது எழுத்தாளன் கதை எழுதப்படும் காலத்தின் வரலாற்றை முன்மொழிகிறான்.

1960களில் அடிப்படைவாத இடதுசாரி இயக்கம் முன்னேறிக் கொண்டிருந்தபோது கேரளத்தில் நவீனத்துவத்தின் அடையாளங்கள் தென்படத் தொடங்கின. அது வாசகனை மாற்றி கலைஞனை மையத்தில் நிறுவத் தொடங்கியது. பின்நவீனத்துவவாதிகளில் ஒருவரான ஓவியர் ராபர்ட் ரோசன்பர்க், ஒரு தந்திச் செய்தியைக் காட்டி ஓர் ஓவிய காலரியின் உரிமையாளராக இருந்த ஐரிஸ் க்ளெர்டின் ஓவியம் என்று சொல்கிறார். "எதற்காக? நான் சொல்வதும் அதைத்தான்."

1990களில் அடிப்படைவாத வலதுசாரி இயக்கம் வளரத் தொடங்கியபோது மீண்டும் வாசகர்களுடன் உரையாடுவதற்கான தேவை கலைஞனுக்கு ஏற்பட்டது. ஈராக் நாவலாசிரியரான அலியா மங்தூஹினின் இந்த மேற்கோள் இவ்விஷயத்திற்கு உள் ஆற்றலைத் தரக்கூடும்: 'பாசிசம் மனிதர்களின் வாயை இறுக்கிக் கட்டுவதில்லை: மாறாக மேலும் மேலும் உரையாடுவதற்கான பொறுப்பைத் தருகிறது. நூற்றாண்டுகளாக எழுத்தாளர்கள் இந்த இரண்டு துருவங்களோடும் மோதவேண்டிய நிலை உள்ளது. ஒதுக்கப்படும் உள்ளுணர்வு ஒருபுறம். தொடர்ந்து உரையாடிக்கொண்டிருக்க வேண்டிய கட்டாயம் மறுபுறம்.'

முன்னர் குறிப்பிட்ட கதைகள் அதிகாரத்திற்கான மாபெரும் போராட்டங்களை ஒட்டியவையாக இருந்தன. அதனுடைய பின்புலத்தில் வாழும் நபர்களுக்கும் அன்றாட வாழ்க்கையில் அதிகாரப் போராட்டங்களின் இரைகளுக்கும்

நடுவில் பெரிய வித்தியாசமில்லை. இரண்டு சாதாரண மனிதர்கள் – ஒருவன் அதிகாரத்தின் சார்பாகவும் அடுத்தவன் மேசையின் மறுபக்கத்திலும் இருக்கிறான். இவர்களின் தலையீடு பற்றிய கதைதான் 'மும்பை.'

அன்றாட வாழ்வில் பாசிசம் நுழையும் ஓரிடமே படுக்கையறை. ஆட்சி அதிகாரமும் பாலியலும் பிணைந்து கிடந்த ஓர் அரச மாளிகையின் படுக்கையறையில் நிகழும் கதைதான் 'சர்மிஷ்டை.'

1990களில் கேரளத்தைப் பாதித்த ஒரு பெரிய வரலாற்று நிகழ்வு சோவியத் யூனியனின் பிளவு. மிக அதிகமான நபர்களுக்கு – குறிப்பாக 1980களுக்குப் பின்னர் வயதை எட்டியவர்களுக்கு – அவர்களின் நிலையான சிந்தனை மையம் சிதைந்தது. சோவியத் யூனியனின் பிளவு ஒரு மனரீதியான நிகழ்வாகும். 'நான்காம் உலகம்' (இத்தொகுப்பில் இல்லை) அப்பின்னணியில் எழுதப்பட்ட கதை.

எஞ்சிய இரண்டு கதைகள் – 'ஒரு காதல் கதை', 'மாலுமியின் மகள்' – கடைசித் தப்பித்தலுக்காகப் போதைக்கு அடிமையான இரண்டு பெண்களைப் பற்றியவை. 'மாலுமியின் மக'ளைக் கண்டு அஞ்சுவதும் வரலாறுதான்.

மிகவும் பிடித்த கதை எது? அது எப்போதும் கடைசியாக எழுதிய கதையாகவே இருக்கும். அதனுடைய 'முடிச்சு' அவிழ நேரமாகும்.

என்.எஸ். மாதவன்

சிசு

நான் அவனது மூளையாக இருந்திருந்தால்... என் உடலுக்குள் இருக்கும் எலும்பின், கர்ப்ப நீரின் இதமான சூட்டில் பிஞ்சுக் கண்கள் உறக்கத்தில் அமிழ்ந்து மூடிக்கொண்டிருக்கும்போது, சிந்து நதியைப் போல ஐந்தாக... ஆறாக... பிரிந்தோடும் நரம்புகளைப் பார்த்து, நரம்பின் துடிப்புகளைப் பார்த்துப்பார்த்துச் சலிப் படைந்து என் உண்ணி கிருஷ்ணன் எதை நினைவு கூர்ந்துகொண்டிருக்கிறான்?

'ஹரி.'

'ம்ம்?'

'அவன் அசைகிறான்.' காதில் மெதுவாக உச்சரிக் கிறான். பொய்யை நிறைவேற்றிய திருப்தியுடன்.

'பேசாமல் படுக்கச் சொல்.'

'அவன் கேட்பான்.'

'அபிமன்யுவைப் போல' – ஹரி அச்சத்துடன் சொன்னான்.

'ஆமாம். அபிமன்யுவைப் போல.'

'அபிமன்யுவை...'

அபிமன்யுவைப் போல... விமலாவின் வயிற்றில் கிடக்கிறது என் பயம். என் இடுப்பின் சூரியன். தாமரை இதழ்கள் விரிந்த மனதில் எங்கோ பத்மவியூகங்கள் மலர்ந்தன.

'பண்டைய பாரதத்தின் சிந்தனையில் வெளிச்சத்தில்' குழந்தைகளின் குரல் ஒடுங்கியது. என்னெதிரில் காலரியின் வளைவுகளில் ஆண் குழந்தைகளும் பெண் குழந்தைகளும் வரிசையாக அமர்ந்திருந்தனர். முகத்தில் கண்களைப் பதித்து எதிர்பார்ப்புடன்.

'பண்டைய பாரதச் சிந்தனையின் வெளிச்சத்தில்' தொண்டையைச் செருமியபடி சொற்பொழிவு தொடர்ந்தது.

'மரணம், காதலியைப் போன்றது . . . காதலி!'

பெண் குழந்தைகள் உதட்டை அழுத்திக் கடித்தார்கள். பேனாவின் இடைவிடாத கிறுக்கல்கள். உற்சாகத்துடன் சொற்பொழிவு தொடர்ந்தது.

ஹே மந்தகாமினீ
ஹேமந்தயாமினி
கனச்யாமரூபிணீ
நீ வா

மெல்லிய முணுமுணுப்பின் களியாட்டங்களைத் தழுவி நள்ளிரவு நெருங்கியது. உங்களுக்குத் தாகூர் கவிதைகளிலும் . . .

இந்தப் பத்மவியூகம் என்பது என்ன? இதழ் விரித்து நிற்கும் தாமரை. சூரியனின் காதலி. கமலம். எழுதிக் கொள்ளுங் கள். கமலம் என்றால் செந்நிறம். இது முதல் சூத்திரத்திற்கான விளக்கம்.

இவ்வாறு இளம் செந்நிற தாமரையை நோக்கி அபிமன்யு என்கிற வண்டு (– லபேதம் சொல்க ரூபகம்) வந்து சேர்ந்தது. வண்டும் தாமரையும். இதுவொரு பழைய சமிக்ஞை. வழக்கம் போல தாமரை கூம்பியது. வண்டு பத்ம கர்ப்பத்தில் சிறையுண்டது.

கனத்த கண்ணாடியைத் துடைத்துவிட்டுத் தொடர்ந்தான் – 'எனது அன்பிற்குரிய குழந்தைகளே, கவனியுங்கள். அபிமன்யு கர்ப்பப்பையிலிருந்து வெளியேறும் வழியையும் அறிந்திருந்தான். இருப்பினும் (திறந்தபடி): அதற்கு முயற்சிக்கவில்லை. ஏனெனில் அபிமன்யு தேடியது மரணத்தைத்தான்.'

சட்டென்று கொசுவலையின் வெளிறிய நெடியைப் பற்றிய உணர்வு உண்டானது.

'தூக்கத்தில் பேசினீங்க.' விமலா தெரிவித்தாள்.

'தூக்கத்தில் இல்ல.'

'வகுப்பு எடுத்துக்கிட்டிருந்தேன்.'

'ஆமாம்.'

'அதுக்கு நீங்க ஹரி சார் இல்லையே.'

'நான் திக்குவாயனா ஆயிட்டேன்.'

'அதைப்பத்தி... எப்போதாவது குற்றவுணர்வு ஏற்பட்டிருக்கா?'

'ஓ... கிடையாது. குற்றவுணர்வு இந்தியர்களுக்குக் கிடையாது. ஆ... ஆல்ஃப்ரட் அட்லர் அவனுக்குப் பொருட்டில்லை.'

'ஓஹோ, கொஞ்ச நாளா எப்போதும் ராத்திரில வகுப்பு எடுக்கறீங்களா?' அவள் சிரித்துக்கொண்டே கேட்டாள்.

'ம்ம்.'

கொசு வலையில் துவாரங்கள், ஆயிரம் பத்தாயிரம்... கண்களாக முறைத்துக்கொண்டிருந்தன. தலைமுறைகள், முன்னோர்கள், அறையின் பீடத்தில் வைக்கப்பட்டிருந்த பழைய உக்கிர மூர்த்திகள் சாட்சிகளாக நிற்கிறார்கள். காவலாளிகள்.

கடந்த வருடம் அப்பாவுக்குச் சிரார்த்தம் நடத்த வீட்டுக்குப் போனபோது, திதி காரியங்கள் நடந்துகொண்டிருக்கும்போது (இரண்டு எள், ஒரு சந்தனம், ஒரு தண்ணீர்) பிண்டச் சோற்று உருண்டைகள் உயிர்பெறுவதற்காக நீரை அர்ப்பணித்தேன். ஜென்மங்களின் தர்ப்பை மோதிரம், நனையாத என் மோதிர விரலில் அகப்பட்டிருந்தது.

'மகனே, புத் என்கிற நரகத்திலிருந்து காப்பாற்றுபவன் தான் புதல்வன்.' முன்பொரு நாள் அப்பா கூறியதை நினைவு கூர்ந்தேன்.

கரிய சிறகுகளை விரித்து, புத் என்னும் நரகத்திலிருந்து காக்கையாக அலையும்போது எள்ளும் பூவும் நீரும் அர்ப்பணம் செய்வதற்கு யார் இருக்கிறார்கள் எனக்கு? திக்குவாயுடன், பரலோகத்தில் தனியனாக இருக்கும் பரிகாசத்திற்குரிய எனக்கு?

'விமலா எனக்கொரு குழந்தை வேண்டும்.'

உன்னில் நான் என்னைச் சிருஷ்டிப்பேன். தர்ப்பை மோதிரம் அணிவதற்கான ஒரு பிஞ்சு விரல். உன் முலைக் கண்ணில், உன் நாபியில், உன் கக்கத்தில் நான் படருவேன். உன் சருமத்தின் துளைகளில் வேர் முனைகளால் அரவணைத்து.

இறுதியாக ஓர் அதிகாலையில் விமலா மஞ்சள் நீரை வாந்தியெடுத்தாள். விளிம்பு பிளந்த பிச்சிப் பூ மொட்டுகளைப்

போன்றிருந்த, பாதி வெந்த பருக்கைகளைக் காக்கைகள் கொத்தியெடுத்துப் பறந்தன. இனியும் பித்ருக்களின் பசி அடங்க வில்லையா?

ஆயிரம் கண்கள் இமைத்து மூடின. உறக்கம்.

அவன், சகதிப் படியாத மஞ்சள் நகங்களால் உள்ளூரக் கீறுவதாகத் தோன்றியது. குகை ஓவியங்களை வரையக் கூடும். கீறிகீறி முடிவில் வேதனையைத் தந்த கண்கள் நிறைந்தன.

'அவன் பெரும் தொல்லையைத் தருகிறான்.' விமலா கூறினாள்.

'இருக்கட்டும்.'

அங்கு மட்டும், வேதனையைக் கட்டுப்படுத்தி வைப்பது தான் நல்லது. ஆனால் வேதனை அலைகளாகப் பயணிக்கிறது. சிரைகளினூடாக, கர்ப்பப்பையின் உள்தோல்களையும் சிதைத்து.

மருத்துவமனையின் வழக்கமான நெடிகள் காத்திருந்தன. செல்லக் குழந்தையின் சேட்டைகளை அடக்க டாக்டர் வந்தார். அடிவயிற்றில் செய்திகளை ஸ்டெதஸ்கோப் மூலமாகக் காது கொடுத்துக் கேட்டார். என் ஊடாக, என் பெருங்குடலின் ஊடாக, எனது செல்லக் குழந்தையின் ஊடாக எக்ஸ்ரே பயணித்தது. இறுதியாக, வராந்தாவின் ஆளில்லாத மூலையை நோக்கி ஹரியைக் கூட்டிச் சென்றார் டாக்டர்.

இப்போது ஏதோ பயங்கர உண்மையைத் தெரிவிக்கப் போகிறார். புலப்படாத வரம். நான் சின்னக் குழந்தையாக வேண்டும் . . . என் அறியாமையின் கரையான் புற்றுகள் சிதையும் போது . . .

திரும்பி நடக்கையில் தரைக் கற்களின் சதுரங்களை மட்டும் கவனித்தேன். வெளிறிப் போய், செல்லக் குழந்தையின் நகக் கீறல்களில் நெகிழ்ந்தவாறு விமலா அமர்ந்திருந்தாள். அவளது உள்ளங்கையைக் கைகளால் அழுத்தி, திரும்பிச் செல்லலாமென்று அழைத்தான்.

'ஏன் எதுவும் பேச மாட்டீங்கறீங்க?' விமலா எதிர்பார்ப் புடன் கேட்டாள்.

காலரிகளில் ஆண் குழந்தைகளும் பெண் குழந்தைகளும் நிரம்பி வழிந்தார்கள். பெரிய மேசையின் நடுவில் தனியாக, கையூன்றி வகுப்பெடுக்கத் தொடங்கினான்.

'குழந்தைகளே, முதலில் ஒரு கேள்வி. மனிதனின் விலாவி லிருந்து, மனிதன் மட்டுமே பிறப்பான் என்று இருக்கிறதா?'

காலரிகள் உதட்டை மூடி மௌனமாக இருந்தன.

'என் ரத்தத்திலிருந்து வளர்வது எதுவாக இருந்தாலும் என்னுடையதாகும். உதாரணத்திற்கு – எக்ஸிமா.'

'எனது தோலின் சுருக்கங்களில், என்னுடன் தொப்புள் கொடி உறவுகொண்ட, எனது எண்ணங்களை அறிந்துகொண்ட, எனது வியர்வையிலிருந்து அது வளரும்போது, அது என்னுடைய சந்ததி. நான் அதன் மூலமாக மெய்ப்படுவேன்.'

'ஏன் எதையும் பேசாமல்?' விமலா கேட்டாள்.

ஹரி மௌனமாக இருந்தான். காலரிகள் இருட்டில் மூழ்கின.

'என்னோட பிஞ்சுக் குழந்தைகள்.' எல்லாம் விளங்கிய போது விமலா உச்சரித்தாள். 'என் பிஞ்சுக் குழந்தைகள்...' கர்ப்பப்பையில் பூஞ்சான்களைப் போல வளரும் புற்று நோய் அணுக்கள்; பால்வீதியைப் போல புலனாகாமல் வயிற்றின் குறுக்காகப் பரவி கிடக்கின்றன.

புற்றுநோய்த் திரளின் சிவந்த பிஞ்சு உதடுகளுக்காக நான் முலைப் பாலைச் சுரக்க வைப்பேன். இளம் குழந்தை களே, அம்மாவை வேதனைப்படுத்தாமல் மெதுவாக எனது நரம்புகளில் ஊஞ்சலாடி விளையாடுங்கள். மெதுவாக. மெதுவாக.

ஃபிளாஸ்கின் சரடை இறுகப் பிடித்துத் தாலாட்டியபடி ஹரி மீண்டும் மருத்துவமனையில் நுழைந்தான்.

'– எனது சந்ததிகள், எனது பத்தாயிரத்து ஒன்று சந்ததி கள், எனது சின்னச் சின்னக் கறுப்புக் குழந்தைகள், எனக்கு எள்ளும் பூவும் நீரும் இறைப்பார்கள்.. நிச்சயமாக.'

காலரிகள் நிசப்தமடைந்தன. குழந்தைகள் உற்சாகமிழந்து பார்த்துக்கொண்டிருந்தார்கள்.

'நான், டி.பி. ஹரிஹரன். திக்குவாயை உடைய பலவீன மான டி.பி. ஹரிஹரன். உங்களுடைய ஆசிரியர் தடுத்தபோதி லும் யாதவக் குலம் சிதறாமல் இருந்துவிடுமா?'

குழந்தைகள் வெளிறிக் காணப்பட்டார்கள். எலிகளின் காலோசைகளுடன் விழித்தெழத் தொடங்கினார்கள். காலரி கள் காலியாயின. இப்போது உள்ளுக்குள் எங்கோ விமலாவின் வயிற்றின் வெண்மையில் ஒரு சிவப்புக் கோடு பதிந்திருக்கும். புண்பட்ட புது மழையைப்போல மெல்ல ரத்தம் கசியத் தொடங்கியிருக்கும்.

சூளைமேட்டின் பிணங்கள்

யோசனைகள் ஏழைக் குழந்தைகளின் விளை யாட்டுப் பொம்மைகள். ராகவன் புகைவண்டி நிலைய நெடிகளின் அடிவானத்தில் அமர்ந்து நடப்புகளைச் சொல்கிற பத்திரிகையை விற்றுத் திரியும் குழந்தை களைப் பார்த்துக்கொண்டிருந்தான். திடீரென்று எவ்வித முன்னறிவிப்புகளும் தராமல், ஒரே வரிசையில், அவர் கள் சராய்களைக் கழற்றி மலம் கழிக்கத் தொடங்கி னார்கள். ராகவன் முகத்தைத் திருப்பிக்கொண்டான். கொஞ்சம் நேரத்திற்கு முன்பு பேப்பர் விற்றுத் திரிந்த குடும்பத் தலைவர்கள்தான் இந்தக் குழந்தைகள். மலம் கழிக்கும் தொன்மையில் அவர்கள் தமது குழந்தைப் பருவத்தை மீண்டும் பெறுகிறார்கள். ஆழமான விவாதம், பிதுங்கிய உதடுகள், சுண்டுவிரல்கள் மண்ணில் உருவாக் கும் எழுத்துகள் – குழந்தைமையின் நீராடல்.

குழந்தைகள் மலம் கழித்துவிட்டு தாமரை பூத்த சேறு நிரம்பிய குளத்தை நோக்கித் தண்ணீர் தேடி வரிசையாக நகர்ந்தார்கள்.

ஞான ஸ்நானத்திற்குப் பிறகு அவர்கள் வளர்ந்து விட்டார்கள். இனி தங்கள் நெற்றி வியர்வையிலிருந்து சோறு தேடவேண்டிய நடுத்தர வயதினர்.

'ஒரு குறிப்பிட்ட வயதைக் கடந்ததும் ...' முழுக் கை வெள்ளைச் சட்டையணிந்த சுவிசேஷ ஊழியன் ராகவனின் முகத்தை நோக்கி ஒரு கற்றைத் துண்டுப் பிரசுரத்தை நீட்டிய படிக் கூறினான்: 'நீ வளரமாட்டாயா, மனிதா.'

மனிதா – அந்தப் பெயர்ச்சொல்லின் வியப்பில் ராகவ னுக்குச் சிரிப்பு மூண்டது.

'மனிதா – நீ வயசாளி ஆகிறாய்.'

'சரி.' ராகவன் ஒத்துக்கொண்டான்.

'ஒரு நாலணா தா.' சுவிசேஷ ஊழியன் தொடர்ந்தான்.

'இல்லை.'

'நசரேத்துக்கான பாதையைப் படித்துப் பார்.'

'வேண்டாம்.'

'பில்க்ராமின் வெளிச்சமே நடத்திச் செல்!'

'ஒரு வயதுக்குப் பிறகு ...'

'ம்ம்.'

'உலகத்தின் மேய்ப்பன் படித்துப் பார்.' சுவிசேஷ ஊழியன் ராகவனைச் சபிப்பதைப் போலத் தொடர்ந்தான். உனக்கு வயதாகிறது. நரகம், நரகம், உன் நரகம் உனக்காகக் காத்திருக் கிறது.'

ராகவனின் முகத்தை நோக்கி நீண்ட அவனது கையி லிருந்த துண்டுப் பிரசுரங்களில் பதிக்கப்பட்ட யேசுகளின் மெல்லிய துயரம் படிந்த முகச் சித்திரங்கள்.

'மனிதனே! தெய்வ அழைப்பைக் கேள்.' சுவிசேஷ ஊழியன் அங்கிருந்து நகர்ந்தான். ராகவனின் குரல்வளை மணி மேலும் கீழும் ஏறி இறங்கத் தொடங்கியது. வாயில் கோ – ல் – க – த் – தா என்ற வார்த்தையை அறியாமலேயே மென்று கொண்டிருப்பதாக ராகவனுக்குத் தோன்றியது.

திடீரென்று ஸ்டேஷனின் ஒரு மூலையில் அம்மா நிற்பதைக் கவனித்தான். தனியாக. 'அம்மா,' ராகவன் அழைத்தான்.

அம்மா சிரித்தாள். பொய்ப் பற்களின் பனிப் பொழிவு. முதல் முறையாகப் பற்களைப் பொருத்திக்கொண்டபோது அம்மா கூறியது நினைவுக்கு வந்தது: 'எப்படியோ இருக்குது.'

(ஆமாம், 'எப்படியோ இருக்குது.' என்று அம்மா கூறினாளா? நினைவுகளிலிருந்து உரையாடல்களைப் பொறுக்கியெடுக்கும் போது அவை பாதி உண்மைகள். எனவே நினைவின் உரையாடல்களுக்கு மேற்கோள்குறிகளைத் தவிர்க்கலாம்.)

'இருக்கட்டும். கொஞ்ச நாளைக்குப் பிறகு சரியாகி விடும்' என்றான் ராகவன்.

'அதுக்கு இல்ல மகனே, இந்தப் புதுப் பல்லுகளோட ருசி எனக்குப் பிடிக்கமாட்டேங்குது.'

ராகவன் புன்னகைத்ததாக எண்ணிக்கொண்டான்.

'மகனே, நீ ஏன் சிரிக்கமாட்டேங்கறே?'

'புதுப் பல்லோட ருசி எப்படி இருக்கும்?'

'புளியங்காயோட ருசி.'

'உன்னோட வண்டி லேட் ஆயிடுச்சா?' அம்மா கேட்டாள்.

'இல்ல. முதல் மணி அடிச்சாச்சு.'

'நீ மெட்ராஸ்ல எங்க வசிக்கறே?'

'எதையும் முடிவு பண்ணல. கண்ணன்கூட தங்கலாம்னு இருக்கேன்.'

'சூளைமேட்லயா?'

'ம்ம்.'

'நீ அங்கேயும் நிரந்தரமா தங்கமாட்டே.'

'எனக்குத் தெரியும்.'

'அப்புறம்?'

'பெறகு நான் எங்க தங்கறது?'

'அங்க தெரேசா இல்லையா?'

'அவ என்னை ஒதுக்கிட்டா.'

'நீ ஏன் அதை முன்கூட்டி என்கிட்டே சொல்லலை.'

'எல்லா விஷயத்தையும் அம்மாகிட்ட சொல்லியாகணுமா?'

என்.எஸ்.மாதவன்

‘இங்க வந்தப்ப அவளுக்கு ஆறு முழம் துணியை உடுக்க நான் கற்றுக்குடுத்தது உனக்கு ஞாபகம் இருக்குதா?’

‘ம்ம்.’

புகைவண்டி வந்து நின்றது. கதவுகளில் அலை எழுவதைப் போல ஆட்கள் முண்டியடித்து ஏறினார்கள். பின்னர் சட்டென்று தொலைவில் ஏதோ நிலவின் ஈர்ப்பு விசையால் அமிழ்ந்ததைப் போல பின்வாங்கி அதிவேகத்தில் ஆர்ப்பரித்து முன்னேறினார்கள்.

ராகவன் அம்மாவைப் பார்த்தான். அம்மா அசையாமல் நின்றிருந்தாள். விளக்குக் கம்பத்தின், ஒளிச் சிதறலின் நான்கு கைகளைப் போல அம்மாவின் கண்கள் புகைவண்டியை முழுவதுமாகத் தேடின. பின்னர் ஜென்ம பாவம் அகன்ற புன்னகையுடன் அம்மா நடந்துபோனாள்.

புகைவண்டி மலபாரின் இரவை ஊடுருவிப் பாய்ந்தது. மலைக் கணவாய்களின் இலை உதிர்ந்த ஜனவரி மரங்களிலிருந்து பறந்தெழும் மின்மினிகள்.

ராகவனின் எதிரில் உறக்கம் வழியும் கண்களுடன் மேரி.

‘எங்கக் கெளம்பிட்டே?’ ராகவன் மேரியிடம் கேட்டான்.

‘மெட்ராசுக்கு.’ அனுபவமின்மையின் கவலையில் பதிலளித்தாள்.

‘அங்கேர்ந்து மேரி ஜெர்மனிக்குப் பறப்பாள்.’

உப்பாயி பெருமையாகச் சொன்னார்.

பச்சை விளக்குகள் வளைவுகளைச் சுட்டிக்காட்டின. புதியவளோடு பேசுவதற்கான அவசரம்.

‘ரைன் நதியைப் பத்திக் கேள்விப்பட்டது உண்டா?’

‘ம்ம்.’ மேரி உதட்டைப் பிதுக்கி அதிருப்தியை வெளிப்படுத்தினாள்.

‘அவளுக்கு எல்லாம் தெரியும். வகுப்புல அவள்தான் ஃபஸ்ட்.’ மூத்த மகள் அன்னம்மா ஜெர்மனியிலிருந்து மாசம் ஆயிரம் ரூபாயை அனுப்புவாள். இவளும் மூணு நாலு மாசத்தில பணம் அனுப்பத் தொடங்கிடுவாள். சரிதானே மகளே?’ என்றார் உப்பாயி.

மேரி கண்களை மூடிக்கொண்டிருந்தாள். அவள் எதைச் செவிமடுத்துக்கொண்டிருக்கிறாள்? சக்கரங்களின் தாளத்தையா? ஏதோ ஒரு ஸ்டேஷன் மாஸ்டர் பந்தத்தைக் காட்டிப் புகை வண்டியை அனுப்பிவைத்தார்.

மேரிக்காகப் புகைவண்டி சக்கரங்கள் பாடின. ரை – ன் – னுக்கு. ரை – ன் – னுக்கு. சட்டென்று ஒரு பாலத்தில் துரித வேகம்: ரைனுக்கு ரைனு . . .

அவள் தூங்கி வழிந்தாள். ராகவன் உப்பாயியை நெடு நேரம் பார்த்துக்கொண்டிருந்தான். முகத்தில் வியாபார மன நிலையைக் கொண்ட தந்தைக்குரிய கதகளி முத்திரை தெரிந்தது. கண்கள் களைப்படைந்தபோது ராகவன் உறங்க முயன்றான். பல நிறங்களில் மேரியின் முப்பரிமாணப் படங்கள் அவனது அடுத்த கண்ணெதிரில் வழுக்கிச் சென்றன. ராகவன் உள்ளூரச் சொல்லிக்கொண்டான். நான் உன்னைக் காப்பாற்றுவேன். பிளாக் பாரஸ்ட் வழியாக உன்னை அழைத்துப்போகும் பொன்னிற முடியைக் கொண்ட ஜெர்மன்காரனிடமிருந்து உன்னுடைய அசல் தந்தையாகிய நான் காப்பாற்றுவேன்.

மேரி சட்டென்று விழித்துக்கொண்டாள்.

'அப்பா.'

'என்ன மகளே?'

'எனக்குப் பயமா இருக்குது.'

'எதுக்காக? அங்க அன்னம்மா இருக்காதானே?'

'அதுக்கு இல்ல.'

'அப்புறம்?'

'கண்மூடுறபோது ஜெர்மன் ஒரு பெரிய சாம்பல் நிறத்துல தெரியுது.'

'செபஸ்டியர்கிட்ட பிரார்த்தனை செய் மகளே. நான் நேர்த்திக் கடனாக ஒரு பொட்டலம் மெழுகுவர்த்தியைக் கொளுத்துவேன்.'

அவள் மீண்டும் உறக்கத்திற்குள் சறுக்கி விழுந்தாள். ராகவன் மீண்டும் உப்பாயியை வெறுப்புடன் பார்க்கத் தொடங்கினான். உன் பாதி நரைத்த தலையை வெறுக்கிறேன். உன் அடர்ந்த புருவங்களை வெறுக்கிறேன். உன் நரம்புகளால் பின்னப்பட்ட கால்களை வெறுக்கிறேன்.

உப்பாயி எல்.எம்.ஜி. பெருங்காய விளம்பரத்தைக் கொண்ட ஒரு சாக்குப் பையை எடுத்தார். ராகவன் அப்போதும் வெறித்துக் கொண்டிருந்தான். கோபம் ஒரு தீய குணமாக மாறியிருந்தது. உப்பாயி மெழுகுக் கறைகள் படிந்த, கறுப்பு அட்டை போட்ட வேதாகமத்தைப் பையிலிருந்து எடுத்து மடியில் வைத்தார். மீண்டும் சாக்குப் பைக்குள் அவரது கைகள் துழாவத் தொடங்கின. விளிம்பைக் கயிற்றில் இணைக்கும் மூக்குக் கண்ணாடியுடன் கைகள் வெளியில் வந்தன. அவர் மெல்லிய குரலில் பைபிளை வாசிக்கத் தொடங்கினார். சுண்ணாம்புக் கறை படிந்த இடது கை விரல்களால் மேரியைத் தொட்டார். தெய்வீகமும் புனிதமும் கொண்ட உடன்படிக்கை. ராகவன் தந்தைமையை இழந்தான். மேரி ஒரு நாய்க்குட்டியைப்போல உப்பாயிக்கு நெருக்கமாக நின்றாள். புகைவண்டியின் ஜன்னலுக்கு வெளியில் பச்சைத் தளிர்கள் மற்றும் கறுத்தத் தமிழச்சிகளின் மணம். நிஜத்தில் இந்த மணங்கள் உண்மைக்குப் புறம்பானவை. ராகவன் அதை அறிந்து வைத்திருந்தான். இவையெல்லாம் என்னுடைய ஊகங்களின் உணர்வுகளாக இருக்கலாம்.

சட்டென்று அந்த அசரீரி ராகவனுக்குக் கேட்டது: ஒரு வயதுக்குப் பிறகு மனிதா . . .

சகுனங்களை நசுக்கியபடி புகைவண்டி மெட்ராஸ் சென்ட்ரல் ஸ்டேஷனை எட்டியது.

சகுனங்களின் காலம் நிறைவடைந்துவிட்டது. எர்ணாகுளத்திற்குத் திரும்பிச் செல்வதற்காக ராகவன் சென்ட்ரல் ஸ்டேஷனில் புகைவண்டியைத் தேடியலையும் போது தனக்குள் சொல்லிக்கொண்டான்: இனி எனக்குத் தேவை சகுனங்கள் அல்ல. அடையாளங்கள். எனது எதிர்காலத்தைத் தெரிவிக்கும் ஓர் அடையாளம். ஒரு சின்னம். அவன் புகைவண்டியின் புகைபடிந்த வானத்தைப் பார்த்து முணுமுணுத்தான். ஒரு பருந்து.

திருவான்மியூரின் கடற்கரை மணல் துகள்கள் அப்போதும் ராகவனின் அடிப்பாதங்களை வேதனைப்படுத்தின. அவன் அடையாளங்களைத் தேடி ஸ்டேஷன்களில் படுத்துக்கொண்டிருந்த தமிழர்களின் இடையில் மீண்டும் நடந்து சென்றான்.

சூளைமேட்டில் எத்தனை வேதாளங்களை இந்தத் தோளில் தூக்கி நடந்திருப்பேன்.

சூளைமேட்டின் முதல் பிணம்: கண்ணனின் குடிசையின் எதிரில் அமர்ந்து அவன் புத்தகங்களை வாசித்துக்கொண்டிருந்

தான். திடீரென்று பக்கத்துக் குடிசையிலிருந்து முருகனின் மனைவி பச்சைநாயகியின் அழுகை: "ஆறுமுகம் போயாச்சு." குழந்தைகள் இல்லாமல் போகும்போதுதான் கலாச்சாரங்கள் சிதைகின்றன என்பதை ராகவன் தெரிந்துவைத்திருந்தான். சூளைமேட்டின் குடிமக்கள் மிக எளிய கனவுகளைக் கண்டார்கள். ரிக்ஷாக்களையும் குதிரை வண்டிகளையும் தமது குழந்தைகளிடம் ஒப்படைக்க வேண்டும் அவ்வளவுதான்.

இரவில் நுங்கம்பாக்கம் ரெயில்வே ஸ்டேஷனில் வண்டியை விட்டு இறங்கும்போது சேரிக் குழந்தைகளுக்காக அவித்தக் கடலையை வாங்குவது வழக்கம். இதுதான் சூளைமேட்டுக்கு நான் கொடுக்கும் வாடகை. மாரியம்மன் கோயில் பஜனை முடிந்து குங்குமத்தை நெற்றியில் பூசி, கன்னத்தில் திருஷ்டி அடையாளத்துடன் சேரிக் குழந்தைகள் அவனுக்காகக் காத்திருப்பார்கள். கொஞ்ச நாட்களாகக் குழந்தைகளைக் காணாமல் கண்ணனிடம் கேட்டான்: 'கொழந்தைகள் எங்க போயிட்டாங்க?'

எல்லோருக்கும் வயிற்றுக் கடுப்பு என்று அவனது வீட்டு உரிமையாளனும் குதிரை வண்டிக்காரனுமான கண்ணன் சிரித்தபடி கூறினான். அவன் அவித்த கடலைகளை சூளை மேட்டின் புறவழிகளில் தவழ்ந்து போகும் ரயில்பாதைகளில் வீசியெறிந்தான்.

முருகனின் மகன் ஆறுமுகம், குணசேகரனின் ஏழு வயது சிறுமி, மனோகரனின் இரண்டு குழந்தைகள், நொண்டி ராமன், கிழவன் இம்மனின் கடைசிக் காலத்தின் ஆண்வாரிசு. எல்லோரும் தூக்கத்தில் நடப்பவர்களைப் போல புகைவண்டிப் பாலங்களை நோக்கி நடந்து போனார்கள். பின்னர் வேதனையைத் தரும் தொடர் வயிற்றுப் போக்கு.

சூளைமேட்டின் தகப்பன்கள் ராகவனைச் சந்திப்பதற்காகக் கண்ணனின் வீட்டுக்கு வந்தனர். வாரத்தில் ஒருநாள் மட்டும் அங்கு வரும் மருத்துவர் ஒவ்வொரு குழந்தையின் சிகிச்சைக்கும் புதுப் பத்து பைசாவைக் கேட்டார்.

ராகவன் தனது வாட்சைக் கழற்றி அவர்களுக்குக் கொடுத்தான். எடுத்துப் போய் குஜராத்தியின் கடையில் அடகு வைத்துக்கொள்ளுங்கள். சேட் அவர்களிடம் எழுபது ரூபாய் கொடுத்தான்.

தெரேசா இருந்திருந்தால் நான் அவளிடம் சொல்லியிருப்பேன், 'நான் காலத்தை எழுபது ரூபாய்க்கு வித்திட்டேன்.'

என்.எஸ்.மாதவன்

அவளது கன்னக் குழிகள் விரியும். இதோ, நீ தமாஷ் பண்ணியதற்குப் பரிசாக ஒரு சிரிப்பு என்கிற தோரணையில்.

குஜராத்தியின் கடைக்குச் சேரியிலிருந்து செம்புப் பாத்திரங் கள் பிரவகித்தன. வயதான மருத்துவர் தனக்குக் கிடைக்கும் சாம்பிள் மாத்திரைகளை இருபது ரூபாய் வீதம் சூளைமேட்டுக் குழந்தைகளுக்கு விற்றார்.

அதற்குள் குழந்தைகள் வீட்டைவிட்டு வெளியில் போவதை நிறுத்திக்கொண்டார்கள். அவர்கள் தரையில் படுத்துப் பாதி மயக்கத்தில் மலம் கழித்தார்கள். அவர்களின் உடலில் ஈக்கள் இணை சேர்ந்தன.

மாரியம்மன் கோயிலின் கிறுக்குத் தனமான மணியடி கள். முருகன் சாராயம் நாற்றமடிக்கும் கைகளால் ஆறுமுகத்தின் வாயில் மருந்தை ஊற்றினான்.

'ஆறுமுகம் போயிட்டான்' – முருகனின் மனைவி தனியாக அழுதாள்.

குணசேகரன் மகளின் நெற்றியில் மாரியம்மனின் மஞ்சள் பிரசாதத்தைப் பூசினான். குணசேகரனின் மனைவி குதிகாலில் வழியும் மலத்துடன் சீதாவின் பிணத்தை எடுத்துக்கொண்டு வெளியில் வந்தாள்.

நொண்டி ராமனும் இறந்துபோனான்.

மனோகரன் மனைவியின் அழுகையும் ஒலிக்கத் தொடங்கி யது. கண்ணன் கிழவன் இம்மனின் வீட்டை நோக்கிப் பாய்ந்தான். அங்கும் மௌனம். கிழவன் இம்மன் மயக்கத்தில் படுத்துக்கிடந்தான். அவனது இளம் மனைவி சூடாறாத குழந்தைப் பிணத்தை மடியில் வைத்திருந்தாள். இம்மனின் வயதான முதல் மனைவி அவளது தலையில் பேன் பார்த்துக் கொண்டிருந்தாள்.

பிரேதப் பரிசோதனை முடிந்ததும் ரிக்ஷாக்காரர்கள் தங்களுடைய ரிக்ஷாக்களில் குழந்தைகளை மீண்டும் சேரிக்கு எடுத்துவந்தார்கள்.

சூளைமேட்டின் குடிசைகளில் ஒரு பழைய அலுமினியத் தட்டுச் சுற்றி வந்தது. சில்லறைகள், ஒரு ரூபாய் நோட்டுகள். ராகவனும் தனது பாக்கெட்டிலிருந்த பைசாவைத் தட்டை நோக்கி எறிந்தான்.

அதற்குள் சூளைமேட்டின் தோற்றம் மாறிவிட்டது. ஒலி பெருக்கியில் தியாகராஜ பாகவதரின் பழைய பாடல்கள். பல நிறங்களாலான காகிதத் தோரணங்கள். பாக்கு மரத்தின் குருத்தோலைகள். சாணம் மெழுகிய வழி.

குழந்தைகள் வரிசையாகப் படுத்துக் கிடந்தார்கள். பெண்கள் புதிய ரெமி பவுடரின் டப்பாவைத் திறந்தார்கள். பிரேதப் பரிசோதனையின் காயங்களைத் தொடாமல் கவன மாகப் பவுடரைக் குழந்தைகளின் உடல் முழுவதும் பூசினார்கள். ஊதுபத்தியின் புகை ஈக்களை விரட்டியது.

பழைய புடவைகளைக் கிழிக்கும் சத்தம். தாய்மார்கள் குழந்தைகள் மீது துண்டுப் புடவையைப் போர்த்தினார்கள். பின்னர் சந்தனக்கலவையால் ஏழு திலகங்களை இட்டார்கள்.

ஆண்கள் பக்கத்துத் தேநீர் கடைகளிலிருந்து திரும்பிக் கொண்டிருந்தார்கள்.

கண்ணனின் குடிசையில் கயிற்றுக் கட்டிலில் படுத்து, பெண்களின் பேச்சைக் கேட்டுக்கொண்டிருந்தான் ராகவன். சட்டென்று கண்ணன் குடிசைக்குள் சிரித்தபடி நுழைந்தான். கண்ணனின் பின்னால் அவனது வண்டியை இழுக்கும் குதிரை யும் இருந்தது. கண்ணன் அறையின் மூலையிலிருந்து வெள்ளிக் கம்பி சுற்றிய ஒரு பழைய சங்கையும் சேகண்டியையும் எடுத்துத் தூசியைத் துடைத்தான். வெளியே தியாகராஜரின் பாடல்கள் நின்றுவிட்டன. பெண்களில் சிலர் அழத் தொடங்கினார்கள். ராகவன் கொடியில் துவைத்துப் போட்டிருந்த பனியனையும் சட்டையையும் அணிந்து வெளியில் வந்தான்.

பல குடிசைகளில் சங்குகளும் சேகண்டிகளும் பிரவாக மாக ஒலித்தன. சூளைமேட்டு மக்கள் குழந்தைகளைக் காண்ப தற்குத் திரண்டார்கள்.

தோரணங்களின் நடுவில் சிவப்புக் காகிதம் ஒட்டப்பட்ட பல்பின் ஒளியில் மனோகரனும் முருகனும் ஒளிர்ந்தார்கள். எஞ்சிய சேரிக் குழந்தைகள் கூட்டமாக ஓரிடத்தில் நின்று கொண்டிருந்தார்கள். தரையில் கிடந்தவர்களைப் பார்த்தபடி – சிறிய பொறாமையுடன்.

கண்ணன் சங்கை ஊதினான். பதிலுக்குப் பல சேகண்டி கள் ஒலித்தன. மனோகரன் குனிந்து தனது இரண்டு அருமைப் பிள்ளைகளைத் தூக்கித் தோளில் கிடத்தினான்.

முருகன் இரு கைகளைக் கோர்த்துத் தனது குழந்தையை மார்போடு சேர்த்துத் தூக்கினான்.

இம்மனின் குழந்தையை யாரோ எடுத்துத் தோளில் போட்டார்கள்.

நொண்டி ராமனைத் தூக்கிக்கொண்டு குமாரன் நகர்ந்தான்.

சீதாவை குணசேகரன் தூக்கினான்.

மீண்டும் கண்ணனின் சங்கு. ஏற்கனவே அறிமுகமான தனது எஜமானனின் சங்கொலியைக் கேட்டபோது கண்ண னின் நோஞ்சான் குதிரை கனைத்தது. குழந்தைகள் சிரிப்பை அடக்கிக்கொண்டார்கள்.

மாரியம்மன். யாரோ கூப்பிட்டுச் சொன்னார்கள். அதற்குச் சூளைமேட்டின் பதில்: துணை.

மாரியம்மன் . . .

துணை . . .

குழந்தைகளைச் சுமந்தவர்கள் முதலில் நகர்ந்தார்கள்.

அதற்குள் சேரி இளைஞர்கள் பழைய குழல் ஒலிப் பெருக்கியையும் பேட்டரியையும் எடுத்துவந்து ரிக்ஷாவில் வைத்தார்கள். 'தேவதாஸ்' திரைப்படத்தின் பழைய பாடலை அவர்கள் பல தடவை பாடினார்கள்.

உலகே மாயம்.

வாழ்வே மாயம்.

கூட்டம் சிரித்து ஆரவாரித்தது. உலகே மாயம். வாழ்வே மாயம்.

அவ்வப்போது உறக்கத்திலிருந்து திடுக்கிட்டு எழுந்ததைப் போல யாரோ சொன்னார்கள்:

மாரியம்மன் துணை,

துணை.

இறுதியில் சூளைமேட்டுச் சுடுகாட்டில் கரிய நிற தமிழனின் புஜங்கள் ஏழு குழிகளை வெட்டின. சுருட்டிய புடவைகளைக் குழியில் வைத்து அவர்கள் மௌனமாகத் திரும்பினார்கள். சேரியில் அவர்களின் சோற்றை வயிறு முட்டத் தின்றான் ராகவன். அத்துடன் இருநூறு மில்லி சாராயத்தையும் குடித்தான்.

பெண்கள் சாப்பிட்டுவிட்டுத் தள்ளாடியப்படி வந்தார்கள். அவர்கள் குளித்து முடித்த உற்சாகத்தில் பசும் தளிர்களைச் சூடிக்கொண்டார்கள். பெரிய குங்குமப் பொட்டுகளை வைத்துக்

கொண்டார்கள். ஆணும் பெண்ணுமாகக் கைகோர்த்து கோல்டன் தியேட்டருக்குக் புறப்பட்டார்கள் – வாத்தியாரின் புதிய படத்தைப் பார்ப்பதற்காக.

ராகவன் சென்ட்ரல் ஸ்டேஷனின் சிறுநீர் கழிப்பிடத்தி லிருந்து வெளியில் வந்தான். அவன் வேர்வையில் நனைந்திருந் தான். காலி வயிறு. அவன் மீண்டும் சிறுநீர் கழிப்பிடத்தை நோக்கி ஓடினான். பின்னர் குனிந்து நின்று விக்கி விக்கி வாந்தியெடுத்தான். ஒன்றின் மீது ஒன்றாக வாந்தியின் அலைகள்.

பின்னர் சூளைமேட்டில் குமாரன் இறந்தான். காலையில் வழக்கம்போல பீடிக் கம்பெனிக்குப் போவான். இரவில் கிழவன் இம்மனின் வீட்டுத் திண்ணையில் படுத்துத் தூங்குவான். ஒருநாள் ரயில் தண்டவாளத்தில் அவனது உடல் இரண்டு துண்டுகளாகச் சிதைந்து கிடப்பதைப் பார்த்தார்கள். துண்டிக்கப் பட்டுத் தூரமாகச் சிதறிய இடது கையைத் தேடி, சூளை மேட்டில் வசிப்பவர்கள் இரு பிரிவாகப் பிரிந்து ரயில் தண்டவாளத்தின் இருபுறமும் ஒரு ஃபர்லாங் தூரம்வரை போனார்கள்.

குமாரனின் பீடி சுருட்டும் கையை அவனுடன் கொடுத் தனுப்ப இயலாமல் சூளைமேட்டு மக்கள் வருந்தினார்கள்.

அலுமினியத் தட்டு சூளைமேட்டுக் குடிசைகளில் சுழன்று திரிந்து மீண்டும் ராகவனிடம் வந்தது. இம்முறை நாணயங் களும் நோட்டுகளும் குறைந்திருந்தன.

கண்ணனும் கூட்டாளிகளும் சங்கும் சேகண்டியுமாக வெளியே வந்தனர். குமாரனைப் பூக்களால் அலங்கரித்துச் சுடுகாட்டுக்கு எடுத்துப் போய் தகனம் செய்தார்கள். எல்லோ ரும் திரும்பிவந்தார்கள். வெல்லத்தையும் பொரியையும் பந்தி யில் அமர்ந்து தின்றார்கள்.

சூளைமேட்டு ரிக்ஷாக்காரர்களைப் பற்றிய ஆய்வுக் கட்டுரை எழுதுவதற்காகத் தெரேசாவுடன் முதலில் அங்கு தங்கினான். அப்போது குமாரன் தினமும் ஒரு கட்டுப் பீடியைத் தெரேசா வுக்குக் கொடுத்தான்.

குமாரனின் மரணச் செய்தியைத் தொலைபேசி மூலம் தெரேசாவுக்குத் தெரிவிக்க விரும்பினான். நீ இப்போதும் பீடி புகைக்கிறாயா? சூளைமேட்டைப் பற்றி நீ எடுத்த சர்வே யின் பேப்பர்களை அழித்துவிட்டாயா?

எட்வர்ட் எலியட் பீச்சில் கட்டுமரத்தில் சாய்ந்தபடி தெரேசா ஒருமுறை கேட்டாள்: 'நாம என்ன பண்ணிட்டிருக் கோம்?'

ராகவன் புரியாமல் பதிலளித்தான்:

'இந்தச் சூளைமேட்டைப் பற்றிய ஆய்வுகள்.'

'எதுக்காக?' சோழ மண்டலத்தை நோக்கி உறுமியெழும் கடல் காற்றுக்கு எதிர்பக்கமாக நின்று ராகவன் உரக்கக் கேட்டான்.

'நீ?'

தெரேசா நிதானமாகக் கேட்டாள்: 'அவங்களை உன்னோட சுயநலத்துக்காகச் சுரண்டுறே. சமூகவியல் சார்ந்த சுரண்டல்.'

'நான் அவர்களின் சஞ்சயன். வெறும் வரலாற்றாளன்.' ராகவன் அவளுடன் சேர்ந்து நின்றான்.

'நீ மண்ணாங்கட்டி.' தெரேசா ஆத்திரமடைந்தாள். பிறகு கடலை நோக்கி நடந்தாள்.

'உனக்கும் குஜராத்தி சேட்டுக்கும் என்ன வித்தியாசம்? சேட்டுக்கு வட்டி, உனக்கு பிஎச்.டி.'

'ஆனா நான் அவங்களோட ஆலோசகன்.'

'ஆமாம், நீ சஞ்சயன். நீ சொல்லுற சூளைமேட்டுக் கதையைக் கேட்கிற ராஜாக்கள். குருடர்கள். போடா சுயநல வாதி. வேலை தேடி ஏர்பேக்கைத் தூக்கிட்டு வந்து சேர்ந்த இன்னொரு மலையாளி.'

அவன் அவளை வங்கக் கடற்கரையில் தள்ளிவிட்டான். அன்றைய தினம் ராகவனைத் தனியாக விட்டுவிட்டுத் தனது பொருட்களைத் தேடியெடுத்து சூளைமேட்டை விட்டு வெளியேறினாள் தெரேசா.

வாந்தியெடுத்து, வேர்வையில் நனைந்த ராகவனின் மீது காற்று பட்டபோது இதமாக இருந்தது. மீண்டும் அவன் சென்ட்ரல் ஸ்டேஷனை நோக்கி நடந்தான். நாடகத் தன்மை யோடு எதையும் செய்ய இயலாத அசட்டுத் தனத்தில்.

கருப்பனின் மனைவி இறந்தபோது பெரிய சலனம் எதுவும் நிகழவில்லை. அலுமினியத் தட்டின் மீது சில நாணயங்கள் சோகமாகக் கிடந்தன. கருப்பன் அவனது சைக்கிளைச் சேட்டுக்கு விற்றான். எல்லம்மாவின் ரத்தப் போக்கு படர்ந்த அறையைப் பெண்கள் சுத்தப்படுத்தினார்கள். சிவப்புத் துணியைப் போர்த்திச் சுமங்கலியாக அவளை எடுத்துப்போனார்கள். கண்ணன் மட்டும் விசுவாசத்துடன் வழி நெடுகிலும் சேகண்டியையும் சங்கையும் ஒலித்துக் கொண்டு போனான்.

சட்டென்று ஒரு திருவிழாவின் உற்சாகத்தைத் தொடங்கி வைத்துவிட்டு கிழவன் இம்மன் இறந்தான். சேரியின் மூதாதை வடிவம். வயதான காலத்தில் பிறந்த ஆண் வாரிசின் மரணத் திற்குப் பிறகு இம்மன் மௌனமானான். அவனது இரண்டு மனைவிகளும் தாயும் மகளும்போல ஒருவருக்கொருவர் அடைக்கலம் பெற்றுக்கொண்டார்கள்.

கிழவன் இம்மனை அவர்கள் சம்மணமிட்டு உட்கார வைத்தார்கள். நெற்றி முழுவதும் திருநீறைப் பூசினார்கள். பிறகு அவரது மூக்குக் கண்ணாடியை முகத்தில் அணிவித்தார்கள்.

சேரி பெரியவரின் சொர்க்கவாசம். மீண்டும் தோரணங்கள். குஜராத்தி சேட்டின் கடைக்கு அடகுப் பொருட்களின் பிரவாகம். அலுமினியத் தட்டு நிரம்பி வழிந்தது.

ஒலிப்பெருக்கிக்காரர்களும் கிழிந்த பாப்பாஸ் உடையை அணிந்த பேண்டு மேளக்காரர்களும் வந்து சேர்ந்தார்கள். இம்மனின் இறுதி ஊர்வலம் நகர்ந்தது.

சாராயப் போதையில் பேண்டு மேளக்காரர்கள் தாளம் போடத் தொடங்கினார்கள்.

கண்ணன் உரக்கப் பாடினான்:

கல்யாண சமையல் சாதம்
காய்கறிகளும் பிரமாதம்.
அந்தக் கௌரவப் பிரசாதம்
அதுவே எனக்குப் போதும்.

பிணத்தைத் தூக்கிச் செல்பவர்களின் அனுபல்லவி:

ஹஹ ஹஹ ஹஹ ஹா

இம்மனை உட்கார வைத்தபடியே குழியில் இறக்கினார்கள். சேரிவாசிகள் பெரியவர்களைத் தகனம் செய்யமாட்டார்கள். பூமிக்கடியிலுள்ள நீரோட்டங்களில் அவர்களின் இதயச் சூடு தணியட்டும். பின்னர் எதிர்கால நினைவுகளை அகழ்ந்தெடுக்கும் ஆயிரங்களாக அவர்கள் மாறுவார்கள்.

சுடுகாட்டுக் காவல்காரனிடம் வாடகைப் பணத்தைக் கொடுத்துவிட்டு குழி வெட்டியவர்களுடன் சேர்ந்து ராகவனும் சுடுகாட்டு மூலையின் பலாமரத்தடியில் படுத்தான். கல்யாண சமையல் சாதம் – யாரோ பாட முயன்றார்கள். அசதியின் மௌனம். எல்லோரும் துயரப்படுபவர்கள்.

இனி எத்தனை பேர் இறந்தால் சூளைமேடு காலியாகும்? முருகன் கேட்டான். மெட்ராஸின் நடுப் பகுதியில், இந்த

மண்ணில் தலைமுறைகளாக நாங்கள் குடியேறி வசித்து வருகிறோம். ஒவ்வொருவரையும் கொன்று இந்தப் பட்டணம் எங்களை விழுங்கிவிடும். முருகனின் கண்ணீர்த் துளி சாராய நாற்றமடிக்கும் எச்சிலுடன் மண்ணில் விழுந்தது. அது பூமியின் கர்ப்பத்தினூடாகச் சூளைமேட்டின் செய்தியைச் சுமந்தபடி கிழவன் இம்மனைத் தேடி பாய்வதைப் போல முருகனுக்குத் தோன்றியது.

'நான் சாகமாட்டேன்' என்றான் முருகன்.

'ஏழைகளின் மரணம்,' ராகவன் முருகனிடம் கூறினான்: 'தற்கொலைகள். சரணாகதிகள்.'

மீனம்பாக்கம் வானத்தில் பறந்தெழும் ஜெட் விமானங்களின் புகைக் கோடுகள் பூமியில் இறங்கிவந்தன. ராகவன் தனது அம்மாவின், தெரேசாவின் மடியில் படுத்திருப்பதாக உணர்ந்தான். வானத்தில் படர்ந்திருந்த நூல் ஏணிகளில் தேவப் புதல்வர்கள் மேல் நோக்கி ஏறிக்கொண்டிருக்கிறார்கள். அவனது தூக்கக் கலக்கத்தில் அம்மாவின், தெரேசாவின் மடியில் படுத்த படி வயிற்றின் மடிப்புகளைத் தொட்டான்.

முதல் மடிப்புச் சொன்னது: ஸ

இரண்டாம் மடிப்புச் சொன்னது: ரி

கமபதநிஸ. ராகவன் அங்கு படுத்து உறங்கினான்.

ரயில் தண்டவாளங்கள் நிறைவடையும் திசையிலிருந்து ராகவன் நேராகப் பார்த்தான். தொலைவில் சிவப்புச் சிக்னல் விளக்குகள் மின்னிக்கொண்டிருந்தன. சென்ட்ரல் ஸ்டேஷனை நோக்கி இன்றைய முதல் வண்டி பாய்ந்து வருகிறது.

தெ, என்னிடம் கேட்கிறார்கள், கிம் அ குர்வத

சஞ்சயா?

அவர்கள் என்ன செய்கிறார்கள் சஞ்சயா?

நான் என்ன செய்ய? களைப்புடன் சூளைமேட்டின் கதையைச் சொல்லிக்கொண்டிருப்பதைத் தவிர?

ஒருநாள் முருகனின் மனைவி பச்சைநாயகி கண்ணனின் குடிசைக்குள் வந்தாள். ராகவனும் கண்ணனும் கஞ்சித் தண்ணீரிலிருந்து பருக்கைகளைத் தேடித் தின்றுகொண்டிருந்தார்கள். அவர்கள் எழுந்து நின்றார்கள். பச்சைநாயகி எதுவும் பேசவில்லை. முருகன் எப்படி இறந்தான் என்று அவர்கள் விசாரிக்கவுமில்லை.

அலுமினியத் தட்டு கண்ணனின் குடிசையை எட்டிய போது அதில் மூன்று பத்துப் பைசா நாணயங்கள் மட்டுமே இருந்தன. கண்ணன் ராகவனின் முகத்தைப் பார்த்தான். சுடுகாட்டுக் காவல்காரனுக்குக் கொடுக்கக் காசு ஏது?

ராகவன் மூன்று பத்துப் பைசா நாணயங்களை எடுத்தான். சாம்பிராணியும் வாசனைத் திரவியங்களுமாக கிழக்கிலிருந்து வந்தடைந்த மூன்று ராஜாக்கள். அவன் டெலிபோன் பூத்தை நோக்கிப் போனான் – தெரேசாவை அழைத்து ஐம்பது ரூபாய் கடன் கேட்பதற்காக.

சதுக்கத்தின் ஒரு தூணைப் போல டெலிபோன் பூத். அதன் கதவைத் திறந்ததும் நிர்வாணமாக உட்கார வைக்கப் பட்ட ஒரு கிழவனின் சடலம் மெதுவாக அவனது கால்மீது சரியத் தொடங்கியது.

ராகவன் திடுக்கிட்டுப் பின்வாங்கினான். இது தெய்வ மைந்தனின் இரவு. முதலில் மூன்று பத்துப் பைசா நாணயங் களுடன் கிழக்கிலிருந்து ராஜாக்கள் வந்தடைந்தார்கள். பின்னர் மெட்ராஸின் டெலிஃபோன் பூத்துகளைப் பிளந்து உயிர்த்தெழும் அமரர்கள்.

அவன் தெரேசாவின் வீட்டை நோக்கி வண்டியை ஓட்டும் படி கண்ணனிடம் கூறினான். தொலைவில் அவள் வசித்த மாடிக்கு வெளியில் ஒரு ஜன்னலின் வெளிச்ச சதுரம். ராகவன் மெதுவாக நிஜத்தை இழந்தான்.

எனது மூன்றாவது மானத்தை இந்தக் குதிரைவண்டியில் கைவிடுகிறேன். அவன் நடிக்கும், பார்க்கும் ஒரு சினிமாவைப் போல படிக்கட்டுகளிலேறி தெரேசாவின் அடுக்கு மாடி குடியிருப்பின் பெல்லை அழுத்தினான்.

டிசால்வ்:

அறையைத் திறந்துகொண்டிருக்கும் தெரேசா. தற்செயலாக ராகவ்னைக் கவனித்தபோதிலும் வியப்படையாத முகம். வியப்படையாத தெரேசாவின் முகத்தைக் கண்ட ராகவன்.

விரிவான அவதானிப்பு: அறை முழுவதையும்.

ஓரிடத்தில் மட்டும் கேமரா ஒரு நிமிஷம் நிற்கிறது. ஓர் இளைஞன் குனிந்து கிராமஃபோனின் ஊசியைக் கவனமாக ரெக்கார்டின் மீது வைக்கிறான்.

கட் இன்:

தெரேசா: ‘நான் ஜான்.’

மீடியம் ஷாட்:

கேமரா ஜானை நோக்கிக் கவனத்தைக் குவிக்கிறது. சுருட்டை முடி. ஒரு சராசரி சிரியன் கிறிஸ்தவனின் முகம்.

ஜான்: 'ஹாய்.'

தெரேசா: 'நான் ராகவன்.'

ராகவன், ஜான் கிராமஃபோன் ஊசியைக் கவனத்துடன் வைக்கும் செயல்பாட்டின் ஊடாக தெரேசாவிடம் வெளிப்படுத்தும் அக்கறையைக் கவனித்த ராகவன் எதுவும் பேசவில்லை.

கேமரா ஜானைப் பார்த்தபடி.

'ஜானி கொஞ்சம் டீ போடட்டுமா?'

தெரேசா: 'ராகவன்?'

ராகவன்: 'ம்ம்.'

ராகவன் விந்தி விந்தி நடந்து சோஃபாவில் அமர்ந்தான்.

சட்டென்று கிராமபோன் ரெக்கார்டின் சத்தம் அதிகரிக்கத் தொடங்கியது. முதலில் கடும் இரைச்சலில். தெரேசா ஓடிச் சென்று சத்தத்தைக் குறைக்கிறாள். பின்னர் ராகவனின் எதிரில் சோஃபாவில் அமர்கிறாள்.

மீடியம் ஷாட்:

இம்முறை கேமரா சமையலறையை நோக்கி ரேழியில் ஜான் நடப்பதைப் படம் பிடிக்கிறது. தன்னம்பிக்கையூட்டும் நடை.

சமையலறைக் கதவு வழியாக, சமையலறையின் ஒரு பகுதி – ஷெல்புகள் அமைந்துள்ள இடம் இவற்றை மட்டும் பார்க்கலாம். ஜானின் கை ஷெல்ஃப்மீது தீப்பெட்டி வைக்கப்பட்ட இடத்தைச் சரியாகக் கண்டுபிடிக்கிறது.

குளோஸ் அப்:

ராகவனின் முகம்: யார் இந்த ஜான்? கண்களில் எத்தனை நடிப்பு.

மீடியம் ஷாட்: ராகவனின் பின்புறத்திலிருந்து தெரேசாவைச் சுட்டுகிறது கேமரா: தெரேசா பாட்டுக்குத் தகுந்தாற்போலத் தாளமிட்டபடி அந்தக் கேள்வியை அலட்சியப்படுத்துகிறாள்.

'இங்க பார், நீ இப்ப என்ன பண்ணிகிட்டிருக்கறே?'

தெரேசா: 'நான் இப்போ ஸ்பீட் டைப்பிஸ்ட்.'

மீடியம் ஷாட்: கேமரா தெரேசாவின் தலையின் பின்பக்கத்தில் இருந்து.

ராகவன் வியப்புடன் முகத்தைச் சுழிக்கிறான்.

'தெரெசா: கொஞ்சல்கள் . . . விக்கல்கள் . . . தடவித் தடவி நான் வார்த்தைகளின் முதுகெலும்பை நிமிர்த்துகிறேன். நல்ல சுவாரஸ்யமான வேலை.'

மீடியம் ஷாட், தொடர்கிறது: கேமரா அவர்கள் இருவரின் நடுவில். தங்களுடைய பழைய வானொலியைத் தெரேசா பயன்படுத்துவதைக் கண்டு ராகவன் மகிழ்ச்சியடைகிறான். அவள் சோஃபாவில் சாய்ந்து உட்கார்கிறாள். அருகில் நெருங்கும் ஜானின் செருப்புச் சத்தம். அதற்கிடையில் தேநீர்க் கோப்பைகள் உரசும் ஒலி.

லாங் ஷாட். ஜானின் பார்வைக் கோணத்தில் இருந்து: தெரேசாவும் ராகவனும் மீண்டும் அகன்று செல்கிறார்கள்.

தெரேசா: 'நீ எதுக்காக இங்கே வந்தே?'

ராகவன்: 'சும்மா.'

ராகவன் எழுந்து நடந்தான். கதவுக்கு வெளியே, தூரத்தில் தெரியும் ஏழு அடுக்குக் கட்டடத்தின் ஜன்னல்கள் உமிழும் பல்ப் வெளிச்சம்வரை ஜானின் பார்வை நீள்கிறது.

தெரேசாவின் ஃப்ளாட்டிலிருந்து வெளியில் வரும்போது அவள் படிக்கட்டுகளில் பாதுகாத்து வைத்திருந்த பூச்சட்டிகளைக் கால்களால் இடறித் தள்ளவேண்டுமென்று ராகவனுக்குத் தோன்றுகிறது.

படிக்கட்டுகளில் அவை உருண்டு உருண்டு செல்லும் ஓர் ஷாட். அவை உடைந்து சிதறும் ஆரவாரத்தின் ஒரு ஷாட்.

வேண்டாம். அது பெரும் சத்தத்தை எழுப்பி ஆட்சேபணையை எழுப்பிவிடும்.

கண்ணனிடம் மீண்டும் வண்டியைச் சேரிக்குத் திருப்பச் சொன்னான். முருகனுக்குச் செம்பருத்தி மாலையைச் சூட்டி, கொஞ்சம் உடைந்த செங்கற்களை வைத்து ஒரு பாயில் சுருட்டிக் கட்டினார்கள். நன்கு இருட்டியதும் முருகனின் பிணத்தை எடுத்துக் கண்ணனின் குதிரை வண்டியில் வைத்தார்கள். கண்ணன் சங்கையும் சேகண்டியையும் வண்டியில் வைத்தான்.

'திருவான்மியூர் கடற்கரைக்கு, எனக்கு மட்டும் தெரிஞ்ச குறுக்கு வழிகள்லே வண்டியை விடு.' ராகவன் கூறினான்.

குதிரைவண்டி முருகனின் பிணத்தைச் சுமந்தபடி ராகவனை யும் கண்ணனையும் பின்தொடர்ந்தது.

திருவான்மியூர். ராகவனும் கண்ணனும் முருகனின் பிணத்தைத் தூக்கிக்கொண்டு கரையை நோக்கிப் போனார் கள். ஒருவன் தலையையும் அடுத்தவன் கால்களையும் பிடித்துத் தொட்டிலைப் போல ஆட்டி முருகனைக் கடலில் எறிந்தார்கள்.

கண்ணன் வண்டியிலிருந்து சங்கையும் சேகண்டியையும் எடுத்து வந்தான். ஓங்கி ஓங்கி ஒலிக்கும் கண்ணனின் சங்கு நாதங்கள். ராகவன் பித்துப் பிடித்ததைப் போல சேகண்டியை அடித்தான்.

'முருகா, சுறா மீன்களின் வயிற்றில் இருக்கும் கதையை நீ எனக்குச் சொல்லித் தா.'

கரையில் நட்டு வளர்க்கப்பட்ட காஷ்வரீனா மரங்களின் மீது கடற்காற்று உமித் தீயைப் போலப் படர்ந்தது.

'கண்ணா வண்டியை எடு. சென்ட்ரல் ஸ்டேஷனுக்கு நான் திரும்பிப் போகணும். தூரத்துலே சரக்குக் கப்பல்களோட வெளிச்சங்கள் உனக்குத் தெரியுதா? அந்த வெளிச்சங்கள் இறந்தவங்களுக்கு வழி காட்டும். வண்டியை எடு. சென்ட்ரல் ஸ்டேஷனுக்குப் போகலாம்.'

கடல் நீரின் கறைபடிந்த கால்களுடன் ரயில் நிலையத்தில் ராகவன் மணிக்கணக்கில் நடந்தான். கூட்ஸ் வண்டிகளின் ஷண்டிங் தொடங்கியிருந்தது. இரும்பு டப்பாக்கள் ஒன்றுடன் ஒன்று மோதும் சத்தம் கேட்டுச் சுண்டெலிகள் அரிசி மூட்டை களிலிருந்து வெளியில் குதித்தன. அவை தண்டவாளங்களில் சிதறி ஓடின.

எலிகள் மீதான ராகவனின் பயம் அவன் வீட்டு பெண்கள் மூலமாகக் கிடைத்த ஒன்று. எலிகள் ரேழியிலிருந்து அறைக்குள் பிரவேசிக்கும்போது குழந்தையாக இருந்த ராகவனுடன் கட்டிலின் மீதேறி நிற்பாள் அம்மா. எலி வெளியேறும்வரை. ராகவன் அம்மாவின் புடவைத் தலைப்பைப் பிடித்து, பாதி பயத்திலும் பாதி சுவாரஸ்யத்திலும் மனஅமைதி குலைந்த அம்மாவின் முகத்தைப் பார்த்து நிற்பான்.

எலிகள் மீதான தெரேசாவின் எதிர்வினை வேறு விதமாக இருந்தது. சூளைமேட்டில் அவர்களின் குடிசைக்குள் எலிகள் நுழையும்போது ஆத்திரத்துடன் துடப்பத்தை எடுத்துக் கொல் வதற்காகப் பின்தொடர்ந்து ஓடுவாள். பெண்களின் வாழ்வதற் கான ஆவேசத்தைக் கண்டு அமைதியாய் நிற்பான் ராகவன்.

முருகன் இறப்பதற்கு முந்தைய நாள், ராகவன் நினைவு கூர்ந்தான். ஒரு எலிக்குட்டி ராகவனின் காலைச் சுரண்டத் தொடங்கியது. அவன் எதுவும் செய்யவில்லை. திடமற்ற ஒரு பெரிய வெண்ணெய்க் கட்டி. நான் அடிபணிகிறேன்.

திடீரென்று, ஸ்டேஷன் முற்றத்தில் பெரிய ஒளி பரப்பும் விளக்குகள் அணையத் தொடங்கின. தொலைவில், பாங்கு அழைப்புகளின் மறுமொழி. விடியல்.

ராகவன் ஆவேசமாகத் திரும்பி நடந்தான். அதுவரை குதிரை வண்டியில் காத்துக்கொண்டிருந்தான் கண்ணன். அவன் ராகவனைப் பார்த்து உற்சாகமாகச் சிரித்தான்:

'சாமி திரும்பிவந்துட்டாரு!' கண்ணன் தனது நோஞ்சான் குதிரையைப் பார்த்துக் கூறினான். சூளைமேட்டை நோக்கி வண்டியை ஓட்டினான்.

'கண்ணா, சீக்கிரம்.' ராகவன் சொன்னான்.

கண்ணன் சாட்டையைச் சொடுக்கினான். குதிரை நுரை கக்கியது.

'கண்ணா, சீக்கிரம்.'

'ஹாய், ஹாய்.' சத்தமிட்டுக் கடிவாளத்தை முழுவதுமாக இழுத்தான்.

'கண்ணா.'

'பார்த்துக்கொள்.' சாரதி சொன்னான்.

'கண்ணா சீக்கிரம்.'

கண்ணன் எழுந்து நின்று சங்கை ஊதத் தொடங்கினான். உச்சத்தில், உச்சத்தில், திக்கஜங்களுக்கு வெறியூட்டுவதற்காக.

'கண்ணா, சீக்கிரம்.'

'நீ பார்த்துக்கொள்.'

'கண்ணா!' ராகவன் அலறினான்.

'பார்த்துக்கொள்.' மீண்டும் கண்ணன் சங்கை ஊதினான்.

கண்ணா, பார்த்துக்கொள். தெரேசாவின் விரல்கள் வார்த்தைகளின் முதுகை நிமிர்த்தியது.

கிருஷ்ணா!

பார்த்தா!

என்.எஸ்.மாதவன்

கிருஷ்ணா, பார்த்தா. சங்கு நாதங்கள். கிருஷ்ணன் பாஞ்சஜன்யம் என்னும் தனது சங்கையும் பார்த்தன் தேவதத்தம் என்னும் சங்கையும் பேராற்றல் படைத்த பீமசேனன் பௌண்டிரம் என்னும் மகாசங்கையும் ஊதினார்கள்.

குந்தியின் புதல்வனான யுதிஷ்டிரன், அனந்தவிஜயம் என்னும் தனது சங்கை ஊதினான்.

நகுல சகதேவன்கள் ஸுகோஷ சங்கையும் மணிபுஷ்பகங்களையும் ஒலித்தார்கள்.

வில்லாதிவீரனான காசி மன்னன், மகாரதனான சிகண்டி, திருஷ்டத்யும்னன், விராடன், தோல்வியடைந்த ஸாத்யகி, துருபதன், திரௌபதி புதல்வர்கள், வலிமை மிகுந்த தோள்களைக் கொண்ட அபிமன்யு; நாற்திசைகளிலும் நின்று தங்களுடைய சங்குகளை ஊதினார்கள்.

தொலைவில், விடியலுக்குத் தொடக்கமாக ஒரு பெரிய சாம்பல் நிறத்தில் சூளைமேடு.

ஹிக்விட்டா

'பெனல்டி கிக்குக்காகக் காத்திருக்கும் கோல்கீப்ப ரின் தனிமை' என்னும் ஜெர்மன் நாவலைப் பற்றி இத்தாலியிலிருந்து வந்துசேர்ந்த இலக்கிய ஆர்வலரான ஃபாதர் கப்ரியட்டி, கீவர்கீஸிடம் ஒன்று அல்லது இரண்டு முறை சொல்லியிருப்பார். நாவலின் பெயரைக் கேட்ட துமே பாதர் கீவர்கீஸுக்கு அதை வாசித்துவிட்டதைப் போல தோன்றியது. ஒரு தடவை அல்ல, பல தடவை.

எல்லோராலும் காட்டிக் கொடுக்கப்பட்டு, இரண்டு கைகளையும் விரித்து கோல்கீப்பர் பெனலட்டி கிக்குக் காகக் காத்துக்கொண்டிருக்கிறான். அப்போது கேலரி களில் ஐம்பதாயிரம் எச்சில் படிந்த தொண்டைகள் மௌனமாக இருந்தன. ஒரு பார்வையாளன் மட்டும் அவ்வப்போது மூன்று முறை கூவுவான்.

இப்படிப்பட்ட பல கதைகள் மூலமாக கோல்கீப்ப ரின் ஜென்ம பரம்பரைகளை ஃபாதர் கீவர்கீஸ் மனதில் உருவாக்கிக்கொண்டிருந்தார். அந்த ஜெர்மன் நாவலை வாசிக்க வேண்டுமென்று ஃபாதருக்குத் தோன்றவே யில்லை. அத்துடன் கோல்கீப்பரின் ஜாதகக் கதைகள் நிறைவடைந்துவிடும். பின்னர், நாவலில் எழுதப்பட்டது மட்டுமேயாக அவனது கதை சுருங்கி விடும்.

முதல் சில நாட்கள் கோல்கீப்பர் மாற்றமில்லாத யேசு கிறிஸ்துவாக இருந்தான். ஒன்றாம் நம்பர் ஜெர்சி அணிந்து கர்த்தர் பல பந்துகளை உதைத்துத் தள்ளினார்.

சில நாட்களுக்குப் பிறகு சட்டென்று கோல்கீப்பர் கோலியத் ஆனான். சிறிது முணுமுணுப்பைச் செவிசாய்ப் பதற்குக் காதுகள்கூட இல்லாமல் வானளாவி நிற்கும்

தனிமையில், கவணில் இருந்து தொடுக்கப்பட்ட பெனல்டி கிக்குக்காக கோல்கீப்பர் காத்துக்கொண்டிருந்தான். பேருருவத்தைக் கொண்ட கோல்கீப்பரின் வாய்ப்புகள் நாளுக்கு நாள் அதிகரித்துக்கொண்டிருந்தன.

தெற்கு டில்லிதான் கீவர்கீஸின் மறைமாவட்டம். கொஞ்சம் மலையாளிகள், பீகாரிலிருந்து வீட்டு வேலைக்கு வந்திருந்த சில ஆதிவாசிப் பெண்கள், இத்தனை பேர்கள்தான் திருச்சபை விசுவாசிகளாக இருந்தார்கள். வாரத்தில் ஒருமுறை பிஷப்பைச் சந்திப்பதற்காக ஃபாதர் செல்வார். எப்போதேனும் இலக்கிய விவாதத்திற்காக ஃபாதர் கப்ரியட்டியும் வருவார். சமீபத்தில், சில வாரங்களாகத் திருப்பலி முடிந்து வெளியில் வரும்போது ஆதிவாசிப் பெண்ணான லூசி மரண்டி, ஃபாதரைச் சந்திக்கக் காத்திருந்தாள்.

"ஃபாதர் அவன் மறுபடியும் வந்திட்டான்." கடந்த முறை பார்த்தபோது லூசி கூறினாள்.

"யாரு லூசி?"

"போன ஞாயிற்றுக்கிழமை சொல்லி இருந்தேனே, அதே ஆள்."

"ம்ம். அந்த ஆளோட பேர் என்னன்னு நீ சொன்னே?"

"ஜப்பார்."

"ஆமாம், ஜப்பார், எனக்கு ஞாபகம் இருக்குது. அவன் எதுக்காக வந்திருந்தான்?"

"போன தடவை சொன்ன அதே விஷயமாக."

ஃபாதர் கீவர்கீஸ் பலவீனமாக முனகினார்.

"திரும்பவும் அவன் கூடவே வரணும்னு சொல்றான்."

திடீரென்று நினைவுகள் ஃபாதரின் மனதில் எரிநட்சத்திரங்களாகப் பெய்யத் தொடங்கின. ஆதிவாசிகளிடமிருந்து கோழியும் மஹுவாவும் முரட்டுத் துணியும் வாங்கி வெளிப் பகுதிகளில் வியாபாரம் செய்து வந்த ஓர் இடைத்தரகன்தான் ஜப்பார். கொஞ்ச காலத்திற்குப் பிறகு, குறிப்பாகப் பஞ்சம் நிலவும் மாதங்களில் ஆதிவாசிப் பெண்களுக்கு வேலை வாங்கித் தருவதாகக் கூறி ஜப்பார் வெளியே அழைத்துப் போகத் தொடங்கினான்.

இப்படித்தான் ராஞ்சியிலிருந்து புகைவண்டியில் கடுகு எண்ணெய் நாற்றமடிக்கும் ரயில் நிலையங்களைக் கடந்து லூசி டில்லியை அடைந்தாள்.

சொன்ன வார்த்தையை மீறாமல் ஜப்பார் லூசிக்கு ஒரு வீட்டில் வேலை வாங்கிக் கொடுத்தான். ஒவ்வொரு மாதமும் ஜப்பார் அவளைப் பார்க்க வந்தான். அவன் பணம் கேட்பான் என்று முதலில் லூசி பயந்தாள். ஆனால் ஜப்பார் ஒவ்வொரு முறையும் லூசிக்குப் பரிசாக எதையாவது வாங்கி வருவான். நெற்றியில் ஒட்ட வைக்கும் பொட்டுகள், சந்தனம் மணக்கும் பவுடர், லூசியின் முதல் பிரேசியர்ஸ். அதுவும் கறுப்பு நிறத்தாலானது.

ஒரு நாள் ஜப்பார் லூசியிடம் கூறினான்: "நீ வேலையை விட்டுட்டு என்கூட வந்திடு."

லூசி சந்தேகப்படாமல் அதற்குச் சம்மதித்தாள். அன்று சாயங்காலம் ஜப்பார் அவளுக்கு மஞ்சள் நிறத்தில் சிவப்புப் புள்ளிகள் உடைய ரெடிமேட் சால்வாரும் கம்மீஸும் வாங்கிக் கொடுத்தான். சிவப்பு நைலக்ஸ் துப்பட்டாவால் தலையை மூடி, உலர்ந்து கறுத்த உதடுகளில் பளபளக்கும் கறுப்பு லிப்ஸ்டிக்கைப் பூசி அவனுடன் கிளம்பும்படி லூசியை ஜப்பார் கட்டாயப்படுத்தினான்.

அழகான லூசியும் ஜப்பாரும் ஒரு ஹோட்டல் அறையின் எதிரில் போய் நின்றார்கள். அறைக்குள் நுழைவதற்கு முன்பு ஜப்பார் கூறினான்:

"நான் வரலை. அறைக்குள்ளே இருக்குற சேட் நல்லவர். அவரோட பதட்டத்தைப் பார்க்கறப்ப முதல் தடவைன்னு தோணுது. உன்னோட அதிர்ஷ்டம். அறைக்குள்ள நுழைஞ்சதும் எழுநூற்றி ஐம்பது ரூபாயைத் தருவார். அதை என்கிட்ட சேர்க்கணும். பிறகு காரியம் முடிஞ்சதும் உன்னோட சாமர்த்தியத்துக்குத் தகுந்த மாதிரி இனாம் தருவார். அதை நீ வெச்சுக்கலாம்."

லூசி ஹோட்டல் லாபியை நோக்கித் திரும்பி ஓடினாள். ஜப்பார் அவளைப் பின்தொடர்ந்தான். ஓட்டத்தின் முடிவில் லூசி ஜாப்பரின் தாழிடப்பட்ட அறைக்குள் இருந்தாள்.

"நான் உன்னைக் கல்யாணம் பண்ணப் போறேன்." அவளுடைய கூந்தல் வகிடின் உச்சிப்பகுதியில் எரியும் சிகரெட்டால் பொட்டு வைத்தான். பிறகு லூசி கல்யாண வயதை எட்டவில்லையென்றும் அவள் சின்னக் குழந்தையென்றும் கூறி அதே சிகரெட்டால் அவளது அடிப்பாதத்தில் கிச்சு கிச்சு மூட்டினான்.

அப்போதெல்லாம் ஏதோ இந்தித் திரைப்பட வில்லனைப் போல ஜப்பார் பேசியதாக லூசி கூறினாள்.

அங்கிருந்து லூசி எப்படித் தப்பித்தாள் என்று ஃபாதருக்கு ஞாபகம் வரவில்லை. ஏனெனில் கதை அவ்விடத்தை எட்டுவதற்குள் மனதில் காலரிகள் நிறைந்து விட்டன. கவனக்குறைவில் நின்றுகொண்டிருந்த கோல்கீப்பர் எல்லா பெனல்டி கிக்குகளையும் பிடித்தபோதிலும் ஒன்றின் பின்னால் ஒன்றாக எல்லாப் பந்துகளும் அவனது கையிலிருந்து நழுவி விழுந்தன. விதைகளை மண்ணில் சிந்திப் பாழாக்கிய யூதாவின் மகன் ஒனானின் நிலையில் இருந்தான் அன்றைய தினத்தின் கோல்கீப்பர்.

லூசிக்குத் தெற்கு டில்லியில் ஒரு வீட்டில் மீண்டும் வேலை கிடைத்தது. ஜப்பாருக்குத் தெரியாது. ஆனால், அவளைக் கண்டுபிடிக்க பத்து நாட்களுக்கு மேல் ஜப்பாருக்குத் தேவைப்படவில்லை.

“அப்புறம் ஜப்பார்கிட்ட நீ என்ன சொன்னே?”

“வரமாட்டேன்னு சொன்னேன்.”

“நல்லதாப் போச்சு.”

“ஆனா, ஜப்பார் . . .”

“நீ போலீஸ்ல புகார் குடு.” ஃபாதர் அறிவுரை கூறினார்.

“போலீஸ்னா எனக்கு ஜப்பாரைவிட பயம்.”

“இப்படிப் பேசினா வேறே வழி என்ன?”

“ஃபாதர் என்கூட . . .”

“நீ பயப்படாதே. நான் கிளம்பறேன்.”

ஃபாதர் அறைக்குத் திரும்பினார். மைதானம் காலியாகக் கிடந்தது. பாப்கார்ன் பொட்டலங்களும் ஐஸ்கிரீம் கப்புகளும் நினைவுக் குறிப்புகளைப் போலச் சிதறிக் கிடந்தன. கோல்கீப்பர்கள் ஓய்வெடுத்துக் கொண்டிருந்தார்கள்.

இரவு சாப்பிட்டுவிட்டு படுக்கையில் படுத்தபோது ஃபாதருக்கு உறக்கம் வரவில்லை. இத்தாலியில் நடைபெற்று வந்த உலகக் கால்பந்தாட்டம் பற்றிச் சட்டென்று நினைவுக்கு வந்தது. சிறிய கறுப்பு வெள்ளை டி.வியைத் திறந்து ஃபாதர் அதனெதிரில் அமர்ந்தார். பி.டி. மாஸ்டரின் மகன் என்கிற காரணத்தால்தான் கீவர்கீஸைக் கால்பந்தாட்ட அணியில் சேர்த்துக்கொண்டார்களென்று காலங்காலமாகச் சிறுநீர்

தேங்கிக் கிடக்கும் பள்ளிக்கூடத்தின் வடக்கு மதிலில் யாரோ பையன் கரியால் எழுதியிருந்தான். ஆனால் ஒல்லூர் உயர்நிலைப் பள்ளியின் கோல் போஸ்டில் வானவில்லைப் போல வளைந்து விழுந்த கார்னர் கிக் மூலமாகத்தான் கீவர்கீஸைப் பள்ளிக் கூடத்தில் அனைவரும் தெரிந்து வைத்திருந்தார்கள். எண்ணி விடக்கூடிய புல் நுனிகளைக் கொண்ட செங்கல் பரப்புகளில், மூங்கிலால் உருவாக்கப்பட்ட கோல் போஸ்டுகளைக் கொண்ட மைதானத்தில் வெறும் காலில் அவர்கள் கால்பந்தாடினார்கள்.

மாவட்ட சாம்பியன்ஷிப்பில் முதல் ஆட்டத்தில் ஒல்லூர் உயர்நிலைப் பள்ளியைத் தோற்கடித்தப் பிறகு அவர்கள் குன்னங் குளத்துக்குப் போனார்கள். பேருந்தில் மாணவர்கள் மௌன மாக அமர்ந்திருந்தார்கள். மாநில அணியில் தேர்ந்தெடுக்கப்பட்ட எமன் ரப்பாயி என்று அழைக்கப்பட்ட ரப்பாயிதான் குன்னங் குளம் பள்ளியின் கேப்டன். அப்பா மட்டும் பேசிக்கொண் டிருந்தார்: “பந்து காலுக்கு வந்ததும் உடனே கண்கள் சுழன்று செல்ல வேண்டும். நம்ம அணியில யாராவது மார்க் பண்ணாம நிற்கிறார்களா என்று கவனிக்க.”

அப்பா பள்ளிக்கூட நிதியிலிருந்து வாங்கித் தந்த நேந்திரம் பழத்தையும் பருப்பு வடையையும் தின்று, குன்னங்குளம் மாணவர்களின் கூவல் ஒலியையும் கேட்டு, ஆட்டத்தில் வென்ற மாணவர்கள் ஆளில்லாத இரவில் பேருந்தில் திரும்பும்போது தாளமிட்டுப் பாடினார்கள்.

“அய்யய்யோ போச்சே குன்னங்குளம் போச்சே
அய்யய்யோ போயிட்டான் ரப்பாயி போயிட்டான்.”

“நீயும் பாடுடா,” மௌனமாக அமர்ந்திருந்த கீவர்கீஸைப் பார்த்து அப்பா பாசத்துடன் கூறினார்: “பயப்படாதே நான் இப்ப உன்னோட அப்பா இல்ல. பி.டி. மாஸ்டர்.”

அடுத்த ஆட்டம் தங்களுடைய பள்ளி மைதானத்தில் நடந்தது. கேப்டன் கோபிநாத் உதைத்த பந்தை மார்பில் வாங்கிப் பின்னோக்கிக் கத்திரி வெட்டு மூலமாக கோல் அடித்தபோது கீவர்கீஸைத் தேடி மலபாரிலிருந்து ஆட்கள் வரத் தொடங்கினார்கள். ஒரு ஆட்டத்திற்குப் பத்துப் பதினைந்து ரூபாய் ஒப்பந்தம் பேசப்பட்டது. அவனுக்கு செவன்த் அணியில் ஆடுவதற்கு அழைப்பு வந்தது.

அறுவடை முடிந்த வயல்களில் பந்தயக்காரர்களின் ஆரவாரங்களுக்கு நடுவில் கீவர்கீஸ் செவன்த் அணிக்காக விளையாடுவது அப்பாவுக்கு இஷ்டமில்லை. ஒரு தடவை அதைப் பற்றிக் குறிப்பிட்டார்:

“மகனே, கால்பந்தாட்டம் என்னோட நம்பிக்கை. செவன்த் அணி அதோட அந்தி கிறிஸ்து.”

ஆனால் கீவர்கீஸுக்கு செவன்த் அணியில் ஆடாமல் இருக்க இயலவில்லை. அப்பா அவனிடம் கால்பந்தாட்டத்தைப் பற்றிப் பேசுவதை நிறுத்திக்கொண்டார்.

அப்பா இறந்த வருடம்தான் கீவர்கீஸ் பி.ஏ. படிப்பில் தோல்வி அடைந்தான். அதே வருடத்தில் அப்பாவுக்கு இழைத்த தவறுக்குப் பிராயச்சித்தமாக விளையாடுவதை நிறுத்தினான். சில நாட்களுக்குப் பிறகு இறை ஊழியம் பண்ண அழைப்பு வந்தது.

டி.வியில் உலகக் கோப்பையைப் பார்த்துக்கொண்டிருக்கும் வேளையிலும் பெனல்டி கிக்குக்காகக் காத்திருக்கும் பலவித மான கோல்கீப்பர்கள் ஃபாதரின் மனதைவிட்டு அகலவில்லை. ஃபாதர் ஆட்டத்தைப் பார்க்கவில்லை, கோல்கீப்பர்களை மட்டும் கவனித்தார்.

வேறொரு நாள் திருப்பலி முடிந்து வெளியில் வந்தபோது லூசி மீண்டும் ஃபாதரின் அருகில் வந்தாள்.

“ஃபாதர்!”

“ம்ம்.”

“ஜப்பார்.”

“ஜப்பார்?”

“ஜப்பார் உடனே கூடவரச் சொல்றான்.”

“நீ ஒருபோதும் போகக் கூடாது.”

“நான் வேலை பார்க்கற வீட்டில் ஆளில்லாத சமயம் அவனுக்குத் தெரியுது. இல்லாவிட்டால் எப்படி அவன் சரியான நேரத்தில என்னைப் போனில் கூப்பிடுறான்? எனக்குப் பயமா இருக்குது.”

“எல்லாம் சரியாயிடும் லூசி.” ஃபாதர் பின்வாங்கினார்.

பெனல்டி கிக்குகள்தான் கோல்கீப்பர்களைப் பற்றிக் கற்றுக் கொள்வதற்கு உகந்த ஊடகம். ஃபாதர் கீவர்கீஸ் அறைக்குத் திரும்பும்போது மனதிற்குள் சொல்லிக்கொண்டார். இன்னொரு விஷயத்தையும் அவர் கண்டுபிடித்திருந்தார். பெனல்டி கிக்குக் காகக் காத்துக்கொண்டிருக்கும் கோல்கீப்பர் தனிமையானவன் அல்லன். மாறாக ஆட்கள் கூட்டமாகச் சேர்ந்து தனது தனிமையை இழக்க வைப்பதுதான் கோல்கீப்பரை மிகுந்த

கவலையடைய வைக்கிறது. அதன் பிறகு ஃபாதர் கீவர்கீஸ் ஸ்கூட்டரில் போகும்போது லூசியைக் கவனித்தார். ஐ.என்.ஏ. மார்கெட்டின் அருகில் ஆட்டோவில் போய்க்கொண்டிருந்த லூசி ஃபாதரைக் கவனித்துவிட்டாள். ஆட்டோ ஓட்டுனரின் முதுகைத் தட்டி வண்டியை நிறுத்தச் சொல்வதற்குள் ஃபாதர் ஸ்கூட்டரின் கியரை மாற்றி விரைந்து சென்றார்.

கோல்கீப்பர்களைப் பற்றிய ஃபாதர் கீவர்கீஸினுடைய ஆய்வின் ஒரு சிறு அடிக்குறிப்புடன்தான் டி.வியில் கொலம்பியாவின் கோல்கீப்பரான ஹிக்விட்டா தோன்றினான். தாண்டவத்திற்கு முன்பு வெகு கவனமாகச் சடையை விரித்துப்போட்ட சிவனைப் போன்ற நீண்ட சுருட்டை முடியும் கருங்கல் முகமும் மெல்லிய மீசையோடும் தோற்றமளித்த ஹிக்விட்டா கோல்கீப்பர்களில் இருந்து மாறுபட்டவனாக விளங்கினான்.

கோல்கீப்பர்களின் பிரதானக் கடமை சம்பவச் சாட்சியாக இருப்பதுதான். பெனல்டி கிக்கை எதிர்கொள்ளும்போது அதை அவன் இழந்துவிடுகிறான். அதற்குப் பதிலாகக் கிடைப்பது பார்வையாளர்களின் சிறு அனுதாபம். ஆனால் ஹிக்விட்டா எவ்விதத் தயக்கமுமின்றி நிகழ்வுகளில் புகுந்து செல்கிறான். புதிய அட்சரேகைகளைக் கண்டடையும் மாலுமியைப்போல கோல்கீப்பர்கள் இதுவரைப் பார்த்திராத மைதானத்தின் நடுப்பகுதியை நோக்கிப் பந்தை இடதுபக்கமாகவும் வலது பக்கமாகவும் சுழற்றியபடி அவன் முன்னேறுகிறான்.

ஃபாதர் கீவர்கீஸ் மற்ற கோல்கீப்பர்களை ஒதுக்கித் தள்ளி விட்டு ஹிக்விட்டாவை மட்டும் கவனிக்கக் காரணம் அவன் பெனல்டி கிக்கை எதிர்கொள்வதை முதலில் கவனித்த வேளையில்தான். இரண்டு கைகளையும் காற்றில் வீசி, ஓர் இசைக்குழுவின் நடத்துனரைப்போல, பிறைநிலவைப்போல வளைந்திருக்கும் ஸ்டேடியத்தில் பார்வையாளர்களுக்குக் கேட்க இயலாத சங்கீதத்தின் உச்சஸ்தாயிகளை ஹிக்விட்டா உருவாக்கினான். பந்தை உதைக்க நிற்கும் விளையாட்டு வீரனுக்கு, அவனது வாத்தியக்குழுவின் முதலாவது வயலின் கலைஞனுக்கான முக்கியத்துவம் மட்டுமே இருந்தது. கடைசியாக ஒரு நாள் அது நிகழ்ந்துவிட்டது. மைதானத்திற்குள் நுழைந்த ஹிக்விட்டாவின் காலிலிருந்து எதிராளி பந்தைத் தட்டியெடுத்துக் காலி போஸ்டுக்குள் கோல் போட்டுக் கொலம்பியாவை உலகக் கோப்பையிலிருந்து வெளியேற்றினான். ஆனால், இந்நிகழ்ச்சியின் உருவாக்கத்தில் தான் வகித்த பங்கை நினைத்து ஹிக்விட்டா மென்மையாகச் சிரிப்பதை ஃபாதர் கீவர்கீஸ் மட்டும் கவனித்துவிட்டார்.

திருப்பலி முடிந்து வெளியில் வந்தபோது அன்றைய தினமும் லூசி காத்திருப்பதை ஃபாதர் கவனித்தார். அவளைப் பார்த்துத் தலையாட்டிவிட்டுப் பேச்சுக் கொடுக்க நிற்காமல் ஃபாதர் அறைக்குத் திரும்பினார்.

மைதானத்தின் நடுவில் தனது அணியைச் சேர்ந்தவனிடம் பந்தைப் பாஸ் செய்துவிட்டுத் திரும்பி வரும் ஹிக்விட்டாவைப் பார்ப்பது ஃபாதருக்கு மிகவும் பிடிக்கும். கோல்போஸ்டின் அடைகாக்கும் சூட்டை அனுபவிப்பதற்காக நிலைகொள்ளாமல் ஓடி வரும் மற்ற கோல்கீப்பர்களிடமிருந்து மாறுபட்டு கோல் போஸ்டுக்குத் திரும்புகிறான் ஹிக்விட்டா. அமைதியாக எவ்விதத் தவிப்பும் இல்லாமல்.

"ஃபாதர்." லூசி அழைத்தாள்.

ஃபாதர் நின்றார்.

"ஃபாதர், நான் ஜப்பார்கிட்ட போகப் போகிறேன்." அவளது எதிர்ப்பு சரியத் தொடங்கியிருந்தது.

"அவன்கூட போக உனக்கு விருப்பமா?"

"விருப்பமான்னு கேட்டா . . ."

"அப்புறம்?"

"இன்னைக்குச் சாயங்காலத்துக்குள்ளே அவனோட வீட்டுக்குப் போகலைன்னா என்னோட முகத்தில ஆசிட் பல்ப்பை வீசுவேன்னு சொல்றான்."

"உனக்குப் போகச் சம்மதமா?"

"ஒருவேளை திரும்பிப் போனா அவன் என்னைக் கல்யாணம் பண்ண வாய்ப்பிருக்குது." லூசி அவநம்பிக்கை யுடன் கூறினாள்.

"நீ முழுச் சம்மதத்தோட போக விரும்பறீயா?"

"அவன் என்னோட முகத்தில ஆசிட் பல்ப்பை வீசுவான்."

"நீ வா", ஃபாதர் அவளைத் தன்னுடன் வருமாறு கூறினார். லூசியை வெளியில் நிற்கச் சொல்லி, அறைக்குள் சென்று பேன்ட்டுக்கும் சட்டைக்கும் மேல் அணிந்திருந்த அங்கியை யும் ஜெபமாலையையும் கழற்றிவைத்தார். பின்னர் லூசியை அழைத்துக்கொண்டு ஸ்கூட்டரை நோக்கிப் போனார்.

"நீ ஸ்கூட்டர்ல ஏறு". ஸ்கூட்டரை ஸ்டார்ட் செய்தபடி ஃபாதர் கூறினார்.

“ஜப்பாரோட வீடு எங்க இருக்குது?”

“ஷக்கூர்பூர் பஸ்திக்குப் பக்கத்தில.”

ஃபாதர் தனது ஸ்கூட்டரைக் கார்கள் மற்றும் ஸ்கூட்டர்களின் வரிசைக்கிடையில் இடதுபக்கமாகவும் வலதுபக்கமாகவும் சுழன்று வேகமாக ஓட்டிச் சென்றார்.

தட்டியவுடன் ஜப்பார் கதவைத் திறந்தான். சுருண்ட முடியும் இணைந்த புருவங்களும் ஐந்தரை அடி உயரமும் கொண்ட ஜப்பாரின் முகத்தில் மீசை கறுக்கவில்லை. இருப்பினும் அவனது தலைமுடி லேசாக நரைக்கத் தொடங்கியிருந்தது. மொத்தத்தில் மதிப்பிட முடியாத வயது. ஜப்பார் கேட்டான்: “நீ வந்திட்டியா?”

ஜப்பாரின் மெல்லிய குரல் ஃபாதரை வியப்பில் ஆழ்த்தியது. குறிப்பாக அந்தக் குரலை வெளிப்படுத்திய தசைக்குள்ளிருக்கும் காளையைப் போன்ற கழுத்தை ஃபாதர் கவனித்துக்கொண்டிருந்தபோது.

“நீ உள்ளே போ.” ஜப்பாரின் குரல் மீண்டும் சன்னமாக ஒலித்தது.

“முடியாது.” என்றார் ஃபாதர் கீவர்கீஸ். அப்போதுகூட ஜப்பார் லூசியை மட்டும் பார்த்துக்கொண்டிருந்தான். அவனது கண்கள் ஃபாதரை எதிர்கொள்ளத் தயங்கின.

“நீ வீட்டுக்குள்ளே போகப் போறீயா இல்லியா?”

“முடியாது.” ஃபாதர் மீண்டும் கூறினார்.

ஜப்பார் அப்போதும் ஃபாதரைக் கவனிக்கவில்லை. உணர்ச்சியற்ற குரலில் அவன் லூசியிடம் ரகசியத்தைச் சொல்லும் நெருக்கத்துடன் கூறினான்: “லூசி, இவர் இங்கே இருந்து போவதுதானே நமக்கெல்லாம் நல்லது?”

“இல்லே.” என்றாள் லூசி.

அப்போது ஜப்பாரின் கை உயர்ந்ததும், லூசி ஒரு அடி பின்னோக்கி வைத்ததும் தலைச்சேரிக்குப் பக்கத்தில் ஒரு வயல்வெளியில் செவன்த் அணியின் ஆட்டத்தைப் பார்க்க வந்திருந்தவர்கள் “கீவரீதே,” “கீவரீதே,” என்று கத்தியதை நினைவுகூர்ந்ததும் ஒரே சமயத்தில்தான்.

பழைய புகைப்படத்தின் மஞ்சள் நிறம் படிந்த நினைவில், பி.டி. மாஸ்டர் தூரத்தில் ஒரு பாக்குமரத்தில் சாய்ந்து நிற்கும் காட்சி கண்ணின் கடைக்கோடியில் படலமாகப் படிந்திருக்கும் போது, கீவர்கீஸ் காலைத் தூக்கி உதைத்தார். பந்தை ஏந்தி விரிந்த மார்பில் தலையால் முட்டினார். அடுத்த உதைக்காகக் காலைத் தூக்கினார். மீண்டும் மீண்டும். பிறகு ஸ்லோமோஷனில் அந்த உதை தொடர்ந்தது. தரையில் விழுந்த ஜப்பாரின் மூக்கிலிருந்து ரத்தம் வடிந்தது. பெரிய எழுத்தில் ஒக்லஹாமோ என்று எழுதப்பட்ட பனியனை இறுக்கிப் பிடித்து எழுந்து நிற்க வைத்து ஃபாதர் கீவர்கீஸ் சொன்னார்:

“நாளைக்கு சூரியன் உதிக்கறதுக்குள்ள நீ டில்லியில் இருக்கக் கூடாது.”

ஃபாதர் கையை எடுத்தபோது கால்கள் தள்ளாடித் தரையில் விழுந்தான் ஜப்பார்.

லூசியை அவள் வேலை பார்த்து வந்த வீட்டின் எதிரில் இறக்கிவிட்டு ஃபாதர் தனது அறைக்குத் திரும்பினார். அமைதியாக, எவ்விதத் தவிப்பும் இல்லாமல்.

பெருமரங்கள் விழும்போது

மடத்தின் ஆவணங்களைப் பார்வையிடும் போதெல்லாம் ஒரு விஷயம் என்னை வியப்பில் ஆழ்த்துவ துண்டு. நவம்பர் – டிசம்பர் மாதங்களில்தான் இங்கு அதிகமான மரணங்கள் நிகழ்ந்துள்ளன. இந்தக் குளிர் மாதங்களில் மடத்தில் தங்கியிருக்கும் முதியவர்களின் பழைய இதயங்கள் அவர்களுக்கு அதிக வெப்பத்தை ஈட்டுவதற்காக உழைக்கும் வேளையில் களைப்படைந்து நிற்க நேரிடக் கூடும்.

இந்த அக்டோபரில் சிஸ்டர் ஃபிலோமினாவின் ஒரு மரணம் மட்டுமே நிகழ்ந்தது. காலைச் சிற்றுண்டி வேளையில் ஃபிலோமினா அம்மாவைக் காணாததால் நான் கேட்டேன்: "ஃபிலோமினா அம்மாவுக்கு என்ன ஆயிற்று?"

உணவு மேசையைவிட்டு எழுந்து சக்கர நாற்காலியைக் கையால் தள்ளியபடி சிஸ்டர் கத்ரீனா கூம்பு வடிவ கோதிக் ஜன்னல் அருகில் போய் அமர்ந்தாள். சிஸ்டர் மார்கரெட்டின் கைவிரல்களில் ஜெபமாலை வேகமாக நகர்ந்துகொண்டிருந்தது. சிஸ்டர் மார்த்தா தலையைக் கவிழ்த்து டம்ளரிலிருந்த பாலைத் துளித் துளியாகக் கவனத்துடன் பருகிக்கொண்டிருந்தார். இரட்டை வரிசையில் கட்டில்கள் போடப்பட்ட, கன்னிகா ஸ்திரீகள் படுத்துத் தூங்கும் நீண்ட ஹாலுக்குப் போய் ஃபிலோமினா அம்மாவைப் பார்க்க வேண்டிய தேவை எனக்கு ஏற்படவில்லை. ஃபாதர் தோமாவிடம் உடனடியாக வரும்படி பிஷப் ஹவுஸுக்குத் தொலைபேசியில் தெரிவித்தேன்.

1984 அக்டோபர் முப்பத்தி ஒன்றாம் தேதியை நான் தெளிவாக நினைவுகூர்கிறேன். அன்று காலை நான் மீரட் ரயில் நிலையத்திற்குப் போனேன். மடத்தில் தங்குவதற்காக ஒரிசாவிலிருந்து புதிதாக ஒரு கன்னிகாஸ்திரீ வரவுள்ளார். நான் ரயில் நிலையத்தை அடைவதற்குள் வண்டி வந்துவிட்டது. ஓர் இளம் வயது கன்னிகாஸ்திரீயும் முகத்தில் வரிவரியாகச் சுருக்கம் விழுந்த வயதான வேறொரு கன்னிகாஸ்திரீயும் என்னைக் கண்டதும் அருகில் வந்தார்கள்.

"சிஸ்டர், நீங்க மலையாளியா?" சந்தித்தவுடன் வயதான கன்னிகாஸ்திரீ கேட்டார்.

"ஆமாம்."

"வீடு எங்கே?"

"வராப்புழா. எர்ணாகுளம் பக்கம். அம்மாவோட ஊர் எங்கே?"

"வடக்குப் பக்கம். திருவம்பாடி. அப்பா அங்கே குடியேறினவர்."

இளம் கன்னிகாஸ்திரீ ஒரிசாவைச் சேர்ந்தவர். அவர் மறுநாளே திரும்பிச் செல்ல வேண்டும். சிஸ்டர் அஞ்சலிக்கா வுக்கு – அதுதான் வயதான கன்னிகாஸ்திரீயின் பெயர் – நீரிழிவு நோய் இருப்பதாகவும் எனவே இனிப்புக் கொடுக்க வேண்டா மென்றும் அவர் கூறினார். "நான் ஒரிசாவுலதான் இருந்தேன்," சிஸ்டர் அஞ்சலிக்கா கூறினார். "கட்டக், ரூர்க்கேலா, காலஹண்டி, கடைசியாக புவனேஸ்வர். பாடம் சொல்லிக்கொண்டிருந் தேன் – கணக்கும் சயின்ஸும். முடிவில் இதோ மீரட்டுக்கு. எல்லாம் முடிவடையறது மீரட்டில்தானே." மடத்திற்கான வழியில் ஏராளமான சிலுவைகள் நிறைந்திருந்த கல்லறைத் தோட்டம். அவர் திரும்பிநின்று கூறினார்.

சென்ற ஆண்டு மறைந்த பிஷப், சபையின் முதிய கன்னிகா ஸ்திரீகளுக்கான மடத்தை நிறுவினார். மடத்தை நிறுவுவதற்கு முன்பு கன்னிகாஸ்திரீகள் தாங்கள் வசித்து வந்த இடத்திலேயே வயோதிக நாட்களையும் கழிக்க வேண்டியிருந்தது. அவர்களுக்குத் தேவையான பராமரிப்பு கிடைப்பதில்லை என்கிற கருத்து அடிக்கடி பிஷப்களின் கூட்டத்தில் முன்வைக்கப்பட்டது.

நான் ஜெர்மனியில் நர்சிங் மேற்படிப்பை முடித்துவிட்டுத் திரும்பினேன். அன்றைய கூட்டத்திற்குப் பிஷப் என்னையும் அழைத்திருந்தார்.

“நீ சபையோட குழந்தை,” சங்னாசேரியைச் சேர்ந்த பிஷப்புக்கு நான் அனாதை இல்லத்தில் வளர்ந்தது, இளம் வயதிலேயே எனக்குத் தெய்வத்தின் அழைப்பு கிடைத்தது, சபையே என்னை ஜெர்மனிக்கு அனுப்பிப் படிக்க வைத்தது எல்லாம் தெரியும்.

“உன்னை மனசுல வெச்சுத்தான் நான் மடத்தைப் பத்தி யோசனை பண்ணினேன். நம்ம சபையோட இறைப் பணி செய்யும் ஆற்றலை இழந்த வயசான கன்னிகாஸ்திரீகளுக்கு கடைசிப் புகலிடம். அதை நீதான் நடத்தணும்.” அன்றிரவு நான் தூங்கவில்லை. குழந்தைப் பருவம் முதல் இதுபோன்ற சூழ்நிலைகளில் என்னுடைய இடைநிலையாளராகத் தேவதை களுக்குத் தேவதையான காபிரியேல் இருந்தார். சற்று நேரம் பிரார்த்தனை செய்தேன். இறுதியில் என் பின்னால் சிறகடிப்புச் சத்தம் கேட்டது. தேவதூதன் வந்துவிட்டான். “இறைவனிடம் நெருக்கமாக இருப்பவனே, பத்ரோஸ் என்னும் பாறையில் கர்த்தர் திருச்சபையை நிறுவினார். நான் என்கிற வெள்ளைக் கல்லின்மீது இந்த மடம் நிலைநிற்குமா?”

“சிஸ்டர் அகதா,” என் மனம் காபிரியேல் தேவதையின் குரலில் கூறியது, “நீ பூமியின் உப்பாக மாற சர்வ வல்லமை பொருந்தியவன் வழங்கும் ஒரு முடிவு இது.”

உப்பே, உப்பே, கரிப்பு இல்லாத உப்பே . . . நான் படுக்கை யில் முகம் புதைத்து அழுதேன்.

முதன்முதலாக மடத்தில் தங்கியிருந்தவர்களில் சிஸ்டர் கருணா மட்டுமே உயிருடன் இருக்கிறார். ஸ்பெயினைச் சேர்ந்த சிஸ்டர் கருணா பீகாரில் ஆதரவற்ற இளம் பெண்களுக்காக ஒரு பயிற்சி மையத்தை நடத்திவந்தார். அவர் ஒரு பெரிய பியானோவுடன் மடத்தில் வசிக்க வந்தார்.

ஒரிசாவிலிருந்து அன்று வந்துசேர்ந்த சிஸ்டர் அஞ்சலிக்கா வுக்குப் படுக்கை முதலியவற்றைத் தயார் செய்துவிட்டுத் திரும்பியபோது மணி பதினொன்றரையைத் தாண்டிவிட்டது. அப்போதுதான் பிஷப்ஸ் ஹவுஸிலிருந்து தொலைபேசி அழைப்பு வந்தது: “தெரியுமா, இந்திரா காந்தியைச் சுட்டுக் கொன்னுட் டாங்க.”

“கர்த்தரே.” நான் திடுக்கிட்டேன்.

“இறந்துவிட்டதா எல்லோரும் சொல்றாங்க.”

“ரேடியோவுல படுகாயம் அடைஞ்சதை மாத்திரம் சொல்றாங்க.”

"கடவுளே," விஷயத்தைக் கேள்விப்பட்ட சிஸ்டர் அஞ்சலிக்கா கூறினார். "நாங்க ஒரிசாவுல இருந்து புறப்படறப்ப அந்த அம்மா அங்க இருந்தாங்க."

இளம்பச்சை நிற சூப்பை எடுத்து வாயில் புகட்டும்போது நான் சிஸ்டர் டேவிஸிடம் கூறினேன்:

"இந்திரா காந்தியைச் சுட்டுட்டாங்களாம்."

சிஸ்டர் டேவிஸின் மனம் ஒரு பறவையைப் போலப் பறந்து போய் ஒன்றிரண்டு ஆண்டுகளாகிவிட்டன. சூப்புக்காக அவர் மீண்டும் வாயைத் திறந்ததைத் தவிர எதையும் பேசவில்லை.

செய்தியைக் கேள்விப்பட்டதும் ஸ்பெயின் நாட்டைச் சேர்ந்த சிஸ்டர் கருணா பியானோவின் எதிரில் போய் அமர்ந்தார். அதன் திறக்கப்பட்ட மூடி ஒரு மரத்தைப்போல அவருக்கு அடைக்கலம் தந்தது. பாட்டுப் புத்தகத்தைப் புரட்டிப் பார்த்துக்கொண்டிருந்த அவர் பியானோவை வாசிக்கவில்லை. இரண்டு மணிக்கு பிஷப்ஸ் ஹவுஸிலிருந்து ஃபாதர் தோமா மறுபடியும் அழைத்தார்: "ஆஸ்திரேலிய ரேடியோ செய்தி, இந்திரா காந்தி இறந்திட்டாங்களாம். சில டில்லி பத்திரிகைகள் ஒற்றைப் பக்க செய்திகளைப் பிரசுரிச்சு இருக்காங்களாம்."

"ஆல் இந்தியா ரேடியோ?" நான் கேட்டேன்.

"படுகாயம் அடைஞ்சதை மட்டுமே இப்பவும் சொல்றாங்க."

"டி. வி.?"

"அதுவும் அதைத்தான் சொல்லுது."

தொலைபேசி அறையை விட்டு வெளியில் வந்தபோது கூடத்தில் சக்கர நாற்காலியில் அமர்ந்து பிரார்த்தனைப் புத்தகத்தைப் படித்துக்கொண்டிருந்த சிஸ்டர் கத்ரீனாவை முதலில் பார்த்தேன். நான் அவரிடம் மலையாளத்தில் சொன்னேன்: "தெரியுமா? இந்திரா காந்தியைச் சுட்டுக் கொன்னுட்டாங்கன்னு ஃபாதர் தோமா போன் பண்ணியிருந்தார்."

ஃபிலோமினா அம்மா இறந்த பிறகு சிஸ்டர் கத்ரீனா பேசுவதைக் கிட்டத்தட்ட நிறுத்திவிட்டார். அவர்கள் இருவரும் ஒன்றாகத்தான் டில்லியிலிருந்து மடத்திற்கு வந்தார்கள். கத்ரீனா அம்மா தலையை உயர்த்தி ஏதோ கேட்க முயன்றார். வார்த்தைகளை உருவாக்குவதற்கான சிரமத்தில் அமைதியானார். சக்கர நாற்காலியை உருட்டி உள்ளே போனார். சக்கர நாற்காலியின்

பெருமரங்கள் விழும்போது

சக்கரங்களுக்கு எண்ணெய் போடவேண்டுமென்று தீர்மானித்தேன்.

அலுவலக அறையை அடைந்தபோது சிஸ்டர் மார்கரேட் திறந்த அலமாரியின் எதிரில் பதுங்கி நிற்பதைக் கண்டேன்.

"சிஸ்டர்!" நான் கண்டிக்கும் குரலில் கேட்டேன், "எதைத் தேடிட்டு இருக்கீங்க?"

"ஒண்ணுமில்ல."

"பொய். மாத்திரைகளைத் தேடிட்டு இருக்கீங்க. வீசியெறியறதுக்காக."

இரத்த அழுத்தத்திற்காக மூன்று வேளை உட்கொள்ள வேண்டிய மாத்திரைகளை சிஸ்டர் மார்கரேட் வீசியெறிந்து விடுகிறார் என்பதைத் தோட்டக்காரன்தான் கண்டுபிடித்தான். கிரீசந்தா மரங்களுக்கும் டேலியா இதழ்களுக்கும் நடுவில் சிவப்பு மற்றும் நீலநிற மாத்திரைகள் விழுந்து கிடப்பதைக் கண்டபோது அவன் வியப்படைந்தான். அவற்றைத் தேடியெடுத்து வந்து என்னிடம் காட்டியபோதுதான் அவை சிஸ்டர் மார்கரேட்டின் மாத்திரைகள் என்பதைப் புரிந்துகொண்டேன். அன்று முதல் என்னெதிரிலேயே மருந்தை உட்கொள்ள வைத்தேன்.

சட்டென்று சிஸ்டர் மார்த்தா அலுவலக அறைக்குள் நுழைந்தார். அவரது சுறுசுறுப்பைக் காணும்போதெல்லாம் சற்றுச் சீக்கிரமாகவே அவர் மீரட்டுக்கு வந்துவிட்டாரோவென்று தோன்றியது.

"கேள்விப்பட்டது சரிதானா?"

"ம்ம்."

"அய்யோ, கஷ்டம். இந்திரா காந்தி இந்தோரில் நான் படிச்சுட்டிருந்த பள்ளிக்கூட மைதானத்துக்கு ஒரு தடவை பேச வந்திருந்தார். அவருக்குப் போட்ட மாலைகளையும் பூச்செண்டுகளையும் குழந்தைகளைப் பார்த்து வீசினார். அது அவரோட வழக்கமாம். செருப்பு இல்லாத ஆதிவாசிக் குழந்தைகள் காட்டு மிருகங்களோட வேகத்தில் ஓடித் திரிந்து பிடிச்சாங்க. இந்திரா உற்சாகமாயிட்டார். பூச்செண்டுகள்லேர்ந்து பூக்களைப் பிய்த்தெடுத்து வீசத் தொடங்கினார். ஆனால் குழந்தைகள் விடுவார்களா என்ன? எதையும் தரையில் விழ அவங்க அனுமதிக்கலை."

மாலை நேர டி.வியில் 'இந்திரா காந்தி படுகொலை செய்யப்பட்டார்' என்கிற செய்தி முதலில் தெரிவிக்கப்பட்டது.

அன்றிரவு வெகு சிலர் மட்டுமே உணவு மேசையின் எதிரில் அமர்ந்திருந்தார்கள். சிஸ்டர் கருணா சற்று நேரம் பியானோவை இசைத்தார். தொண்ணூற்றி ஆறு வயதான சிஸ்டர் மேரி கட்டில்மீது அமர்ந்து உணவை உண்பது வழக்கம். இருப்பினும் அன்று கைத்தடியை ஊன்றியபடி உணவுக் கூடத்திற்கு வந்தார். "எல்லோர் கூடவும் உட்கார்ந்து சாப்பிடலாம்னுதான். ரொம்ப நாளாச்சே." அவர் சிரித்தபடி கூறினார்.

மூப்புநோயால் பாதிக்கப்பட்ட சிஸ்டர் டேவிஸ் பிதற்று வதை நிறுத்தி, டி.வியை வெறித்தபடி அமர்ந்திருந்தார். சிஸ்டர் கத்ரீனா சக்கர நாற்காலியைத் தள்ளிக்கொண்டு டி.வியை விட்டு அகன்று சென்றார்.

சிஸ்டர் மார்த்தா அழுதுகொண்டிருந்தார்: "அவர் பூச்செண்டை வீசிக் கைப்பந்து விளையாடியதை என்னாலே மறக்கவே முடியல."

அறை ஹீட்டர்களின் சிவப்பு வெளிச்சத்தில் கன்னிகா ஸ்திரீகள் உறங்க ஆயத்தமானார்கள். முதல் தளத்திலுள்ள எனது அறைக்குச் சென்று பிரார்த்தனை செய்துவிட்டு விளக்கை அணைத்தேன். கம்பளிப் போர்வைக்குள் நடுங்கிக்கொண் டிருந்தேன். நவம்பர் மாதத்தின் குளிரில் உருவானதல்ல இந்த நடுக்கம். இந்நாட்டை முழுவதுமாக உலுக்கிய பனியிலிருந்து எனக்குக் கிடைத்த பங்கு.

சற்று நேரம் கழிந்தபோது யாரோ கதவைத் தட்டும் சத்தம் கேட்டது. கதவைத் திறந்தபோது சிஸ்டர் அஞ்சலிக்காவை யும் அழைத்துக்கொண்டு சிஸ்டர் ஸிஸிலி நிற்பதைக் கண்டேன்.

"சிஸ்டர் அகதா, எனக்குப் பயமா இருக்குது" என்றார்.

நான் அவருக்குப் பின்னால் காற்று வீசும் இரவைப் பார்த்தேன். அது உலகம் தோன்றிய வேளையில், சிருஷ்டிக்கப் பட்டதைப்போல இருந்தது. தொண்டையைத் திறந்து இறைவன் அதற்கு ஒலியைக் கொடுக்க உள்ளார்.

"சிஸ்டர், இந்த அறையில படுத்துக்குங்க." என்றேன்.

மறுநாள் காலையில் பிஷப்ஸ் ஹவுஸிலிருந்து ஃபாதர் தோமா தொலைபேசியில் கூறினார். "கலவரம் தொடங்கிடுச்சு. சர்தார்ஜிகளைக் கூட்டம் கூட்டமாப் படுகொலை பண்ணு றாங்க. கதவுகளை நல்லா சாத்தித் தாழ் போடுங்க. ஒரிசாவுல இருந்து வந்த சிஸ்டர் இப்ப திரும்ப வேண்டாம்."

கூம்பு வடிவ கோதிக் கதவுகளும் ஜன்னல்களும் சாத்தப் பட்டன. ரூம் ஹீட்டரைச் சுற்றி சிஸ்டர் ஸிஸிலியும் சிஸ்டர் அஞ்சலிக்காவும் சிஸ்டர் கத்ரீனாவும் கைகளைச் சூடாக்கிக் கொண்டிருந்தார்கள். தொண்ணூற்றி ஆறு வயதான சிஸ்டர் மேரி வெந்நீர் நிறைக்கப்பட்ட பையைக் கட்டியணைத்தபடி படுத்திருந்தார். அவர்கள் அனைவரும் அடிக்கடி மருத்துவமனை யின் அறையைப் பார்த்துக்கொண்டிருந்தார்கள். அங்கிருந்து சிஸ்டர் வில்ஃப்ரடின் இரைப்புச் சத்தத்தைக் கேட்க முடிந்தது. இரைப்புச் சத்தம் அதிகரித்தபோது நான் எழுந்து சென்று சிஸ்டர் வில்ஃப்ரடிற்கு ஆக்ஸிஜன் கொடுத்தேன்.

வெளியில் துப்பாக்கிச் சத்தம் கேட்கத் தொடங்கியது. முதல் தளத்திலிருந்த எனது அறை ஜன்னல்களைத் திறந்து நகரத்தைப் பார்த்தபோது பல பகுதிகளில் புகையின் விருட்சங் கள் நடுங்கிக்கொண்டிருப்பதைக் கண்டேன். மாலை நேரத்திற் குள் புகையின் ஒற்றை மரங்கள் ஒரு பெருங்காடாக மாறின.

காவலாளி கூர்க்கா மடத்தின் இரும்புக் கேட்டுகளைச் சங்கிலியால் பிணைத்துப் பூட்டி உள்ளே அமர்ந்தான். அவன் தொடர்ந்து விவரங்களைத் தந்துகொண்டிருந்தான்.

கிளாக் டவர் சௌக்கில் வசித்து வந்த சர்தார்ஜிகளின் கடைகள் முற்றிலும் அழிக்கப்பட்டுவிட்டன. மெயின் ரோட்டில் சர்தார்ஜிகளின் டாக்சிகளைக் கலவரக்காரர்கள் கவிழ்த்துப் போட்டுத் தீ வைத்தார்கள். சதன் பஜாருக்குப் போகும் வழியில் சர்தார்ஜிகளின் சடலங்களைப் பார்க்க முடிந்தது.

இரவு முழுவதும் துப்பாக்கிச் சத்தம் கேட்டுக்கொண் டிருந்தது. தொலைவிலிருந்த பெரும் நகரங்களின் மீது வெளிச்சம் அடைகாப்பதைப் போல சிவப்பு நிறத்தில் தீ எரிந்துகொண் டிருப்பது அடிவானத்தில் தெரிந்தது.

நவம்பர் இரண்டாம் தேதி வெடிச்சத்தம் அதிகரித்தது. மடத்தில் வசித்தவர்கள் நீண்ட ஹாலில் தங்கினார்கள். மூப்பு நோயால் பாதிக்கப்பட்ட சிஸ்டர் டேவிஸின் முகத்தில்கூட பீதி படர்ந்திருந்தது. மூன்றாம் தேதி டெலிவிஷனில் இந்திரா காந்தியின் இறுதி ஊர்வலத்தை நாங்கள் பார்த்தோம். ஒரிசாவி லிருந்து வந்த சிஸ்டர் ஸிஸிலி தொலைக்காட்சியில் தென்பட்ட காட்சிகளைப் பார்வை மங்கிய தொண்ணூற்றி ஆறு வயது சிஸ்டர் மேரிக்கு விவரித்துக்கொண்டிருந்தார்.

“ஆள்கூட்டம் குறைவு,” சிஸ்டர் அஞ்சலிக்கா கூறினார்: கலவரத்துக்குப் பயந்து யாரும் வெளியில் வந்திருக்க மாட்டாங்க.

நேருவோட இறுதி ஊர்வலத்தைப் பார்த்திருக்கணும். நான் அன்னைக்கு டில்லியில் இருந்தேன்."

சிஸ்டர் ஸிஸிலி டி.வி. காட்சிகளை விளக்கிக்கொண்டிருந் தார். சிஸ்டர் மேரியும் சிஸ்டர் மார்த்தாவும் சிஸ்டர் மார்கரேட் டும் சிஸ்டர் ஸிஸிலியும் சுற்றி அமர்ந்திருந்தார்கள்.

இப்போது டில்லியில் விஜய் சவுக் வழியாக இந்திரா காந்தியின் இறுதி ஊர்வலம் நகர்ந்துகொண்டிருந்தது. அதே காட்சி டி.வியில் இரண்டாவது முறையாகக் காட்டப்பட்டது. அந்த டி. வி. காட்சிகள் சிஸ்டர் ஸிஸிலியின் வார்த்தைகளாக மாறுகின்றன. ஒரே துயரச் சம்பவம் மூன்று அடுக்குகளாக அசைவதை என்னால் நீண்ட நேரம் பார்த்துக்கொண்டிருக்க இயலவில்லை. எனது குடல் தசைகள் இறுகின. நான் வாஷ்பேசி னுக்குப் போய்க் குனிந்து வாந்தியெடுத்தேன். வாழ்க்கையில் முதல்முறையாக வரலாறு என்னை உடல் ரீதியாகப் பாதித் துள்ளது.

மறுநாள் நவம்பர் நான்காம் தேதி ஊரடங்கு உத்தரவு பிறப்பிக்கப்பட்டது. அன்று மடத்தில் இருந்தவர்கள் படுக்கையி லேயே படுத்துக் கிடந்தார்கள். அவர்களுக்கான உணவை நானும் ஒரிசாவில் இருந்து வந்திருந்த சிஸ்டர் ஸிஸிலியும் கட்டிலுக்கு எடுத்துப் போய்க் கொடுத்தோம்.

இரவில் சிஸ்டர் கத்ரீனா சக்கர நாற்காலியை உருட்டிக் கொண்டு என்னருகில் வந்தார்.

"நான் வெளியே வராந்தாவுக்குப் போகணும்."

"முடியாது."

"விளக்குகள் அணைஞ்சுதானே இருக்குது? நான் வெளியே போகணும். அலுப்பா இருக்குது."

"சரி, நானும்கூட வரேன்."

நாதாங்கிகள் அரற்றும் சத்தம் கேட்டபோதிலும் மடத்தில் வசித்தவர்கள் தலையை உயர்த்திப் பார்க்கவில்லை. கதவு வழியாகத் திடீரென்று வீசிய காற்றின் முனைகள் அறைக்குள் ளிருந்த கதகதப்பின் மீது குளிர்ந்த துவாரங்களை உண்டாக்கின. "நான் கொஞ்சம் நடக்கறேன்." சிஸ்டர் கத்ரீனா சொன்னார். அவர் சக்கர நாற்காலியைத் தள்ளி வராந்தாவின் மறுகோடிக்கு நகர்ந்தார். பிறகு இந்தப் பக்கம்.

வராந்தாவின் மறுகோடியில் கத்ரீனா அம்மாவின் அலறல் சத்தம் கேட்டு நான் திடுக்கிட்டேன். "அய்யோ,

கொலையாளிகள்.” சக்கர நாற்காலி புகைவண்டியின் ஓசையுடன் என்னருகில் பாய்ந்து வந்தது.

கத்ரீனா அம்மாவுக்கு மூச்சிரைத்தது. “இருட்டுல கொலையாளிகள் . . .”

நான் சமையலறையை நோக்கி ஓடினேன். சிஸ்டர் கருணா வெளியில் விரைந்துவந்து சிஸ்டர் கத்ரீனாவின் சக்கர நாற்காலியை அறைக்குள் தள்ளி கதவைச் சாத்தினார். சமையலறையிலிருந்து ஒரு கூரிய கத்தியைத் தேடியெடுத்து ஆடைக்குள் மறைத்து வைத்துக்கொண்டேன்.

கன்னிகாஸ்திரீகள் அமைதியடைந்தார்கள். மருத்துவமனைக்குள் சிஸ்டர் வில்ஃப்ரடின் கழுத்துத் தசைகள் உள்நோக்கி இழுத்து இரைப்புச் சத்தத்தைக் குறைக்கச் சிரமப்பட்டன. அப்போது யாரோ கதவைத் தட்டும் சத்தம் கேட்டது. நான் கத்தியை வெளியே எடுத்தேன். சிஸ்டர் கருணாவும் சிஸ்டர் மார்த்தாவும் என்னை ஒட்டி நின்றார்கள். கதவைத் தட்டும் சத்தம் அதிகரித்தது.

“திறங்க, தயவுசெஞ்சு திறங்க,” ஒரு பெண் இந்தியில் பேசுவது கேட்டது. அத்துடன் ஒரு குழந்தையின் அழுகையொலி.

மடத்திற்கு வெளியில் மோட்டார் சைக்கிள்கள் உறுமி நிற்கும் சத்தம் எனக்குக் கேட்டது. அவற்றின் முகப்பு விளக்குகள் மடத்தின் சுவர்களில் சர்க்கஸ்காரர்களின் ‘ஸெர்ச் லைட்’களைப் போல ஓடித் திரிந்தன.

“திறங்க, அவனுங்க என்னைப் பிடிக்க வந்திருக்கானுங்க.” பெண் அழுதுகொண்டே கூறினாள்.

நான் கதவைத் திறந்தபோது சல்வாரும் கம்மீஸூம் அணிந்து, துப்பட்டாவால் தலையை மூடிய ஒரு பெண்ணும் முன்நெற்றியில் தலைமுடியை வெள்ளைத் துவாலையால் கட்டிய ஒரு சீக்கியச் சிறுவனும் நிற்பதைக் கண்டேன்.

“என் புருஷனை அவனுங்க கொன்னுட்டானுங்க. இவனுக்கு மூத்தவன் பப்லுவையும் கொன்னுட்டானுங்க. இவனையும் என்னையும் கொல்லணும்னு அலையுறானுங்க.”

மோட்டார் சைக்கிளில் வந்தவர்கள் மடத்தின் வெளி கேட்டைத் தட்டத் தொடங்கியபோது சிஸ்டர் கருணா அந்தப் பெண்ணையும் குழந்தையையும் அறைக்குள் அழைத்துக் கதவைத் தாழிட்டாள். வெளியில் கூர்க்காவிடம் எதையோ சொல்லிவிட்டு அவர்கள் திரும்பிப் போகும்வரை யாரும் எதுவும் பேசவில்லை.

“நீங்க யார்?” சிஸ்டர் மார்த்தா இந்தியில் விசாரித்து அமைதியைக் கலைத்தார்.

“என் பேர் அமர்ஜித். எங்க காலனியில வசித்து வந்த பலரையும் அவங்கக் கொன்னுட்டாங்க. ஹர்மந்திர் ஸாஹிபில்* ராணுவம் நுழைஞ்சதுக்கு எதிர்ப்பு தெரிவிச்சு இந்தத் தடவை எங்க காலனியில் இருந்த சீக்கியர்கள் யாரும் தீபாவளியைக் கொண்டாடல. அதனாலதான் எங்க மேல அவங்களுக்குத் தீராத பகை.”

“உதவிக்குப் போலீஸ் வரலையா?”

“எங்க காலனிப் பக்கத்திலதான் போலீஸ் ஸ்டேஷன். ஸ்டேஷன் இன்சார்ஜைப் பார்க்கறதுக்குக் காலனிவாசிகள் போனாங்க. தேவையான ஃபோர்ஸ் இல்லாததால எதுவும் பண்ண முடியாதுன்னு அவர் சொன்னார். அவருக்கு எங்க மேல வெறுப்பு.”

“அப்புறம்?” சிஸ்டர் மார்த்தா தொடர்ந்து விசாரித்தார்.

“நாங்க வீட்டை விட்டுட்டு குருத்துவாராவுக்குக் கிளம்பிப் போனோம்.”

நீலநிற ஆடையையும், இரும்பு முத்திரைகளைப் பொறித்த நீல நிறத் தலைப்பாகையையும் அணிந்த நிகாங் சீக்கியர்கள் குருத்துவாராவைச் சுற்றி காவல் நின்றார்கள். கழுத்தில் ஆர்மோனியப் பெட்டிகளைத் தொங்கவிட்ட பாடகர்கள் குரு துதிப் பாடல்களை இசைத்தார்கள். எல்லோருடைய இடுப்பிலும் வாள் இருந்தது. சிலரது கைகளில் துப்பாக்கிகள் இருந்தன.

செம்பட்டு விரித்த பீடத்தில் ஆதிகிரந்த் ஸாஹிப் இருந்தது. பக்தர்கள் அதற்கு வெண்சாமரம் வீசி, அதனெதிரில் நாணயங்களை இட்டார்கள். சமையல்கட்டுக்குத் தேவைப்படும் கோதுமை மாவு குருத்துவாராவின் ஒரு மூலையில் குவிந்து கிடந்தது.

குர்தாஸ்பூரியிலிருந்து வந்த ஓர் அகாலி மட்டுமே சொற்பொழிவாற்றினார். கல்ஸாபந்திக்கு இன்று குருதி வேண்டும். குருவின் சீக்கியர்களின் குருதி. குருவுக்காக இறந்த போதிலும் உயிர் வாழ்வதற்காக அம்ருத் தரித்த சீக்கியர்களே, குருவுக்கு வேண்டியது தியாகம், தியாகம். கேட்டுக்கொண்டிருந்தவர்களின் ரத்தத்தில் கோத்திரப் பரம்பரையின் ஜீன்கள் நீந்திக்கொண்டிருந்தன. எல்லோரும் உரக்கக் கூவினார்கள்: ஸத்ஸ்ரீ அகால்.

---

* பொற்கோயில்

“போலீஸ்காரர்கள் ரோந்து சுற்றத் தொடங்கினபோது எங்கள்ல சில பேர் வீட்டுக்குத் திரும்பினோம். மத்தவங்க குருத்துவாரா முகாம்ல தங்கிட்டாங்க.”

கலவரம் இரவில் தொடங்கியது. வெறிபிடித்த அவர்கள் அமர்ஜித்தின் கணவனைக் கொன்றார்கள். பிறகு மூத்த பையனையும் கொன்றார்கள். அமர்ஜித்தின் கைகளை ஒருவன் தாவிப் பிடித்தான். அவனுடைய முன்னங்கை தசைகளை அமர்ஜித் கடித்தபோது அவன் பிடியைத் தளர்த்த வேண்டியதாயிற்று.

“நான் இவனையும் இழுத்துக்கிட்டு ஓடினேன்,” அமர்ஜித் சொன்னாள். “ஓடுறப்ப என் கையைப் பிடிச்ச ஆளோட முகம் எனக்கு ஞாபகம் வந்தது. அவன் யாருன்னு சட்டுன்னு எனக்குப் புரிஞ்சது. ராம்ஜி. இவனோட அப்பாவுக்கு நாற்சந்திப்பில் ஒரு இரும்புக் கடை இருந்தது. அந்தக் கடையைப் பறிக்கறதுக்காகக் கொஞ்சம் காலமா பக்கத்துக் கடைக்காரன் ராம்ஜி திட்டம் போட்டுட்டு இருந்தான். நானும் இவனும் செத்திட்டா அந்தக் கடை அவனுக்குச் சொந்தமாயிடுமே.”

ஒருநாள் முழுவதும் அவர்கள் குருத்துவாராவில் தங்கியிருந்தார்கள். ஆனால் ராம்ஜியும் அவனது கூட்டாளிகளும் ஜீப்புகளிலும் மோட்டர் சைக்கிள்களிலும் குருத்துவாரவைச் சுற்றிக்கொண்டிருந்தார்கள்.

போலீஸ்காரர்களை அவர்கள் விலைக்கு வாங்கியிருந்தார்கள். இருள் பரவியபோது அமர்ஜித்தும் குழந்தையும் குருத்துவாராவில் இருந்து தப்பினார்கள். இரவு வேளையில் மதில் சந்துக்குள் புகுந்து அவர்கள் மடத்தை அடைந்தார்கள்.

சிஸ்டர் ஸிஸிலி சமையலறையிலிருந்து ஒரு கோப்பைப் பாலை எடுத்து வந்து சீக்கியச் சிறுவனுக்குக் கொடுத்தார். அவன் அதை ஒரே மூச்சில் குடித்து முடித்தான்.

“இவனோட பேர் என்ன?” சிஸ்டர் அஞ்சலிக்கா கேட்டார்.

“ஜோகிந்தர் சிங். ஜக்கின்னு வீட்டுல கூப்பிடுவோம்.”

“இன்னும் பால் வேணுமா?” சிஸ்டர் கத்ரீனா கேட்டார். ஜக்கி வெட்கப்படாமல் தலையாட்டினான். சிஸ்டர் சமையலறையிலிருந்து பாலும் ரொட்டியும் சில அவித்த முட்டைகளையும் எடுத்து வந்தார்.

“எங்களுக்கு இங்க பாதுகாப்பு இல்ல. இங்கிருந்து போகணும்” அமர்ஜித் கூறினாள். “டில்லிக்கு. அங்க இருக்கற ஃபத்தே நகர் குருத்துவாரா கேம்பில் என்னோட சொந்தக்காரங்க இருக்கறாங்க. டில்லிக்குக் கெளம்பறவரை நாங்க இங்க தங்கலாமா?”

இறைவா, நீ எங்களுக்கு இரக்கம் காட்டுவதற்கான வாய்ப்பு களை அளித்துள்ளாய். நான் அமர்ஜித்தின் கையைப் பிடித்து அக்டோபர் மாதம் இறந்த ஃபிலோமினா அம்மாவின் காலியான கட்டிலுக்கு அழைத்து சென்றேன்.

"இங்கே படுத்துக்க." என்றேன். கீழே தரையில் ஜக்கிக்குப் படுக்கையை விரித்தேன். ஒரு நீளமான ரொட்டி முழுவதை யும் தனியாகத் தின்ற பிறகு ஜக்கி படுக்கையில் வந்து படுத்தான். கனவுகள் காண்பதற்கான வாய்ப்புகள் இல்லாத உறக்கத்தை நோக்கி அவன் வழுக்கி விழுந்தான். பிரார்த்தனைக்குப் பிறகு கன்னிகாஸ்திரீகளும் உறங்கப் போனார்கள்.

மறுநாள், நவம்பர் ஐந்தாம் தேதி கன்னிகாஸ்திரீகள் வழக்கத் திற்கு முன்பாகவே எழுந்துவிட்டார்கள். அவர்கள் ஜக்கி கண் விழிக்கட்டும் என்று காத்திருப்பதாக எனக்குத் தோன்றியது.

மற்ற கன்னிகாஸ்திரீகளில் இருந்து மாறுபட்டுத் தோற்ற மளிக்கும் ஸ்பெயின் நாட்டைச் சேர்ந்த சிஸ்டர் கருணாவின் பக்கம் ஜக்கியின் கவனம் முதலில் திரும்பியது. அவரது இளம் நீலநிற கண்மணிகள் அவனை வியப்பில் ஆழ்த்தின. சிஸ்டர் கருணா அவனது கையைப் பற்றி பியானோவின் அருகில் அழைத்துச் சென்றார். கருப்பும் வெள்ளையுமாக இடைவெளி களுடன் காட்சி தரும் பியானோவின் கட்டைகளை அவன் பார்த்துக்கொண்டிருந்தான். சிஸ்டர் கருணா பியானோவின் ஒரு கட்டையை அழுத்தினார். "டோ." அவர் "டோ" என்றார்.

ஜக்கியும் தயங்கித் தயங்கி அதே கட்டையை அழுத்தினான்: "டோ." மடத்தில் தங்கியிருந்தவர்கள் முதல் தடவையாக ஜக்கி யின் குரலைக் கேட்டார்கள்.

"ரே, மி, ஃபா." சிஸ்டர் கருணா கட்டைகளை அழுத்தி ராகத்தில் பாடினார்.

சிஸ்டர் அஞ்சலிக்கா சிரித்துக்கொண்டே ஜக்கியின் அருகில் சென்றார். அவனது உச்சந்தலையில் வெள்ளைத் துவாலை யால் கட்டப்பட்ட அவனது தலைமுடியை மெதுவாக அழுத்திய படி என்னிடம் சொன்னார்: "சிலந்தி முட்டை மாதிரி இருக்குது இல்லே?"

ஜக்கியின் முகம் சிவந்தது. அவன் அஞ்சலிக்காவின் கையைத் தட்டிவிட்டான். அந்த நிமிஷம் முதல் எங்களுக்கு ஜக்கியின் தலைமுடி தடைசெய்யப்பட்ட ஒன்றானது. அதில் ஒரு இனத்தின் வரலாற்று உணர்வு இழை பிரிந்து கிடப்பதை நாங்கள் உணர்ந்தோம்.

அன்று சிஸ்டர் மார்கரேட் மருந்தைக் கேட்டு வாங்கி உட்கொண்டார். சிஸ்டர் கத்ரீனா சக்கர நாற்காலியில் அமர்ஜித்தையும் ஜக்கியையும் வளைய வந்தபடி இருந்தார் . . .

அமர்ஜித்தையும் ஜக்கியையும் மடத்தில் தங்க வைப்பதற்கு அனுமதி கேட்டு பிஷப்ஸ் ஹவுஸுடன் தொடர்புகொண்டேன். பிஷப்புடன் பேசிவிட்டு அழைப்பதாக ஃபாதர் தோமா கூறினார். பிஷப் ஒத்துக்கொள்வாரா மாட்டாராவென்று யோசிப்பதற்குள் தொலைபேசி மணி ஒலித்தது.

"கர்த்தர் காட்டித் தந்த வழியிலூடே முன்நோக்கிப் போக வேண்டும் என்பதுதான் பிஷப்பின் உத்தரவு" என்றார் ஃபாதர் தோமா.

ஊரடங்கு உத்தரவு அமல்படுத்தப்பட்டிருந்ததால் மடத்தின் கதவுகளையும் ஜன்னல்களையும் அச்சமின்றி திறந்து வைத்தோம். பல வருடங்களுக்குப் பிறகு தொண்ணூற்றி ஆறு வயது சிஸ்டர் மேரி வாசலுக்கு வந்தார். அவருடைய ஊன்றுகோலின் ஒரு நுனியை ஜக்கி பிடித்துக்கொண்டிருந்தான். சிஸ்டர் மேரியின் கண்புரையின் அடியில் சூரிய ஒளி, பால்வீதியைப் போல தெளிவின்றிக் கிடந்தது.

"இந்தப் பூவின் பேர் என்ன?" ஜக்கி கேட்டான்.

"எப்படி இருக்கும்?"

"நிலாவைப் போல. வட்டமா, பெரிசா."

"நிறம்?"

"மஞ்சள்."

"நெறைய இதழ்கள் இருக்குதா?" சிஸ்டர் மேரி கேட்டார்.

"இருக்குதான்னா கேட்கறீங்க? தாமரையைவிட அதிகம். சின்ன அகலம் கொறைஞ்ச இதழ்கள்."

"அப்படின்னா இந்தப் பூவோட பேரு டேலியா."

சிஸ்டர் மேரியும் ஜக்கியும் அடுத்த பூவை நோக்கி நகர்ந்தார்கள். வராந்தாவில் நின்று கன்னிகாஸ்திரீகள் அவர்களை வியப்புடன் பார்த்துக்கொண்டிருந்தார்கள். மீண்டும் மடத்திற்கு வந்தபோது சிஸ்டர் மேரி எல்லோரையும் பார்த்து மூச்சிரைக்கச் சொன்னார்: "ஜக்கி ஆதாம் ஆயிட்டான். எல்லாச் சராசரங்களும் அவனைவிட்டு விலகி இருக்குது."

மறுநாள் ஊரடங்கு உத்தரவு தளர்த்தப்பட்டது. ரயில்கள் ஓடத் தொடங்கின. ஒரிசாவுக்குத் திரும்ப வேண்டிய சிஸ்டர்

ஸிஸிலியையும் அமர்ஜித்தையும் ஜக்கியையும் நாங்கள் கூர்க்காவுடன் ஸ்டேஷனுக்கு அனுப்பி வைத்தோம். அவர்கள் வாசலுக்கு வந்தபோது மருத்துவமனையிலிருந்து சிஸ்டர் வில்ஃப்ரட் கீழே வந்தார். "ஜக்கி, ஜக்கி," அவர் உரக்கக் கூப்பிட்டார். சிஸ்டர் வில்ஃப்ரட் கன்னி மரியாளின் உருவம் பொறித்த நாணயத்தை ஜக்கியின் கையில் திணித்தார். அவன் அதைப் பெற்றுக்கொண்டு எல்லோரையும் பார்த்து மீண்டும் கையை அசைத்துவிட்டுத் திரும்பி ஓடினான்.

மடத்தின் சூழல் இயல்பு நிலைக்குத் திரும்புவதற்குள் வெளியில் ஒரு ராணுவ வாகனம் வந்து நின்றது. அதிலிருந்து கூர்க்காவும் அமர்ஜித்தும் சிஸ்டர் ஸிஸிலியும் ஜக்கியும் கீழே இறங்கினார்கள். ஜக்கி கண்களை மூடி அசையாமல் நின்றான். சிஸ்டர் ஸிஸிலி அவனுடைய கையைப் பிடித்து நடந்தார். மடத்திற்குள் நுழைந்தபோது அவன் எங்கோ போய் ஒளிந்து கொண்டான்.

"என்ன நடந்தது?" நான் கேட்டேன். கூர்க்கா கதையை விவரித்தான்: "நாங்கள் கொஞ்ச தூரம் நடந்தோம். அதற்குள் ஒரு ஜீப் எங்க பக்கமா வந்து நின்றது. அதிலிருந்து ஒருவன் மேம்ஸாபைப் பிடிக்கக் குதிச்சான். அதற்குள்ள ஜக்கி ஸாப் அம்மா, அம்மா, அவங்க, அவங்க என்று சத்தம் போட்டு அழத் தொடங்கினான். அம்மாவும் பிள்ளையும் ஓட ஆரம்பிச்சாங்க."

"பல நேரமா அவனுங்க எங்களுக்காகக் காத்துக்கிட்டிருந்தானுங்க." அமர்ஜித் அழுதுகொண்டே கூறினாள்.

"ஓடிக்கிட்டிருக்கற இவங்களைப் பின்னால இருந்து இடிச்சுத் தள்ளுறதுக்காக அவனுங்க ஜீப்பை வேகமா ஓட்டினானுங்க." கூர்க்கா பீதியில் நடுங்கிக்கொண்டிருந்தான். இருப்பினும் இடுங்கிய கண்களும் இணைந்த புருவங்களும் கூரிய தாடை எலும்பும் கொண்ட அவனது மங்கோலிய முகத்திற்கு உணர்வுகளை வெளிப்படுத்துவதற்கான ஆற்றல் குறைவாகவே இருந்தது.

"அதற்குள் அதிர்ஷ்டவசமா ஒரு ராணுவ வாகனம் வந்ததால இவங்க தப்பிச்சாங்க" என்றான் கூர்க்கா.

"பரவாயில்லே." சிஸ்டர் கருணா சொன்னார். படிக்கட்டுக்குக் கீழே இருட்டில் மௌனமாக அமர்ந்திருந்த ஜக்கியை சிஸ்டர் மார்த்தா கண்டுபிடித்தார்.

"எத்தனை நாள் வேணும்னாலும் இங்க தங்கிக்கிங்க," என்றேன். "இங்க எந்தப் பிரச்சினையும் வராது."

சர்வ வல்லமை கொண்டவனின் சம்மதம் இல்லாமல் இந்தப் பாவி கூறிய வார்த்தைகள் அப்போதே தவறிவிட்டன. எனக்கொரு தொலைபேசி அழைப்பு வந்தது: "சி.ஐ.ஏ ஏஜென்ட் களே, அந்த சர்தாரிணியையும் குழந்தையையும் வெளியேற்றா விட்டால் உங்களுடைய மடத்தைக் குண்டு வைத்துத் தகர்ந்து விடுவோம்." தொண்டையில் எச்சில் வறண்டு நான் 'ஹலோ, ஹலோ என்று சொல்லத் தொடங்கியபோது அந்தத் தொலை பேசி அழைப்பு துண்டிக்கப்பட்டது.

மடத்திற்குப் போலீஸ் பாதுகாப்புத் தரப்பட்டிருந்த போதிலும் அன்றிரவு மடத்தின் பின்பக்கத்திலிருந்து கல்வீச்சு நடந்தது. படிக்கட்டுகளின் வளைவில் அமைக்கப்பட்டிருந்த ஆட்டுக் குட்டியைத் தூக்கிக்கொண்டிருக்கும் யேசுவின் ஓவியக் கண்ணாடிமீது கல்லடிபட்டு இடையனின் இதயப் பகுதி உடைந் திருந்தது . . .

அடுத்த நாள் நவம்பர் ஏழாம் தேதி, அதிகாலையில் பிஷப்ஸ் ஹவுஸில் இருந்து ஃபாதர் தோமா அழைத்தார்: "செயின்ட் மேரீஸ் ஸ்கூலின் எதிர்ல இருந்த லூர்து மாதாவோட சிலையை உடைச்சிட்டாங்க. சர்தாரிணியையும் குழந்தையை யும் திரும்பக் கிடைக்கணும்னு அடிக்கடி போன் செய்றாங்க."

"கலவரம் நமக்கெதிராகத் திரும்பிவிடுமா?" நான் கேட்டேன். ஃபாதர் தோமா எதுவும் பேசவில்லை.

"நான் என்ன செய்ய வேண்டும்?"

"கர்த்தர் மறுபடியும் சிஸ்டருக்கு வழி காட்டுவார் என்று பிஷப் சொல்லி இருக்கார்."

நான் பிரார்த்தனை அறையை அடைந்து கதவைச் சாத்தி முழந்தாழிட்டு நின்றேன். காப்ரியேல் தேவதையே, எனக்கொரு செய்தியைத் தா. உன்னிடம் எனக்கான இறைவனின் தூது எதுவும் இல்லையா? அகதிகளைப் போல, வரிசை வரிசையாக நிழல்கள் எனது மனதின் எல்லை வழியாக நகர்ந்துகொண் டிருப்பதைத் தவிர எனக்கு வேறு எதுவும் உதிக்கவில்லை.

மனம் வெறுமையாகக் கிடந்தது. நான் அழத் தொடங்கி னேன். சற்று நேரம் கழித்து நான் உலகைக் கடந்த அமைதியை உணர்ந்தேன். அதற்குள் மடத்தில் வசிப்பவர்களும் அமர்ஜித்தும் பிரார்த்தனை அறையை அடைந்தார்கள்.

நான் ஆம்புல்ன்ஸ் டிரைவர் ஜார்ஜிடம் ஒரு சவப் பெட்டியை எடுத்து வருமாறு கூறினேன்.

கர்த்தர் இந்தப் பாவிக்குக் காட்டித் தந்த வழி இதுதான். நான் மடத்தில் வசிப்பவர்களை நோக்கிச் சொன்னேன். அமர்ஜித் ஒரு கன்னிகாஸ்திரீயின் வேடத்தை அணிவாள். ஜக்கி ஆம்புலன்ஸில் இருக்கும் சவப்பெட்டிக்குள் படுத்துக்கொள்வான். நம்மில் சிலர் அதைச் சுற்றிலும் அமர்ந்து பிரார்த்தித்துக்கொண்டிருப்போம். கல்லறைத் தோட்டத்தின் கிழக்கு வாயிலில் ஆம்புலன்ஸ் நுழைந்து, ஆட்களின் கவனத்தை ஈர்க்காமல் மேற்கு வாயில் வழியாக வெளியில் வந்து, ரயில்வே ஸ்டேஷனுக்குப் பக்கத்தில் இருக்கும் தேவாலயத்தை அடையும். அங்கிருந்து ஸ்டேஷனுக்குப் போவது சிரமமாக இருக்காது.

சிஸ்டர் ஸிஸிலி ஜக்கியை அழைத்து வந்தார். சிஸ்டர் அஞ்சலிக்கா அவனது கைகளை இறுகப் பிடித்தார். சிஸ்டர் மார்த்தா தரையில் அமர்ந்து அவனது கால்களை இறுக்கிப் பிடித்தார். இருப்பினும் ஜக்கி ஒரு விலங்கைப் போல உதறிக் கொண்டிருந்தான். சிஸ்டர் மேரி ஊன்றுகோலின் வளைந்த முனையால் அவனது முழங்காலில் கொக்கிப் போட்டார். சிஸ்டர் மார்கரேட் அவனது கண்களைப் பொத்தினார். அவன் உரக்க அழத் தொடங்கியபோது சிஸ்டர் கருணா அவனது வாயைப் பொத்தினார்.

அமர்ஜித் அவனது தலையில் இருந்த வெள்ளைத் துணியை அவிழ்த்தாள். நான் உச்சியில் கட்டப்பட்டிருந்த அவனது தலைமுடியை அவிழ்த்தேன். அது தோள்வரை நீண்டிருந்தது. தண்ணீரைத் தெளித்து முடியை ஈரப்படுத்தினேன். பின்னர் பெரிய கத்தரிக் கோலால் முடியை வெட்டத் தொடங்கினேன். முடிக் கற்றைகள் ஒவ்வொன்றாக மடத்தின் தரையில் விழும்போது ஜக்கி மேலும் நிர்வாணமானான்.

"வாஹ் குரு வாஹ்."

ஜக்கியால் எதுவும் செய்ய இயலவில்லை. அவன் அழுவதை நிறுத்திவிட்டான். சிஸ்டர் கருணா வாயிலிருந்து கையை எடுத்தார்.

"ஜோ போலோ ஸோ நிஹால்." அமர்ஜித் சொல்லித் தந்தாள். அதற்குள் அவனது தலை முழுவதுமாக மொட்டையடிக்கப்பட்டுவிட்டது. முடியை வெட்டி முடித்த பிறகுதான் வருடக் கணக்கில் வெயில் படாமல் அவனது தலைப்பாகையின் அடிப் பகுதியிலிருந்த தோல் தலைப்பாகையின் அதே வடிவத்தில் நிறம் மாறித் தெரிவதைக் கண்டேன். இது நிச்சயமாக அவனைக் காட்டிக் கொடுத்துவிடும். கடுகு எண்ணெயில் கொஞ்சம் கரியைக் கலந்து அவனுடைய காதிலும் நெற்றியிலும் பூசி ஜக்கியின் முகச் சாயலை மாற்றினேன்.

ஆம்புலன்ஸ் வந்துவிட்டது. அதற்குள் இருந்த சவப்பெட்டியில் ஜக்கி படுத்துக்கொண்டான். காற்று நுழையும் விதமாகப் பெட்டியை மூடினோம். கன்னிகாஸ்திரீயின் வேடத்தில் அமர்ஜித்தும் ஒரிசாவிற்குத் திரும்பும் சிஸ்டர் அஞ்சலிக்காவும் சிஸ்டர் கருணாவும் சிஸ்டர் மார்த்தாவும் நானும் சவப் பெட்டியை மறைத்து நின்று பிரார்த்திக்கத் தொடங்கினோம்.

ஆரம்பத்தில் பயணம் அமைதியாக இருந்தது. சற்றுத் தூரம் கடந்தபோது மோட்டார் சைக்கிள்கள் உறுமின. அவர்கள் டிரைவர் ஜார்ஜுக்கு இணையாக வண்டியை ஓட்டிவந்து ஆம்புலன்ஸை நிறுத்தச் சொன்னார்கள். ஜார்ஜ் வேகமாக வண்டியைச் செலுத்தத் தொடங்கினான். சட்டென்று கியரை மாற்றும் மோட்டார் சைக்கிள்களின் உறுமல் சத்தங்கள். சிஸ்டர் கருணா தனது நீளமான கையை ஜார்ஜின் தோள்மீது வைத்து வண்டியை நிறுத்தச் சொன்னார்.

அவர்கள் ஆம்புலன்ஸின் பின்கதவைத் திறந்து வெளிப் படிக்கட்டில் நின்றார்கள். கன்னிகாஸ்திரீகளின் முக்காடுத் துணிகள் குளிர்ந்த காற்றில் அவிழ்ந்த கூந்தலைப் போலப் பறந்துகொண்டிருந்தன. மீரட்டின் பூகோள அமைப்புடன் தொடர்பில்லாத நீல கண்களும் அவற்றில் கரிய ஊசிமுனைகளைப் போன்ற கண்பாவைகளும் மோட்டார் சைக்கிள்காரர்களை வியப்பில் ஆழ்த்தின. தூபக்காலைப் பிடித்துக்கொண்டிருந்த கையை உயர்த்தி சிஸ்டர் கருணா இந்தியில் சத்தம் போட்டார்: “சாத்தான்களே, செத்தவங்களைக்கூட நீங்க சும்மா விடமாட்டீங்களா?”

சிஸ்டர் அஞ்சலிக்காவும் நானும் பாடிக்கொண்டிருந்த மலையாளப் பிரார்த்தனைப் பாடலின் சத்தத்தைக் கூட்டினோம். சற்றுத் தயங்கிவிட்டு மோட்டார் சைக்கிளில் வந்தவர்கள் திரும்பிப் போனார்கள். கல்லறைத் தோட்டத்திற்குள் புகுந்து, வெளியே வந்த பிறகு, ரயில்வே ஸ்டேஷனின் அருகிலுள்ள தேவாலயம்வரையிலான பயண வேளையில் எதுவும் நிகழவில்லை. வண்டி நின்றதும் நானும் அமர்ஜித்தும் சேர்ந்து சவப்பெட்டியின் மூடியைத் திறந்தோம்.

“எழுந்திரு, ஜக்கி.” அமர்ஜித் கூறினாள். கூட்டைக் கிழித்து வண்ணத்துப் பூச்சி எழுவதைப் போல அவன் எழுந்தான். இனக்குழுவின் தொடர்ச்சி அறுபட்ட துயரத்தில் ஜக்கி தலையைக் கையால் தடவினான். நான் வெட்டியெறிந்த தலைமுடி அவன் கர்ப்பத்தில் இருக்கும்போதே முளைக்கத் தொடங்கியது என்று புரிந்தபோது நான் திக்குமுக்காடினேன்.

புகைவண்டியில் பெண்களின் கம்பார்ட்மென்டில் அமர்ஜித்தும் சிஸ்டர் ஸிஸிலியும் ஜக்கியும் ஏறிக்கொண்டார்கள். ஜக்கி புகைவண்டியின் ஜன்னல் கம்பியில் முகத்தைப் புதைத்துக்கொண்டான். யதேச்சையாக அவனது கை மீண்டும் தலையை நோக்கி நீண்டது.

மறுநாள் கலவரம் கிட்டத்தட்ட அடங்கிவிட்டிருந்தது. சிஸ்டர் மேரி படுக்கையில் இருந்து எழவில்லை. சிஸ்டர் கத்ரீனா சக்கர வண்டியை மற்றவர்களிடமிருந்து அகற்றி தூரமாக நகர்ந்தார். சிஸ்டர் மார்கரேட் மருந்தை உட்கொள்ள மறுத்தார். சிஸ்டர் அஞ்சலிக்கா பழைய நிகழ்ச்சிகளைச் சொல்ல முயற்சித்தார். சிஸ்டர் டேவிஸ் பிதற்றியபடி படுத்திருந்தார். சிஸ்டர் கருணா பியானோவின் எதிரில் எதுவும் செய்யாமல் அமர்ந்திருந்தார். சிஸ்டர் மார்த்தா நாள் முழுவதும் பிரார்த்தித்துக் கொண்டிருந்தார். சிஸ்டர் வில்ஃப்ரட் மருத்துவமனை அறைக்குத் திரும்பினார்.

நானோ, நவம்பரில் நிகழவிருக்கும் மரணங்களுக்காக, இயக்கமற்ற மின்சாரத்தைப் போல ஆகாயத்தில் உறைந்து கிடக்கும் அனுபவங்களுடன் பிரார்த்தனை அறைக்குள் நுழைந்து கதவைத் தாழிட்டேன்.

புலம்பல்கள்

அய்யோ, மக்களால் நிறைந்திருந்த நகரம் வெறிச்சோடி இருப்பது எப்படி . . ? சமஸ்தானங்களின் தலைவியாக இருந்தவள் அடிமைப்பெண் ஆனது எப்படி?

புலம்பல்கள்(1:1)

ஒரு நூற்றாண்டுப் பழமை வாய்ந்த தனது கண்பாவைகளில் படியும் பளபளப்பு கடல்தான் என்பதில் பெருமாளுக்கு எந்த ஐயமும் இருக்கவில்லை. அரண்மனை யின் மேல்தள அறையின் ஜன்னலெதிரில், சைக்கிள் சக்கரங்கள் பொருத்தப்பட்ட நாற்காலியில் அமர்ந்து சற்று நேரம் கண்களை மூடி கடலின் ஆர்ப்பரிப்பைச் செவிமடுத்துக்கொண்டிருந்தான். பெருமாள் ஆட்சி செலுத்தி வந்த முசூரியின் மக்கள் அண்மைக்காலம் வரை கடலின் இரைச்சலைக் கேட்டதில்லை. நாடெங்கும் கடற்காகங்கள் தென்பட்டன. அவை கொத்தித் தின்றும் எச்சமிட்டும் இணைசேர்ந்தும் முட்டைகளைப் பொரித்தும் கடலலைகளைப் போல உரக்கக் கரைந்துகொண்டிருந்தன.

பெருமாள் தொண்டையைச் செருமினான். கபம் கட்டிய அந்தக் குரலைக் கேட்டதும் பெருமாளின் சிப்பந்தி மம்மது, எதிரில் போய் நின்றான்.

“நீ அந்த மூக்குக் கண்ணாடியை எடு,” என்றான் பெருமாள். மம்மதுவின் எதிரில் மட்டுமே பெருமாள்

மூக்குக் கண்ணாடியை அணிவான். அதனுடைய தடித்த சில்லு, அவனது கண்களைப் பெரிதாகக் காட்டி, முக அமைப்பை மாற்றியதுடன், அதற்கொரு கோமாளி தோற்றத்தையும் தந்திருந்தது. பெருமாள் அதை விரும்பவில்லை.

“ம்ம், தள்ளு,” பெருமாள் மம்மதுவைப் பார்த்துக் கூறினான். ஐம்பது ஆண்டுகளாக உடனிருந்தபோதிலும் எஜமானனின் மன உணர்வுகளைப் புரிந்துகொள்ள இயலாமல் மம்மது கேட்டான்: “ஹஜ்ஜுர், தள்ளுவண்டி எந்தப் பக்கம்?”

“தள்ளுவண்டி உன் அப்பனோடது. இது தள்ளு சிம்மாசனம்.”

“ஹஜ்ஜுர், மன்னிக்கணும். தள்ளு சிம்மாசனத்தை எங்க எடுத்துட்டுப் போறது?”

“உப்பரிகைக்கு.”

முசூரி கடற்கரையில் பெருமாளின் கண்கள் கடற்காகங்களைத் தேடுவதை மம்மது கவனித்தான். கடற்காகங்களைக் காணாதபோதிலும் பதட்டம் கொள்ளாமல், இடது பக்கம் திரும்பி முசூரியின் மதில்கள் இல்லாத வீடுகளைப் பார்த்தான். நான்கைந்து வருடங்களுக்கு முன்பு ‘குள்ளப்பக்கிரி ஒழியட்டும்’ என்கிற சுவரெழுத்து தென்பட்டபோது தலைமுறைகளைக் கடந்து தனக்குக் கிடைத்த குள்ள உருவத்தையே அது குறிப்பிடுகிறது என்பதைப் பிறர் சொல்லாமலேயே பெருமாள் புரிந்துகொண்டான். அடுத்த முறை அரசவைக் கூட்டத்தில் பெருமாள் சிரித்தபடி கேட்டான்: “சுவர் இருந்தால்தானே ...”

அன்றைய தினமே புல்டோசர்கள் மதில்களை இடித்துத் தள்ளின. முசூரியின் வீடுகள் அம்மணமாகக் காட்சியளித்தன.

“எல்லோரும் போயிட்டாங்க இல்லையா?” பெருமாள் ஆளில்லாத சாலைச் சந்திப்புகளைப் பார்த்துக் கேட்டான்.

“இல்லே. குமஸ்தாக்களும் அதிகாரிகளும் போனாலும் அரண்மனை சேவகர்கள் ஹஜ்ஜுரை விட்டுப் போகலை” என்றான் மம்மத்.

“அவனுங்க கஜானாவைக் காலிபண்ணிட்டுத்தான் போவானுங்க. அப்புறம் யாரெல்லாம் பாக்கி இருக்காங்க?”

“நம்ம ஆளுங்க போகலை.”

“பக்கிரிங்க போறதுக்கு ஏது எடம்?”

மம்மது எதுவும் பேசவில்லை. பக்கிரிகளுக்கு ஒரு நாட்டை உருவாக்கிக் கொடுத்தவர்தான் நெட்டூர் ஹாஜி மூஸ்ஸா பெருமாள். ஓணப் பண்டிகை நாட்களில் மாளிகைகளிலும் நாயர் வீடுகளிலும் கை தட்டி, கும்மியடித்துப் பாடி கிடைக்கும் அரிசியையும் காய்கறிகளையும் பப்படத்தையும் வைத்துக் கொண்டு ஐந்து முறை தொழுது, புனித வாழ்க்கையைக் கடைபிடித்து வந்த பக்கிரிகளை முதலில் சரக்குத் தோணி களிலும் பின்னர் கௌரவமாக நீராவிக் கப்பல்களிலும் அழைத்துச் சென்று பெருமாள் குடியேற்றினான்.

“பக்கிரிகள் இப்போ என்ன பண்ணிகிட்டு இருக்குறாங்க?’

“நடுகடல்ல மீன் பிடிக்கப் போவாங்க. அவ்வளவுதான்.”

“யார் போனாலும் என்னோட வாரியார் இருக்கும்வரை நான் நூறு வருஷம் உயிர் வாழ்வேன். நான் இருநூறு வயசு வரைக்கும் உயிரோடு இருப்பேன். நீ பாத்துக்கோ.”

பெருமாளின் மகன் காதீர், பெருமாள் அழிவை உண்டாக்கு பவன் என்று ஒரு முறை சந்தேகித்தான். அன்று பெருமாளுக்கு வயது தொண்ணூற்றி ஏழு. பெருமாளைச் சந்தித்துவிட்டு அரண்மனை ஒற்றன் வெளியேறும்போது அறைக்குள் பெருமாள் அரற்றும் ஒலி மட்டும் கேட்டது. தனது நாட்டின் எல்லா வரலாற்று நெருக்கடி வேளைகளிலும் மம்மது இந்த முனகல் பாட்டைக் கேட்டிருக்கிறான். முஃரியைச் சமத்துவ நாடாக்க ஆதிக்கச் சக்திகள் முயற்சித்தன. அம்முயற்சியை முறியடிப் பதற்கு முன்னோடியாக பெருமாள் நாட்கணக்கில் அரற்றிக் கொண்டிருந்தான். அறைக்குள்ளிருந்து பெருமாளின் குரல் ஒலித்தது: “மம்மதே, காதீரைக் கூப்பிடு.”

காதீரைக் கூப்பிட மம்மது போகவில்லை. பதிலாக, பெருமாளின் அனுமதியின்றி முதல் முறையாக அறைக்குள் நுழைந்தான். மம்மது கேட்டான்: “ஹஜ்ஜூர், இளைய பெருமாள் என்ன தப்பு பண்ணினார்?”

ஒரு நிமிடம் மம்மதுவை வெறித்துப் பார்த்தான் பெருமாள். பின்னர் விஷயத்திற்கு முக்கியத்துவம் கொடுத்துப் பேசினான்: “மம்மது அவன் இரண்டு தவறுகளைச் செய்தான். ஒண்ணு அவன் அவனோட சிப்பந்தியிடம் கேட்கக் கூடாததைக் கேட்டான். அடுத்தது எத்தனை காலம் நான் உயிரோட இருப்பேன்னு கேட்டான்.”

காதீரின் இரண்டாவது தவறு என்னவென்று பெருமாள் கூறாமலேயே மம்மது அறிந்துவைத்திருந்தான். காதீரின் சிப்பந்தி

அரண்மனையின் ஒற்றனாக இருந்தான். இளைய பெருமாளுக்கு இத்தனை காலம் அதைப் புரிந்துகொள்ளக்கூடிய அறிவு இல்லை.

“மம்மது, நீ கவலைப்படாதே.” பெருமாள் அமைதியாகத் தொடர்ந்தான்: “நீ காதீரைக் கூப்பிடாதே. நான் எதையும் செய்யப் போறதில்லை. அவன் குழந்தைதானே?” அப்போது பெருமாளின் கண்கள் ஒளிர்வதை மம்மது கவனித்தான்.

மறுநாள் காலை உணவு வேளையில் காதீரிடம் பெருமாள் கூறினான்: “மகனே காதீர், அப்பாவுக்கு வயசு அதிகமாயிடுச்சு. அந்தப் பெரிய அறையில தனியாகப் படுக்கக் கஷ்டமா இருக்குது. இன்னைக்கு முதல் அந்த அறையில தரையில் படுத்துக்க.”

காதீர் ஒரு வயது குழந்தையாக இருந்தபோது அவனது அம்மா இறந்துபோனாள். அதன் பிறகு மம்மதுதான் அவனை வளர்த்தான். பிருஷ்டத்தைக் கழுவிவிடுவது தாய்ப்பாலைக் காட்டிலும் மேலான உறவு என்கிற நம்பிக்கையில், படுக்கை யறையின் எதிரில் கண்விழித்து அமர்ந்திருந்தான் மம்மது.

ஒருநாள் படுக்கையறையிலிருந்து பெருமாளின் குரலை மம்மது கேட்டான்: “காதீரே உனக்கு நாற்பது வயசாகுதே, நீ கல்யாணம் பண்ணிக்க வேண்டாமா?”

“வாப்பாவோட இஷ்டம்” என்றான் காதீர்.

கல்யாணத்தின் முந்தைய நாள் இரவு திவான் பெருமாளிடம் கேட்டான்: “ஹஜ்ஜூர், இளைய பெருமாளுக்கு எந்த அரண் மனையை ஒதுக்கப் போறீங்க. நாளைக்குத்தானே நிக்காஹ்?”

“அவனுக்கு எந்த அரண்மனையும் தேவையில்லை. அவன் குழந்தைதானே. என்னோட அறையில இன்னொரு பாயை விரிச்சு வை.”

முதலிரவில் விளக்கு அணைக்கப்பட்டுச் சற்று நேரம் கழிந்ததும் மம்மதுவுக்குக் கேட்க வேண்டும் என்பதற்காக உச்சத்தில் பெருமாள் கேட்டான்: “மகனே காதீர், என்ன ஒரு சத்தம்?”

“ஒரு சத்தமும் இல்ல வாப்பா.”

“ம்ம்.”

பின்னிரவில் பெருமாள் மீண்டும் கேட்டான்:

“காதீரே, ஏதோ சத்தம் எனக்குக் கேட்குதே?”

“எந்தச் சத்தமும் இல்ல வாப்பா. நாங்க அசையாம படுத்துக் கெடக்குறோம்.”

இரவில் பல தடவையும், அடுத்தடுத்த இரவுகளிலும் இது தொடர்ந்தது. சில நாட்கள் கழிந்தபோது காதீரின் மனைவியான பீபிக்கு ஆவி பிடித்துக்கொண்டது. அன்றைய தினம் சாயங் காலம் பட்டாணி இஸ்லாமியனின் தலைப்பாகையைக் கட்டி, வெள்ளிக் கிண்ணத்தில் தாளமிட்டுப் பக்கிரிகளின் ஓணப் பண்டிகைப் பாடலைப் பாடியவாறு காதீர் முற்றத்தில் ஓடித் திரிந்தான். உடனடியாக காதீரை அரண்மனையின் ஓர் அறையில் பூட்டி வைத்தார்கள்.

உப்பரிகையில் கடல்காற்று வீசியபோது நாற்காலியை அறைக்குள் தள்ளிச் செல்லுமாறு பெருமாள் கூறினான். அறைக்குள் நுழையும்போது மூக்குக் கண்ணாடியைக் கழற்றி மம்மதுவிடம் கொடுத்துவிட்டு பெருமாள் கூறினான்: “வாரியார்.”

இரண்டு காவலாளிகள் வாரியரைக் கூட்டிவந்து பெருமாளின் எதிரில் நிறுத்தினார்கள். மக்கள் முசூரியை விட்டு வெளியேற ஆர்வம் காட்டியபோது ஒருநாள் பெருமாள் திவானிடம் கேட்டான்: “நம்ம வாரியார் கிளம்பிடுவாரோ?”

“கிளம்பணும்னு நிற்கிறார்.”

“பூட்டி வை.”

பெருமாளைத் தாங்கிப் பிடித்துப் பாயில் உட்கார வைத்தான் மம்மது. பட்டாணி இஸ்லாமிய உடையையும் கைலியையும் களைந்தான். வெளிறிய கயிற்றில் கோர்த்த கொடுங்கல்லூர் தர்க்காவின் மண் நிறைத்த, வெள்ளித் தாயத்தை மட்டும் இடுப்பில் அணிந்து பெருமாள் படுத்திருந்தான்.

உள்ளங்கையில் தானிய ஒத்தடம் மூலம் வெப்பமூட்டி ஈஸ்வர வாரியார் சிகிச்சையைத் தொடங்கினார். வில்வாதி எண்ணெயைக் கையில் தேய்த்துச் சூடாக்கி வைத்தியர் பெருமாளின் தேகத்தை நீவித் தசைகளைப் பலமாக உலுக்கிய போது குழந்தைப் பருவத்தில், கொச்சியிலிருந்து மடகாஸ்கருக் கான, சரக்குத் தோணி பயணத்தில் நிகழ்ந்த அசைவு பெருமாளின் நினைவுக்கு வந்தது. முதுகு வலியைக் குறைப்பதற்காக வாரியார் தந்த கறுப்பு லேகியம் பெருமாளின் நினைவுகளில் ஒரு துளையை உண்டாக்கி இருந்தது. துளை பெரிதாகிக் கொண்டிருக்கும் போது பெருமாள் தனது வாழ்க்கையின் மத்திய வயதை இழந்துகொண்டிருந்தான். சரக்குத் தோணிக்குள் துள்ளிவிழுந்த பறக்கும் மீன்கள் பெருமாளின் நினைவுக்கு வந்தன. அரபி களுடன் சேர்ந்து ஓர் அரிக்கேன் விளக்கைச் சுற்றி நின்று, ஜீரகம் வறுத்துப் போட்ட பிச்சைச் சோற்றை வாங்கித் தின்றதைக் கண்ணெதிரில் கண்டான். வாழ்க்கையின் துளை

பெரிதாகும்போதெல்லாம் அதனுடைய விளிம்புகளில் இருக்கும் இளமை புலப்படுகிறது.

மூன்று பகலும் மூன்று இரவும் நீண்டு நின்ற புயலுக்குப் பிறகு சரக்குத் தோணி ஒரு தீவின் கரையில் பழுதடைந்து ஒதுங்கியது. அதில் பக்கிரிப் பையன் மூஸ்ஸாவும் நனைந்த ஒரு கடற்காகமும் மட்டுமே இருந்தனர். காகத்தின் வயிற்றில் முட்டைகள் இருந்தன. அவை பொரிந்து கடல் காகங்கள் பெருகின. தீவின் நடுவில் காணப்பட்ட தூயநீர் தடாகத்திலிருந்து தண்ணீரைக் குடித்தும், காய்கனிகளைத் தின்றும் பக்கிரி பையன் வளர்ந்தான். பத்தாண்டுகளுக்குப் பிறகு தீவு முழுவதும் கடற்காகங்களால் நிறைந்தது. கடற்காகங்கள் சிப்பி இறைச்சியையும் நண்டுகளையும் தின்று அல்லும் பகலும் எச்சமிட்டுக்கொண்டிருந்தன. கடலில் துள்ளியெழும் மீன்களைக் கொத்தித் தின்று அவை மீண்டும் மீண்டும் எச்சமிட்டுக் கொண்டிருந்தன. அவ்வழியாக கடந்துபோன கப்பல்களிலிருந்து சமையற்காரர்கள் வீசியெறியும் எச்சில்களைத் தின்று தீவுக்குத் திரும்பிவந்து மீண்டும் எச்சமிட்டன.

மூஸ்ஸா அனுப்பிய செய்திகள் கிடைக்கப்பெற்ற பக்கிரிகள் ஐந்தாறு பேராக தீவுக்கு வரத் தொடங்கினார்கள். முதல் உலகப் போரின்போது காயலின் உட்பகுதியிலிருந்து குடிநீரை எடுப்பதற்காக வந்த ஒரு பிரிட்டிஷ் மாலுமி, காகத்தின் எச்சத்திலிருந்து பெருமளவு ஃபாஸ்போட்டை ஏற்றுமதி செய்யலாமென்று அறிவுரை கூறினான். அந்த மாலுமி ஒரு பழைய வரைபடத்தைக் காட்டி இத்தீவின் பெயர் முசூரி என்று பக்கிரிகளிடம் கூறினான். அன்று மூஸ்ஸாவுக்கு வயது இருபத்தி ஏழு. பக்கிரிகள் அவனை முசூரியின் முதல் பெருமாளாக ஆட்சியில் அமர்த்தினார்கள். மாலுமி லண்டனுக்குச் சென்று ஒரு கம்பெனியை நிறுவினான். எச்சத்தை அகழ்ந்தெடுப்பதற்கான குத்தகையை அவனது கம்பெனிக்கு வழங்கினான் பெருமாள். பறவைகளின் வயிற்றில் இருந்து முசூரியின் பொருளாதாரம் பெருகியது. பக்கிரிகளைப் பின் தொடர்ந்து சாவக்காட்டைச் சேர்ந்தவர்களும், வர்க்கலையைச் சேர்ந்தவர்களும் சில பாலஸ்தீனியர்களும் முசூரியை அடைந்தார்கள். எச்சம் நாட்டுடைமையாக்கப்பட்டபோது பெருமாளுக்கு வயது எண்பது. திவான் கேரளத்திற்குப் போய் வைத்தியர் ஈஸ்வர வாரியரைக் கூட்டி வந்தான். பெருமாள் முசூரிக்கான குடியேற்றத்தை நிறுத்தினான்.

வெந்நீரில் நனைத்த துவர்த்தால் பெருமாளின் சருமத்தின் பிசுபிசுப்பைத் துடைத்துவிட்டு வாரியார் எழுந்தார். பெருமாளின்

முதுகுக் கூன் கொஞ்சமாவது குறைந்துள்ளதா என்று மம்மது உற்றுப் பார்த்தான். ஒரு பக்கம் சாய்ந்து, காலை மடக்கி, கைகளை முன்னோக்கி மடக்கி பெருமாள் படுத்துக் கிடப்பதைப் பார்க்கும்போது பக்கிரிகளின் அரசனின் மய்யத்து 'ல' வடிவத்தில் ஆகிவிடுமோ என்று மம்மது வருந்தினான். ஆடையை அணிவித்து பெருமாளைத் தள்ளுவண்டியில் உட்கார வைத்தான் மம்மது.

"எல்லோரும் சுகமா?" அரண்மனைக்குள்ளிருந்து காதீர் உரக்கக் கத்துவதைப் பெருமாள் கேட்டான். சற்று நேர மௌனத்திற்குப் பிறகு காதீர் மறுபடியும் கத்தினான்: "ஜெய் மகாராஜா!"

காதீரின் நினைவுகளிலும் துளை விழுந்த, வாழ்க்கை இப்போது இளமை மட்டுமேயாகச் சுருங்கிவிடுமென்று பெருமாள் கருதினான். குழந்தைப் பருவத்தில் அவனுக்குப் பெருமாள் சொல்லித் தந்த கதைகளைக் காதீர் உரக்கச் சொன்னான். ஓணப்பண்டிகை காலத்தில் கொச்சி ராஜாவைக் காண்பதற்காகக் குன்றின்மீது அமைந்திருந்த அரண்மனைக்குப் போவதுண்டு. குழந்தையாக இருந்த பெருமாள் தங்களுடன் நெட்டூரிலிருந்து படகில் போன கதையை எத்தனையோ முறை கேட்ட பிறகும் காதீருக்குச் அலுப்புத் தட்டவில்லை. அரண்மனை வாயிலின் வெளியில் செம்பின் அரயனும் கரிங்ஙாச்சிரை தேவாலயத்தின் பாதிரியாரும் நெட்டூர் தங்களுக்காகக் காத்திருந்தார்கள். அவர்கள் மூவரும் ஓணப் பண்டிகை அன்பளிப்பாகத் தரப்பட்ட ஆடைகளை வாங்கிவிட்டுத் திரும்பும்போது பக்கிரிகள் அரண்மனையின் வாசலுக்குள் ஓடிவந்து நுழைவார்கள். மூத்தப் பக்கிரி உரக்கக் கூவுவான்: "ஜெய் மகாராஜா!" பக்கிரிகள் தோளில் போட்ட துணிமூட்டைகளிலிருந்து தபலாக்களை எடுத்து பூக்கோலத்தைச் சுற்றிக் கும்மியடித்து ஆடத் தொடங்கினார்கள். ஓண நாளில் வருகை தரும் மாவேலியை வரவேற்றுப் பாடும் ஓணப் பாட்டைப் பாடினார்கள்.

பூக்கோலத்தைச் சுற்றிலும் பக்கிரிகளின் கால்கள் வேகமடைந்தபோது பெருமாளுக்கு இருப்புக் கொள்ளவில்லை. "மம்மது, பல்லக்குத் தூக்கிகளைக் கூப்பிடு" கூறினான்.

பல்லக்கு சுமப்பது நிறுத்தப்பட்ட பிறகும் சிலகாலம் பல்லக்குத் தூக்கிகளுக்கு வேலை இல்லாமல் போனது. இப்போது பெருமாளின் நாற்காலியைத் தள்ளுவதுதான் அவர்களின் வேலை. மம்மது லிப்ட் மூலமாக பெருமாளைத் தரைத்தளத்திற்குக் கொண்டுவந்தான். தோட்டத்தில் பல்லக்குத் தூக்கிகள் காத்திருந்தார்கள். வட்டமான நடைபாதையில்

நாற்காலியைத் தள்ளத் தொடங்கியபோது பெருமாள் அலறி னான்: “வேகமாகப் போ, இன்னும் வேகமாக, சவங்களே.” மூளையில் தாளஒலி தொடர்ந்துகொண்டிருந்தது.

தன்னிடம் ஹெலிகாப்டர் இருக்குமானால் இப்போது வானத்தில் வட்டமிட்டுக் கொண்டிருக்கலாமென்று பெருமாள் கருதினான். நூறாவது பிறந்த நாள் பரிசாகத் தானாகவே பெற்றுக்கொண்டதுதான் சிவப்பு ஹெலிகாப்டர். முதல்முறை யாக ஹெலிகாப்டருக்குள் அமர்ந்து பெல்டை இறுக்கியபோது பெருமாளின் மனதில் தாளஒலி வலுத்தது. “வேகமாக, வேகமாக,” என்று பைலட்டை நோக்கிக் கத்தினான். ஒன்றிரண்டு மாதங்கள் கழிந்ததும் காயலின் நடுவிலிருந்த தீவு மசூதியில் தொழுகைக் காக மட்டும் தரையிறங்கும் சூழல் உருவானது.

ஆட்சியமைப்பு ஆகாயக் காட்சிகளுடன் ஒன்றியிருக்க வெகுநேரம் தேவைப்படவில்லை. ஒருநாள் பெருமாள் திவா னிடம், “மேலே இருந்து பார்க்கறப்ப நம்ம சாலைகளுக்கு எந்த அழகும் கெடையாது. வளைஞ்சு நெளிஞ்சு கோணல் மாணலாக” இருக்கு என்றான். வழிகளைச் சீராக்குவதற்காகத் தலைமைப் பொறியாளர் கட்டடங்களை இடித்துத் தள்ளினான்.

ஹெலிகாப்டர் தரையிறங்கும்போதும் உயரும்போதும் உண்டாகும் சிறிய சுழல்காற்றில் பறவைகள் அஞ்சின. சில சமயம் ஹெலிகாப்டரின் நீளமான விசிறிகளில் ரத்தக்கறை படிந்த இறகுகள் தென்பட்டன. பறவைகள் சலிப்படைந்தன. அவை முசூரியைவிட்டு வெளியேறத் தொடங்கின. எச்சத்தின் படிவங்கள் குறைந்து கடற்கரையின் மணல்துகள்கள் தென் பட்டன.

ஓணப் பண்டிகை நாளில் பெருமாள் காலையிலேயே ஹெலிகாப்டரில் ஏறினான்: “இன்னைக்கு ரொம்ப உயரத்துக்குப் போ பைலட்.” என்றான்.

ஹெலிகாப்டரிலிருந்து பார்க்கும்போது முசூரி வட்டமாகக் காட்சித் தருவதைப் பெருமாள் கவனித்தான். கடல்நுரைகள் நந்தியாவட்டம் பூக்களின் தோற்றம் தீவுக்கு எல்லை வகுத்தது. பின்னர் அரளிப்பூக்களின் நிறத்தில் அழிந்துகொண்டிருக்கும் எச்சங்களின் வட்டம். வீடுகள் மற்றும் சாலைகளின் பூவட்டங் கள். உள்காயலின் குழல்பூ வட்டம். அதனுடைய நடுவில் தீவின் மினார்கள். பந்தலாகப் படர்ந்த மசூதியின் மூக்குத்திப் பூ. மசூதி கோபுரத்தின் மீது பொருத்தப்பட்டுள்ள செம்பால் செய்யப்பட்ட பிறை நிலவு, பூந்துகள்களைப் போல மஞ்சள் நிறத்தில் காட்சியளித்தது. கீழே தென்பட்ட பூக்கோலத்தைக் கண்டபோது பெருமாள் உரக்கப் பாடினான்.

“ஜெய் மகாராஜா,” பக்கிரிகள் ஓடிப்போய் கொச்சி மகாராஜாவின் எதிரில் நின்றார்கள். பட்டாணி இஸ்லாமியரின் தலைப்பாகைகளுடன் ஓர் இம்மிகூடப் பிசகாமல் அவர்கள் கும்மியடித்து ஆடினார்கள்.

“சின்னப் பக்கிரிக்குச் சின்ன வேட்டி.” கொச்சி ராஜாவின் கையிலிருந்து ஓணப் பண்டிகைத் துணியைப் பெற்ற நினைவு எழுந்தபோது மூஸ்ஸா பக்கிரிக்கு உற்சாகம் பொங்கியது.

“ஹஜ்ஜுர் எண்ணெய் தீர்ந்திடுச்சு.” பைலட் தெரிவித்தான்.

“பேசாம வட்டம் சுத்துடா பயலே.” பெருமாள் ஆத்திர மடைந்தான்.

“ஹஜ்ஜுர் எண்ணெய் கொஞ்சமும் இல்ல.” பைலட் பெருமாளின் உத்தரவுக்குப் பணியாமல் ஹெலிகாப்டரை கீழே இறக்கத் தொடங்கினான். கட்டுப்பாட்டை இழந்த ஹெலிகாப்டர் ஒரு மைதானத்தில் நொறுங்கி விழுந்தது. எண்ணெய் குறைவாக இருந்ததால் தீப்பிடிக்கவில்லை. தூரத்தில் மக்கள் கூட்டமாக ஒதுங்கி நின்றிருந்தார்கள். நொறுங்கிய ஹெலிகாப்டரின் அடியிலிருந்து ரத்தம் பரவத் தொடங்கியது. அவர்கள் அடியெடுத்து நெருங்கி வந்தார்கள். மக்களின் தொண்டையிலிருந்து வெற்றி ஆரவாரம் முளைவிடத் தொடங்கி யது. சட்டென்று இடிபாடுகளின் நடுவிலிருந்து எழுந்து நிற்க முயன்றவாறு பெருமாள் தென்பட்டான். அவன் உயிருடன் இருப்பதையே எல்லோரும் விரும்புகிறார்கள் என்று நம்பிக் கொண்டிருந்தான். “பார்த்து நிற்காம வீட்டுக்குப் போங்கடா, நானும் என்னோட வாரியாரும் இருந்தால், இனியும் நூறு வருஷம் உயிரோட இருப்பேன்.” என்றான் பெருமாள்.

அடுத்த முறை அரசவை கூடியபோது எல்லோரும் தள்ளு நாற்காலியில் அமர்ந்திருந்தார்கள். பெருமாளின் நாற்காலியில் மட்டும் ரத்தினம் பதிக்கப்பட்டிருந்தது. திவான் முகவுரை இல்லாமல் பேசினான்: “ஹஜ்ஜுர் தனிப் பறவை அல்ல.”

“அவைகள் திரும்பிவரும்.”

“எச்சம் முழுவதுமாகத் தீர்ந்துவிட்டது.”

“ம்ம்.”

“ஹஜ்ஜுர், மக்கள் முசூரியைவிட்டு வெளியேறத் தொடங்கி விட்டார்கள். திவான் தெரிவித்தான். பெருமாள் எதுவும் பேசவில்லை. அடுத்த அரசவைக் கூட்டத்திற்கு முன்பாகவே திவானும் நாட்டைவிட்டு வெளியேறி விடுவான் என்று பெருமாளுக்குத் தெரியும்.

ஆரம்பத்தில் மக்கள் ரகசியமாகச் சரக்குத் தோணியில் ஏறி முஹூரியைவிட்டு வெளியேறத் தொடங்கினார்கள். ராணுவத்தினரும் போலீஸாரும் நாட்டைவிட்டு வெளியேறிக்கொண்டிருந்தபோது, வெளியேற்றம் பற்றிய தயக்கம் நீங்கியது. இரவு வேளையில் கடற்பரப்பின் மீது அரிக்கேன் விளக்குகள் அசைந்தாடுவதை உப்பரிகையிலிருந்து பெருமாள் கவனித்தான். நூற்றுக் கணக்கான நட்சத்திரங்களின் அஸ்தமனங்களைப் பார்ப்பதைப் போல பெருமாளுக்குத் தோன்றியது.

தோட்டத்தின் குலைவாழைகளும் அசோக மரங்களின் வரிசைகளும் பின்னோக்கி ஓடிக்கொண்டிருந்தன. தள்ளு நாற்காலிகள் பாய்ந்துகொண்டிருந்தன. பல்லக்குத் தூக்கி ஒருவன் சோர்வடைந்து புல்வெளியில் விழுந்தபோது அடுத்தவன் நாற்காலியைத் தூக்கினான். சட்டென்று பெருமாள் கூறினான்: "நிறுத்துங்கள்."

மம்மது அருகில் நெருங்கியபோது பெருமாள் கேட்டான்: "இன்னைக்கு வெள்ளிக்கிழமை ஆச்சே? நான் தீவு மஸூதியில் தொழுகை நடத்தணும்."

"ஹஜ்ஜூர் படகை ஏற்பாடு செய்யட்டுமா?"

"படகுக்கு வேகம் போதாது, பிஸ்மார்க் பந்தயத் தோணியை ஏற்பாடு செய்."

பெருமாள் படகுத்துறையை அடைவதற்குள் துடுப்புப் போடுபவர்கள் பந்தயத் தோணியில் தயாராக இருந்தார்கள். ஒரு நாற்காலியில் அமரவைத்து பெருமாளைப் பந்தயத் தோணிக்குள் வைத்தார்கள். துடுப்பைப் போடுபவர்கள் துடுப்பை இழுக்கத் தொடங்கியதும் சற்றுச் சாய்ந்து பின்னர் சீரடைந்தது. பிஸ்மார்க் பந்தயத் தோணி முன்னோக்கிப் பாய்ந்தது. பாடகர்கள் உரலை இடித்துப் பாடத் தொடங்குவதற்குள் பெருமாள் தாளம் தட்டத் தொடங்கினான். பெருமாள் உரக்கச் சொன்னான்: "வாழ்க மகாராஜா!"

"தித்தித்தை தித்தொ" – துடுப்புப் போடுபவர்கள் பதிலுக்குப் பாடினார்கள்.

காயலில் அங்குமிங்குமாக மிதந்த சிறுபடகுகளில் தூண்டில் போட்டுக்கொண்டிருந்த பக்கிரிகள் பந்தயத் தோணியை அலட்சியப்படுத்தினார்கள். ஒரு சிறு படகு பிஸ்மார்க் பந்தயத் தோணியின் எதிரில் வந்தபோது துடுப்புப் போடுபவர்கள் பந்தயத் தோணியின் வேகத்தை மட்டுப்படுத்தினார்கள். அதை

விரும்பாத பெருமாள் அலறினான்: "எதையும் பார்க்காம முன்னோக்கிப் போ." பந்தயத் தோணி இடித்து சிறுபடகு கவிழ்ந்தபோது பக்கிரி காயலில் மூழ்கினான். எருமைகள் நீந்தும்போது எழுவதைப் போன்ற பெரிய நீர்க் குமிழ்களைப் பந்தயத் தோணியின் விசிறிகள் உடைத்தன. துடுப்புப் போடுபவர் கள் ஆர்ப்பரித்தார்கள்.

காயலில் தூண்டில் போட்டுக்கொண்டிருந்த பக்கிரிகளும் பாடத் தொடங்கினார்கள். ஓணப் பூக்கோலத்தைச் சுற்றி வட்டமிட்டு மனம் நெகிழும் ராகத்தில் அவர்கள் பாடவில்லை. அவர்களின் சிறுபடகுகள் விலகிச் சென்று, ஏதோ துயரத்தில் இழைந்து பாடியவாறு பந்தயத் தோணியை இலக்காக்கிப் பாய்ந்தன.

வானத்திலிருந்து கீழ்நோக்கிப் பார்ப்பதற்குப் பெருமாள் நன்கு பழகியிருந்தான். பரந்த மேசையின்மீது கட்டெறும்பு களைப் போல ஒன்றும் இரண்டுமாக நகரும் சிறுபடகுகள் அன்னங்களின் தோற்றத்தைத் தந்தன. பின்னர் அவை அம்பு முனையைப் போல ஒன்றாக இணைவதையும் கவனித்தான். அம்புமுனை முன்னோக்கிப் பாயும்போது எதிர்ப்பக்கத்தி லிருந்து பந்தயத் தோணி, சாட்டையைப் போல பாய்ந்தது.

இடித்த வேகத்தில் சிறுபடகுகள்மீது மோதி பந்தயத் தோணி கவிழ்ந்தது. பக்கிரிகளின் விசிறிகள் பந்தயத் தோணியின் துடுப்புப் போடுபவர்களின் மீது விழுந்தது. பெருமாள் தண்ணீரில் கைகால்களை உதைக்காமல் அமர்ந்த நிலையிலேயே காயலின் அடிப்பகுதியில் அமிழ்ந்தான். மூன்று முறை மூழ்கியெழுந்த போது பெருமாளின் கண்ணெதிரில் முசூரியின் வரலாறு முன்னோட்டமாக, மின்னி மறைவதாகக் கவனித்துக்கொண் டிருந்தவர்கள் ஊகித்தார்கள். ஆனால் பெருமாள் அதையெல் லாம் யோசிக்கவில்லை. நாற்பது வருடங்களுக்கு முன்பு, காதீரின் உம்மா இறந்த பிறகு எந்தப் பெண்ணோடும் உறவுகொள்ள வில்லை என்பதைச் சட்டென்று நினைவுகூர்ந்தான். அவனறியா மல் பெண்கள் உண்டாக்கிய பலவீனமான ஓர் உடலுறவுத் தூண்டுதலில் பெருமாள் இறந்தான்.

பக்கிரிகள் பெருமாளின் பிணத்தைத் தொடுவதற்கு அஞ்சினார்கள். முடிவாக, முசூரியின் மூன்றாம் தலைமுறை யைச் சேர்ந்தவர்கள் ஒரு தடியின் உதவியால் பிணத்தைத் தூக்கி, ஒரு படகில் போட்டு கரைக்கு எடுத்து வந்தார்கள்.

"இதை இங்க படுக்கவைக்க முடியாது" – ஒரு பக்கிரி சொன்னான். அவர்கள் பிணத்தை ஒரு காருக்குள் போட்டுக் கடற்கரைக்குக் கொண்டு வந்தார்கள். ஒரு விரைவுப் படகில் பிணத்தை வைத்தார்கள்.

"வெச்சுட்டு இருக்காதீங்க. அந்த ஈஸ்வர வாரியார் இப்போ வருவார். சனியன் இன்னும் நூறு வருஷம் உயிரோட இருக்கும்." பக்கிரிகளில் ஒருத்தன் கூறினான்.

விரைவுப் படகை இயக்குவதற்காக ஓர் இளைஞன் கயிற்றை இழுத்தான். படகு வேகமடைவதற்குள் அவன் கரையில் குதித்தான். தொலைவில், கடலின் உயர்ந்து நிற்கும் திமிலைப் போன்ற அலைகளைக் கடந்து படகு கண்ணைவிட்டு மறைந்தது.

பத்து நாட்களுக்குப் பிறகு பெருமாளின் பிணம் கரை ஒதுங்கியது. வானத்தில் தோன்றிய ஓர் ஊசிமுனை பெரிதாகிப் பெரிதாகி சிறகுகளைப் பெற்று, ஒரு கடற்காகமாக மாறி அதனுடைய மார்பைக் குறிவைத்து அலறியது.

திருத்தம்

அணைந்த சிகரெட் பைப்பை வாயிலிருந்து எடுக்காமல் சுல்யாட் அலுவலக அறையின் ஜன்னல் வழியாகச் சாலையைப் பார்த்துக்கொண்டிருந்தார். வழக்கமான இரவு பத்து மணியின் சாலையைப் போன்றில்லாமல் அன்றைய தினம் வித்தியாசமாகக் காட்சி தந்தது. போக்குவரத்து கிட்டத்தட்ட உள்வாங்கி யிருந்தது. வேப்பர் விளக்குகளின் மஞ்சள் வெளிச்சம் வழக்கத்திற்கு மாறாகச் சோம்பல் கலந்த பிற்பகல் வெயிலைப் போலப் பிரகாசித்தது.

சிகரெட் பைப்பின் நசுங்கிய தண்டுப் பகுதியில் ஜுரத்தின் கசப்புத் திரவம் வழியத் தொடங்கியபோது சுல்யாட் பைப்பை மேசையின்மீது வைக்க மனமின்றி ஜன்னலைவிட்டு அகன்றார். எல்லா வரலாற்று நிகழ்வு களின் போதும் சுல்யாட்டுக்கு ஜுரம் உண்டாகும். 1947 ஆகஸ்ட் 14ஆம் தேதி இரவு, மலை ஜுரம் பாதிக்கப் பட்டுப் படுக்கையில் கிடந்தார். 103 டிகிரி காய்ச்சலில் காந்தி கொல்லப்பட்டார்.

“மல்லிக், நான் கிளம்பறேன். நல்ல ஜுரம்.” சுல்யாட் இன்டர்காமில் கூறினார்.

“சார்”, சற்று நேரம் வார்த்தைகளுக்காகத் திணறியபடி மல்லிக் சொன்னார்:

“சார், இன்றைய தலையங்கம்?”

“தலையங்கம்? அதை எழுதறதுக்குத்தானே விஸ்வ நாதனுக்குச் சம்பளம் தர்றாங்க?”

"இல்ல சார் இன்றைய தலையங்கத்தை நீங்களே எழுதிட்டா..."

"விஸ்வநாதன் எழுதினா போதும்," சுல்யாட் சகிக்க முடியாத ஜுரத்தில் உரக்கச் சொன்னார்.

"முதல் பக்கத்தை நீங்களே எழுதி... அடியில பேரை வெச்சு..."

"அதெல்லாம் வேண்டாம். விஸ்வநாதன் எழுதினாப் போதும். அதுவும் வழக்கமான நடுப்பக்கத்தில."

மல்லிக் போனை வைத்துவிட்டு அரை வட்டத்திலான தனது மேசையைச் சுற்றி அமர்ந்திருப்பவர்களைப் பார்த்தார். சுஹ்ராவைத் தவிர இரவுப் பணியில் இருக்கும் சகப் பத்திரிகை யாளர்கள் சாயங்காலம் முதல் மல்லிக்கின் எதிரில் அகதிகளைப் போலக் கூட்டமாக அமர்ந்திருந்தார்கள்.

சுஹ்ரா மட்டும் அவளது மேசையின் மீதுள்ள கணினியி லிருந்து கண்களை எடுக்காமல் அமர்ந்திருந்தாள்.

"கேட்டீங்களா? சீஃப் எடிட்டர் கெ.கெ. சுல்யாட் வீட்டுக்குக் கிளம்பறாராம். ஜுரம்."

"இன்னிக்கா?" சித்ரா ராமகிருஷ்ணன் நம்பிக்கையில் லாமல் கேட்டாள்.

"ஆமாம் இன்னைக்குத்தான்." என்றார் மல்லிக். "ஏன் அதுவும் இன்னைக்கு? சில மசூதிக் கோபுரங்கள் அயோத்தி யில விழுந்ததைத் தவிர இன்னைக்கு, கெ.கெ. சுல்யாட்டுக்கு என்ன முக்கியத்துவம் இருக்கு? சகப் பத்திரிகையாளர்களில் மூத்தவரான அபிஜித் ஸன்யால் சொன்னார். பழைய டைப்ரைட்டரைப் பயன்படுத்துவதைப் போல கணினியில் சுஹ்ரா பலமாகத் தட்டுவதைக் கேட்டபோது அபிஜித் மௌன மானார்.

"ஆமைக்கா?" விஜயன் கேட்டார்.

"ஆமை?" புதிதாகப் பணியில் சேர்ந்திருந்த சித்ரா ராம கிருஷ்ணன், சுல்யாட்டின் அந்தப் பெயரைக் கேள்விப்பட்ட தில்லை.

"அந்தக் கதவைத் திறந்து அடிக்கடி வெளியே நீட்டும் வழுக்கைத் தலையைத் தவிர, சுல்யாட்டோட உடம்பை இதுவரைக்கும் யாரும் பார்த்ததில்லை. அதனாலதான் ஆமைன்னு கூப்பிடறோம்." நகுல் கேல்கர் விளக்கினான்.

மல்லிக் இண்டர்காமில் பேசத் தொடங்கினார்: “விஸ்வ நாதன்ஜி, இது நியூஸ் எடிட்டர் மல்லிக். இன்னைக்கு எழுத வேண்டிய தலையங்கத்தை நீங்க எழுதினா போதும்னு நியூஸ் எடிட்டர் சொல்லிட்டார்.” மல்லிக் சுல்யாட்டைப் போல ஆக்ஸ்போர்டு உச்சரிப்பில் தொடர்ந்தார்: “தலையங்கம் உணர்வு களைப் பாதிக்கக்கூடியதாக இருக்கக் கூடாது. விவேகத்தோட தொனியைவிட்டு விலகி எழுதக் கூடாது. அப்புறம் எக்காரணத்தை முன்னிட்டும் இன்று இந்திய வரலாற்றின் கறுப்புத் தினம்னு எழுதக் கூடாது.”

“எதுக்காக ஆமை அப்படிச் சொன்னது?” மல்லிக் போனை கீழே வைத்தபோது விஜயன் வியப்புடன் கேட்டான்.

“நாளைக்கு எல்லாப் பத்திரிகைகளிலும் இந்த வரி இருக்கும். அதற்காக.” மல்லிக் சொன்னார்.

“ஆமையோட மொழிமீதான இந்த ஆளுமை ஆக்ஸ் போர்டுல இருந்து கெடைச்சதா இருக்கும்.” நகுல் கேல்க்கர் சற்றுப் புகழ்ந்துரைக்கும் தொனியில் சொன்னான்.

“உஸ், ஆமை.” கதவைத் திறந்து தலையை வெளியில் நீட்டும் சுல்யாட்டைக் கவனித்த விஜயன் எச்சரித்தான். விஜயனும் நகுலும் தரையில் சிதறிக் கிடக்கும் நியூஸ் பிரின்டின் துண்டுகளைப் பார்த்துக்கொண்டிருந்தார்கள். சித்ரா சிரிப்பை அடக்கச் சிரமப்பட்டுக் கொண்டிருந்தாள். அபிஜித், சுல்யாட் டின் முகத்தை வெறுப்புடன் பார்த்தார்.

“மல்லிக், முக்கிய செய்தியைச் சரிபார்த்துக்க. அந்தப் பிரின்ட் அவுட்டைப் பார்த்த பிறகுதான் கிளம்பணும்.” சுல்யாட் தலையை இழுத்துக்கொண்டார். நேராக ஜன்னல் எதிரில் இருக்கும் தனது வழக்கமான இடத்திற்கு நடந்தார். சாலையில் ராணுவத்தினரை ஏற்றிக்கொண்டு ஒன்றிரண்டு டிரக் வண்டிகள் கடந்து சென்றன. தொடர்ந்து நெற்றியில் சிவப்புக் கண்ணைப் பிதுக்கியபடி ஒரு போலீஸ் ஜீப்பும் கடந்துபோனது. சாலை வெறிச்சோடிக் கிடந்தபோது கிறுக்குத்தனமாக மணியடித்த வாறு ஒரு தீயணைப்பு வாகனம் சீறிப் பாய்ந்து சென்றது. சுல்யாட் உள்ளங்கையைத் தீர்க்கமாகச் சுவாசித்தபடி ஜுரத்தின் வெப்பத்தை அளக்க முயன்றார். குளியலறை அலமாரியிலிருந்து இரண்டு மாத்திரைகளை எடுத்து விழுங்கினார். கமோடியில் சிறுநீர் கழிக்கும்போது களைப்படைந்து சுவரைத் தாங்கிக் கொள்ள நேர்ந்தபோது சுல்யாட் தனது எழுபது வயதை முழுவதுமாக உணர்ந்தார். குளியலறையிலிருந்து திரும்பி ஜன்னலை நோக்கி நடக்கும்போது கணினியின் எதிரில் ஒரு நிமிஷம் நின்றார் சுல்யாட். அதற்குள் எழுத்துகள் பெருக்

கெடுத்துக்கொண்டிருந்தன. ஒலியெழுப்பக்கூடிய ஒரு மின்மினியின் பின்பகுதியைப் போல பச்சை வெளிச்சத்தில் கர்சர் துடித்துக்கொண்டிருந்தது. சட்டென்றுப் பின்புறம் ஆள் அரவத்தைக் கேட்டுத் திரும்பிப் பார்த்தார். ஓர் ஊழியர் முக்கியச் செய்தியின் பிரின்ட் அவுட்டை மேசைமீது பத்திரமாக வைத்துவிட்டுத் திருப்புவதை சுல்யாட் கவனித்தார். அதை ஒரு முறை வாசித்த பிறகு இன்டர்காமில் அவரது செயலாளரிடம் பேசினார்: "வண்டியைத் தயராக வைக்கச் சொல். நான் கிளம்பறேன்."

"சுல்யாட் கிளம்பிட்டார்." மல்லிக் மேசையைச் சுற்றிக் குழுமியிருந்த சக பத்திரிகையாளர்களைப் பார்த்துச் சொன்னார்.

"வர்றீங்களா, நாம கேன்டீனுக்குப் போய் டீ குடிக்கலாம்?" அபிஜித் ஸன்யால் மற்றவர்களைப் பார்த்துக் கேட்டார். அதைக் கேட்டதும் விஜயனும் நகுலும் சித்ராவும் எழுந்தார்கள். சித்ரா சுஹ்ராவின் அருகில் சென்று தோளில் கைவைத்துக் கேட்டாள்: "வர்றீயா டீ குடிக்கலாம்?"

சுஹ்ரா எதிர்பாராமல் அவர்களுடன் சேர்ந்துகொண்டதால் சற்று நேரம் யாரும் பேசவில்லை. தனியாக உட்கார மனமில்லாமல் எழுந்து ஸ்போர்ட்ஸ் எடிட்டரின் மேசையை நோக்கிப் போனார் மல்லிக்.

தரை தளத்திலுள்ள கேன்டீனை நோக்கி படியிறங்கும் போது குளிர் அடுக்குகளின் பாரம் அதிகரித்துக்கொண்டிருந்தது. சிமென்ட் போடப்பட்ட வெளிறிய தரையில் தேநீர்க் கறையும் சிகரெட் துண்டுகளை நசுக்கி அணைத்த கறுப்பு அடையாளங்களும் சிதறிக் காணப்பட்டன. ஒரு கண்ணாடி அலமாரியில் கொஞ்சம் பழைய சமோசாக்கள் பரிதாபமாக அடுக்கி வைக்கப்பட்டிருந்தன. மடக்கக்கூடிய ஸ்டீல் மேசையைச் சுற்றிலும் கிடந்த நான்கு நாற்காலிகளில் சித்ராவைத் தவிர எல்லோரும் அமர்ந்தார்கள். சித்ரா பக்கத்து மேசையிலிருந்து ஒரு நாற்காலியை இழுத்துப்போட்டு சுஹ்ராவின் அருகில் அமர்ந்தாள். அபிஜித் மிளகுத் தூள் வைக்கப்பட்டிருந்த பாட்டிலால் மேசையை ஓரிரண்டு முறை தட்டியபோது ஃபூல்சந்த் வந்தான்.

"ஃபூல்சந்த், அஞ்சு டீ வேணும்" என்றார் அபிஜித்.

"பாபுஜி, இன்னைக்கு நான் மட்டும்தான் இருக்கேன். விஷயத்தைக் கேள்விப்பட்டதும் எல்லோரும் அவசரமா வீட்டுக்குப் போயிட்டாங்க, கெடைக்கற சாமான்களை வாங்கறதுக்கு."

"அது எதுக்காக?" சித்ரா கேட்டாள்.

“அம்மா, ஊரடங்கு உத்தரவு அமல்படுத்திட்டா ஏழைங்க தான் ரொம்பவும் கஷ்டப்படுவாங்க.”

“ஃபூல்சந்த்ஜி ஏன் புறப்படலை?”

“நான் பனியாகிட்ட இருந்து கொஞ்சம் காசு கடன் வாங்கி, கேஷ் செக்‌ஷன்ல மேவாராம் கிட்டே குடுத்திட்டேன். இருபது கிலோ ஆட்டாவும் அரைச் சாக்கு உருளைக்கிழங்கும் வாங்கி வீட்ல குடுக்கச் சொன்னேன். கேன்டீனைப் பூட்டிட்டா நியூஸ் ரூம்ல இருக்கறவங்க சிரமப்படுவாங்க இல்லியா? வெளியே டாம்பாகளை மூடிட்டாங்க.”

ஃபூல்சந்த் சமையலறைக்குத் திரும்பினான். சற்று நேரத்தில் கேஸ் ஸ்டவ்வின் இரைச்சல் கேன்டீனில் பரவியது. நரையேறத் தொடங்கிய சுருண்ட முடியைக் கையால் கோதியபடி அபிஜித், சுஹ்ராவைப் பார்த்துக் கேட்டார்: “சுஹ்ரா இத்தனை நேரமா எதையும் பேசாம நிற்கறே?”

சுஹ்ரா தலையுயர்த்தி அபிஜித்தைத் தீர்க்கமாகப் பார்த்தாள். சற்று நேர மௌனத்திற்குப் பிறகு விஜயன் முகத்தில் சிரிப்பை வரவழைத்துக்கொண்டு சொன்னான்: “ஃபூல்சந்த்தும் கூட்டாளி களும் மளிகைச் சாமான்களை வாங்கறதுக்காக தலைதெறிக்க ஓடுறபோது அபிஜித் என்ன பண்ணினார் தெரியுமா? விவரத்தைக் கேள்விப்பட்டதும் ஸ்கூட்டர்ல போய் மூணு பாட்டில் ரம் வாங்கிட்டார். கடைகளை மூடிட்டா என்ன பண்ணறது?”

விஜயனைத் தனிமைப்படுத்திவிடக் கூடாது என்கிற எண்ணத்தில் சித்ரா மட்டும் தாராளமாகச் சிரித்தாள். அபிஜித் மேசையின்மீதிருந்த மிளகு பாட்டிலைச் சுழற்றியவாறு சொல்லத் தொடங்கினார். “நானொரு நடுராத்திரில பிறந்த கொழந்தை. ருஷ்டியோட ‘நள்ளிரவு குழந்தைகள்’ போல 1947இல் பிறந்தேன். கல்கத்தாவில் மதங்களைவிட்டு ஒதுங்கி, அறிவியல் முன்னேற்றத் தில நம்பிக்கை வெச்சு நேரு சிந்தனை சார்ந்த இளமைக்காலம். அம்மா ரவீந்திர சங்கீதம் நல்லாப் பாடுவாங்க. அது என்கிட்டே யும் சேர்ந்திடுச்சு. அறுபதுகள் ஆனபோது தாகூர் பீட்டில்ஸுக் காக வழிவிட்டார்.”

“பீட்டில்ஸா? அபிஜித் நீங்க பழமைவாதி. பீட்டில்ஸ் எங்க தலைமுறையைச் சேர்ந்தவங்களுக்கு கிளாசிகல் இசை.”

“சித்ரா, உன் தலைமுறை பிறக்கறதுக்கு முன்னாடி வியட்நாம்ல ஹோசிமின்னு ஒருத்தர் இருந்தார். ஸோர்போனில் சார்த்தர், லண்டனில் தாரிக் அலி, பெங்கால்ல சாருமஜும்தாரும் கனுஸன்யாலும் ஜங்கல்ஸந்தாலும். ஒரு கயிற்றுக் கட்டிலில் படுத்தபடி, ஆக்ஸிஜன் சிலிண்டரைச் சுவாசித்தபடி, சாருமஜும் தார் என் நெற்றியில் ஞானஸ்நான நீரைத் தெளித்தார். அன்று

ஐ.ஐ.டி கட்க்பூரில் இருந்ததால் தோள்பையைத் தூக்கி வர்க்கப் போராட்டத்தைத் நடத்தறதுக்காக நீண்ட தூரம் போகவேண்டி வரலை. பீகார் காடுகள் பக்கத்தில் இருந்தன. அப்புறம் தாக்குதல் காலம். சில தோழர்கள் காணாமப் போயிட்டாங்க. சந்திச்சவங்க பேசலை. சிலருக்குப் பைத்தியம் பிடிச்சிடுச்சு. மனப் பிறழ்வை யும் மரணத்தையும் தடுக்கறதுக்காகக் கொஞ்சம் சுயதுரோகம். கொஞ்சம் மதுபானம். கடைசியா கல்க்கா மெயில் ஏறி டில்லிக்கு வந்திட்டேன் . . .”

“என்னோட இளமைக்காலம் எளிமையா கழிந்தது. பம்பாயில் சிவாஜி பார்க் குழந்தைகளுக்கெல்லாம் கவாஸ்கர் ஆகணும்ங்கறதுதான் விருப்பம்” என்றான் நகுல்.

எல்லோரும் விஜயனைப் பார்த்தார்கள். விஜயன் தலை குனிந்தபடி சொன்னான்: “எனக்குச் சொல்றதுக்கு எதுவும் இல்ல. இப்போது நாம, காலரா பரவினபோது ஒரு சத்திரத்தில் அடைஞ்சு கெடக்கறவங்களைப் போல. டேக்கமரரன் கதை களைச் சொன்னவங்க.”

லேசாக இறக்கிய கார் கண்ணாடியின் இடைவெளியில் வீசிய குளிர் காற்றில் சுல்யாட்டின் ஜுரம் சற்றுத் தணிந்தது. திடுமென்ற தட்பவெப்ப நிலை மாற்றத்தில் அவரது காது நரம்புகள் அதிரத் தொடங்கின. டிரைவரின் தோளைத் தட்டி சுல்யாட் சொன்னார்: “பகதூர், வண்டியை டாக்டர் இக்பால் வீட்டுக்கு விடு. எனக்குக் கொஞ்சமும் முடியல.”

இக்பாலைப் பார்க்கும்போதெல்லாம் சுல்யாட்டுக்குத் தவிர்க்க இயலாமல் ஒரேயொரு நினைவு எழுவதுண்டு. இங்கிலாந்தில் தன்னுடன் படித்த மசூத், வெள்ளைத் துணியா லான சிறிய கூடாரத்திற்குள் சுன்னத் முடிந்து படுத்திருந்த தனது மூத்த மகன் இக்பாலை முதல் முறையாக அறிமுகப் படுத்திய நினைவு.

இக்பாலின் வீட்டு வராந்தாவில் வெளிச்சம் இல்லை. சுல்யாட் உள்ளே நுழைவதற்காக வாசலின் இரும்புக் கதவைத் திறக்கும் சத்தம் கேட்டு ஃபாரா வாசலுக்கு வந்து விளக்கைப் போட்டாள்.

“மகளே, இக்பால் இல்லியா?” சுல்யாட் கேட்டார்.

ஃபாரா எதுவும் பேசாமல் உள்ளே போனாள். சற்று நேரத்தில் இளம் நீல சல்வார் சூட் அணிந்த இக்பால் வெளியே வந்தார். அவரது தந்தையைப் போல முழு பட்டாணி இஸ்லாமியரின் தோற்றத்தில்.

“இக்பால், எனக்கு ஜுரம் அதிகமாயிடுச்சு. நீ கொஞ்சம் பார்.”

இக்பால் சுல்யாட்டின் நாக்கினடியில் தெர்மா மீட்டரை வைத்தார். அதன் உலோகச் சுவை வழக்கம்போலவே அன்றும் சுல்யாட்டுக்குப் புதுமையாக இருந்தது. ரத்த அழுத்தமானியைப் புஜத்தில் பொருத்திய இக்பால் காற்றை நிறைக்கத் தொடங்கிய போது சுல்யாட்டின் கை முழுவதுமாகச் சோர்வடைந்தது. சோதனையை முடித்துவிட்டு இக்பால் உள்ளே போனார். ஒரு சிரிஞ்ச் நிறைய வெள்ளைத் திரவத்துடன் திரும்பிவந்தார். ஊசியை ஏற்றும்போது சுல்யாட் கண்களை மூடிக்கொண்டார்.

"நாளைக்கு எல்லாம் சரியாயிடும்" என்றார் இக்பால். இக்பாலும் ஃபாராவும் அமைதியாக இருந்தார்கள். அதில் அவர்களுக்கு எந்த சிரமமும் இல்லையென்று உணர்ந்த சுல்யாட் எழுந்து நின்றார்.

"அங்கிள் நன்றி" ஃபாரா சொன்னாள்.

"நன்றி?"

"அங்கிள் மட்டும்தான் இன்னைக்கு நடந்த சம்பவத்தைப் பத்தி எதையும் குறிப்பிடாத ஒரேயொரு இந்து நண்பர். எங்களுக்கு நெருக்கமான மத்த இந்து நண்பர்கள் நேரிலேயும் போன்லேயும் எங்களுக்கு ஆறுதல் சொல்ல முயற்சி பண்ணி னாங்க. மரணத் துக்கம் விசாரிக்கறவங்க காட்டுற அதே மரியாதையோட."

சுல்யாட் கழுத்தைத் திருப்பி இக்பாலையும் ஃபாராவை யும் பார்த்துக் கேட்டார்: "குழந்தைகளே, என்று முதல் நான் உங்களுக்கு இந்து ஆனேன்?"

இக்பால் கார் கதவைத் திறந்து தந்தார். குளிர் காலம் என்பதால் பகதூர் காரை ஏற்கனவே ஸ்டார்ட் செய்து வைத்திருந் தான். இக்பாலையும் ஃபாராவையும் பார்த்துக் கையசைத்து விட்டு பகதூரிடம் சொன்னார்: "வண்டியைத் திரும்பவும் ஆபீசுக்கு ஓட்டிட்டுப் போ."

நியூஸ் ரூம் தூக்கக் கலக்கத்திலிருந்து விடுபட்டு பத்திரிகையை வெளியில் கொண்டு வருவதற்கான இறுதித் தாவலுக்குத் தயாராக இருந்தது. மல்லிக் பல தடவை பிரஸ்ஸுக்குப் போய்த் திரும்பி வந்தார். சுஹ்ராவைத் தவிர மூன்று சகப் பத்திரிகையாளர்களும் இறுதிச் செய்தியைப் பதிந்து எடுப்பதற்காக டெலக்ஸ் மற்றும் ஃபாக்ஸின் எதிரில் கூடியிருந்தார்கள்.

"விஸ்வநாதனோட தலையங்கம் ஆறின மாதிரி இருக்குது இல்ல?" விஜயன் கேட்டான்.

“ஆமைக்கு அதுதானே தேவை? விவேகத்தோட தொனி” என்றார் அபிஜித்.

“ஆமை இப்ப நல்லாத் தூங்கிட்டு இருக்கும்.” சித்ரா சிரித்துக்கொண்டே சொன்னாள்.

“மல்லிக்,” நியூஸ் ரூமில் திடீரென்று சுல்யாட்டின் குரல் ஒலித்தது. உதட்டில் பைப்புடன், நீண்டு நிமிர்ந்து, கம்பீரமான காலடியுடன் நியூஸ் ரூமை அளக்கும் சூட் அணிந்த கிழவன் தான் சுல்யாட் என்பதைச் சித்ராவால் நம்ப முடியவில்லை. விளையாட்டுச் செய்திப் எடிட்டரும், பொருளாதார எடிட்டரும் சீஃப் எடிட்டரை நியூஸ் ரூமில் முதல் முறையாகப் பார்த்த பதற்றத்தில் எழுந்து நின்றார்கள். மறுநாள் பத்திரிகைக்காகப் பொருத்தமற்ற கார்ட்டூனை வரைந்து தோற்றுப்போன கார்ட்டூனிஸ்ட், கிழித்தெறிந்த காகிதக் குவியல்களில் நடுவிலிருந்து களைப்புற்ற கண்களுடன் மல்லிக்கின் மேசையை நோக்கிப் போனான். காகிதத்தைச் சுருட்டிப் பிடித்துத் தன்னை நோக்கி வரும் சுல்யாட்டை மல்லிக் வியப்புடன் பார்த்தார். சுஹ்ரா மட்டும் நாற்காலியைவிட்டு எழவில்லை. கீழே அச்சகத்தில் இயந்திரங்கள் தொலைதூர மலைகளில் பருவமழை தொடங்குவதைப் போல முணுமுணுத்துக்கொண்டிருந்தன.

“மல்லிக், யார் முக்கியச் செய்தியோட தலைப்பைக் குடுத்தது?”

பிரின்ட் அவுட்டை மல்லிக்கின் மேசையின்மீது எறிந்து சுல்யாட் கேட்டார். சுஹ்ராவைத் தவிர மற்ற எடிட்டர்கள் மல்லிக்கின் மேசையைச் சுற்றிலும் கூடினார்கள்.

“மல்லிக், ஏன் எதுவும் பேசமாட்டேங்கறே? யார் இந்தத் தலைப்பைக் குடுத்தது?” மல்லிக் திகைப்பில் எதுவும் பேச முடியாமல் நின்றார்.

“அது யாராக இருந்தாலும் சரி, இனிமேல் இந்தப் பத்திரிகையில வேலை பார்க்க வேண்டாம்.” சுல்யாட்டின் உதடுகள் ஆத்திரத்தில் நடுங்கத் தொடங்கின. அதற்குள் சுஹ்ராவும் மற்றவர்களும் மல்லிக்கின் மேசையைச் சுற்றிக் குழுமிவிட்டார்கள்.

சுஹ்ரா தலைகுனிந்து கூறினாள்: “நான்தான் சார்.”

சுல்யாட் சற்று நேரம் எதுவும் பேசவில்லை. பைப்பை ஓரிரண்டு முறை பலமாக இழுத்துவிட்டு, விஜயனிடம் மேசை மீது கிடக்கும் செய்தியை எடுத்துத் தருமாறு சைகை காட்டினார். சுல்யாட் சுஹ்ராவின் அருகில் சென்று அவளது உச்சந்தலையைத் வருடியபடி கூறினார்: “சுஹ்ரா, ஒரு பென்சிலைக் குடு.”

மல்லிக் மேசையின்மீது கிடந்த பால் பாயிண்ட் பேனாவை சுல்யாட்டிடம் கொடுத்தார். சுல்யாட் எல்லோரையும் பார்த்துக் கூறினார்: “நான் மான்செஸ்டர் கார்டியனில் பத்திரிகைப் பணியைத் தொடங்கறபோது வேல்ஸ் நாட்டுக்காரனான கிழவன் அடிக்கடி சொல்வான்: நீல நிற பென்சில்தான் பத்திரிகை அதிபர்களோட ஆயுதம். நீலப் பென்சில்களின் வம்சத்தை அழித்த இந்தப் பேனாவை, இந்த ஆயுதத்தை, நான் இன்னைக்குச் சரியாகப் பயன்படுத்துவேன்.”

சுல்யாட் குனிந்து நின்று சுஹ்ரா கணினியில் தட்டச்சு செய்து, மேசைமீது பரப்பி வைத்திருந்த ‘தர்க்கா மந்திர் தகர்க்கப்பட்டது’ என்ற தலைப்புச் செய்தியின் முதல் வார்த்தையை உளியால் செதுக்குவதைப் போல பேனாவை இறுக்கிப் பிடித்து பல தடவை அடித்தார். பின்னர் நடுங்கும் கைகளால், பார்க்கின்ஸனிசத்தின் அறிகுறி படிந்த பெரிய எழுத்துகளால் திருத்திய வார்த்தையின் மீது எழுதினார்: ‘பாப்ரி மஸ்ஜீத்.’

சுஹ்ராவின் பெரிய கண்களில் இருந்து கண்ணீர்த் துளிகள் சரம் சரமாக வழிந்தன. அவள் சுல்யாட்டைப் பார்த்துக் கூறினாள்: “நன்றி சார்.”

ஜுரத்தின் இன்னொரு கொந்தளிப்பின் காரணமாகத் தலையைக் கவிழ்த்தபடி நடந்து அறைக்குள் பிரவேசித்துக் கதவைச் சாத்தும் சுல்யாட்டை நியூஸ் ரூமில் இருந்தவர்கள் அசையாமல் பார்த்துக்கொண்டிருந்தார்கள்.

மாலுமியின் மகள்

நீண்ட இடைவேளைக்குப் பிறகு மாளவிகா எங்கள் வீட்டில் தங்குவதற்காக வந்தபோது எனக்கும் தெல்மா வுக்கும் ஆறுதலாக இருந்தது. நாங்கள் வெவ்வேறு மதத்தைச் சேர்ந்தவர்கள் என்பதால் உறவினர்களில் யாரும் எங்கள் வீட்டுக்கு வருவதில்லை. அடுக்கு மாடிக் குடியிருப்பு வாழ்க்கை ஏற்றத்தாழ்வுகளில்லாமல், தெல்மா வின் வார்த்தைகளில் சொல்வதென்றால் 'இறந்தவனின் ஈசிஜியைப் போல, நீண்டுகொண்டே சென்றது.' நாங்கள் வார நாட்களை டி.வி. தொடர்களின் மூலமாக அறிந்து கொண்டோம். குளியலறை மூலையில் அழுக்கடைந்த துணிகள்கூட மாற்றமின்றிக் கிடந்தன. ஒருநாள் விட்டு ஒருநாள் தெல்மாவின் அதே வெள்ளைப் புள்ளிபோட்ட நைட்டியும், எனது கோடுபோட்ட சங்கு மார்க் லுங்கி யும். அவ்வப்போது மாளவிகாவின் அடர் சிவப்புநிற டி சர்ட்டும் நீலநிற ஜீன்சும். அந்தத் துணிக் குவியலை உலுக்கியபடி புகுந்து செல்வது எனக்கு மகிழ்ச்சியளித்தது.

எங்கள் வீட்டிலிருந்து மூன்று கிலோ மீட்டர் தூரத்தில் மாளவிகா தனது தந்தையுடன் வசித்து வந்தாள். அவ்வப்போது மட்டுமே அவள் எங்களைப் பார்க்க வருவாள். ஊரில் தெல்மாவும் மாளவிகாவும் பக்கத்து வீட்டுக்காரர்கள். ஒரே பள்ளிக்கூடத்தில் இருவரும் சிறிது காலம் படித்தார்கள். மாளவிகா பள்ளியில் படித்து கொண்டிருந்த நாட்களில் தெல்மாவிடம் சொல்லும் ஒரு விஷயத்தை அவளைச் சந்திக்கும்போதெல்லாம் நான் நினைவுகூர்வதுண்டு. ஒரு விடுமுறை நாளில் மாலுமி யான தனது தந்தையுடன் அமைதிக் கடலில் பிரயாணம் செய்துகொண்டிருக்கும் வேளையில், பூமியின் பெரும்

பகுதியில் தேங்கிக் கிடக்கும் மௌனத்தைப் பற்றிய உணர்வு மாளவிகாவுக்கு எழுந்தது. அதன் பின்னர் பூகோள வரை படத்தைப் பார்க்கும்போதெல்லாம், அதில் நிறம் தீட்ட மறந்து போன மௌனத்தின் பெரும் கரையைப் பற்றிய சிந்தனை அவளிடம் எழுவதுண்டு.

விடுமுறை நாட்களில் மாளவிகா வரும்போது பகல் முழுவதும் தெல்மாவும் அவளும் பேசிக்கொண்டிருந்தார்கள். அவர்கள் பேசும் விஷயங்களைப் பற்றிய நினைவுகளும், ஓவிய ஞானமும் இல்லாத நான் படுக்கையறையில் முடங்கினேன்.

இரவு உணவுக்குப் பிறகு தெல்மா சமையலறையைச் சுத்தப்படுத்தத் தொடங்கினாள். நான் வழக்கம்போல பால்கனி யில் நாற்காலியில் அமர்ந்து இரவைப் பார்த்துக்கொண்டிருந் தேன். சாலையில் கார்களின் நேரம் முடிந்துவிட்டது. இனிப் பெரிய டிரக்குகள் ஊர்ந்து செல்லத் தொடங்கும். தூரத்தில் பவர் ஸ்டேஷன்களின் உலைகளிலிருந்து இருண்ட ஆகாய விளிம்புகளில் சிவப்பு கலந்த மஞ்சள் வெளிச்சம் படர்வது நிரந்தரக் காட்சியாக இருந்தது. இருப்பினும் நான் அதிலிருந்து கண்களை எடுக்கவில்லை.

"ஒரு சிகரெட் தா." மாளவிகா பின்னால் நின்றபடி கேட்டாள்.

"நீ இத்தனை நாள்கள் டில்லியில்தான் இருந்தியா?" நான் சிகரெட் பெட்டியை நீட்டியபடி கேட்டேன்.

"இல்லை. அன்னமரியாகூட சுத்தித் திரிஞ்சுட்டிருந்தேன். ரயில்ல அவளுக்கு இந்தியாவைக் காட்டிக் குடுக்கறதுக்காக."

"அன்னமரியா?"

"கொஞ்சம் காலமா அவள் என்கூட தங்கி இருக்கிறாள். ஃபிரான்சில் அறிமுகமானவள். இங்கிலீஷ்காரி."

"நீ அதிகமா புகைப்பிடிக்கறே." நான் கண்டிக்கும் குரலில் சொன்னேன்.

"புகைப்பிடிக்கறதை நிறுத்தறதுக்காகத்தான்."

"புரியலையே."

"புகைக்கறதை நிறுத்தறதும் சிகரெட் புகைப்பதைப் போல எனக்கு இதம் தர்ற விஷயம்தான். அடிவயித்துல குமட்டல். அந்த உதடு வறட்சி. அப்புறம் நரம்புப் புகைச்சல். ச்சே. ஆவி விலகிய மாதிரியான நிம்மதி." மாளவிகா கண்களை மூடி காமத்தில் மூழ்குவதைப் போலச் சொன்னாள்.

என்னால் சிரிக்க முடியவில்லை. ஃபெர்னஸ்களின் எலுமிச்சை வெளிச்சம் கலந்த ஆகாயத்தைச் சுட்டிக்காட்டி மாளவிகா கூறினாள் "ஒரு ரெம்ப்ராண்ட் ஓவியத்தோட வானம்."

"ரெம்ப்ராண்ட் வானம்? நீ கொஞ்சக் காலம் பாரிஸில் ஓவியம் வரையக் கத்துகிட்டு இருந்தேதானே?"

"அஞ்சாறு வருஷம். அதுக்குள்ளே நானொரு உருப்படாத ஓவியர்னு தெரிஞ்சது." எத்தகைய சமரசத்திற்கும் இடம் தராத மாளவிகா அதைச் சொன்னபோது நான் தற்கொலையைப் பார்ப்பதைப் போல நிம்மதியிழந்தேன்.

மாளவிகா, பால்கனியிலிருந்து தெரியும் பக்கத்துக் கட்டடங்களில் தூங்கப் போவதற்கு முந்தைய வாழ்க்கைகளின் அச்சாணி கழன்று வருவதைக் கூச்சமில்லாமல் பார்த்துக்கொண்டிருந்தாள். அவள் பால்கனியின் பாதி மதில்மீது சாய்ந்து நின்று கூறினாள்: "அந்த ஃபிளாட்டைப் பார்த்தீங்களா? அங்கே கணவனுக்கும் மனைவிக்கும் சண்டை. மனைவி எப்பவும் குளியலறைக்குப் போவாள்."

"அதுக்காக? வெறும் வயிற்றுப்போக்காக இருக்கலாமே?"

"இல்ல. குளியலறைக்கு மெதுவாகப் போற அந்த நடை வெறும் வயிற்றுப்போக்கு அல்ல. மனைவிகள் அடிக்கடி குளியலறைக்குள்ள ஒளிஞ்சுகிட்டா அந்தக் கல்யாணம் சிக்கல்ல இருக்குதுன்னு அர்த்தம்."

நான் சத்தமில்லாமல் சிரித்தேன். உற்சாகமடைந்த தெம்பில் மாளவிகா பக்கத்துக் கட்டடங்களின் வாழ்க்கைக் கதைகளைத் தொடர்ந்தாள். "அந்த ஃபிளாட்ல மூம்மூர்த்திகளைக் கவனிச்சீங்களா? கணவன், மனைவி, அவங்ககூட பரிசுத்த ஆத்மாவான கணவனோட அம்மா. கணவன் அம்மாவோட பேச்சுக்குக் கட்டுப்பட்டு நடக்கிற கையாலாகாதவன். மனைவியை அடிக்கடி பார்க்கறதே பாவம்னு நெனைக்கிறவன். மனைவி படுக்கையறைக்குக் கிளம்பறா. அவன் படுக்கையறைக் கதவு பக்கத்தில தயங்கி நின்னு கேட்கிறான்: 'அம்மா, நானும் படுக்கைக்குப் போகட்டுமா?' அம்மா பணிவா சொல்றாள்: 'அதுக்கென்ன மகனே.' மகன் கேட்கிறான்: 'அம்மா, கதவைச் சாத்தட்டுமா?' 'ஓஹோ.' மேலும் தைரியம் கிடைத்த அவன் ஒரே மூச்சில்: 'அம்மா, அதைப் பண்ணட்டுமா?' அம்மா: 'அது மாத்திரம் வேண்டாம் மகனே. இந்த மாசம், இதுக்குள்ளே நாலு தடவை ஆயிடுச்சு இல்லையா? இப்படிப் போனா மகனோட கூம்பு அழுகிப்போயிடும்.'"

அம்மா, மகன் இருவரின் நடவடிக்கைகளை நடித்துக் காட்டியபடி இவற்றையெல்லாம் கூறினாள் மாளவிகா. நான் சமையலறைக்குச் சென்று தெல்மாவிடம் கதை முழுவதையும் விவரித்தேன். அவளும் வயிற்றைப் பிடித்துக்கொண்டு சிரித்தாள். சற்று நேரம் கழிந்து பால்கனிக்குத் திரும்பியபோது மாளவிகா வின் கதைக் கருக்களைச் சுருக்கியபடி பல ஃபிளாட்களில் விளக்குகள் அணைந்திருப்பதைக் கண்டேன். சில கட்டடங்கள் முழுவதுமாக இருட்டுக்குள் அமிழ்ந்தன. இறுதியாக, எங்கள் கட்டடத்தின் நேர் எதிரில் இருந்த பத்து மாடிக் கட்டடத்தின் நடுவில் ஒரு ஜன்னல் மட்டும் அறுபது வாட்ஸ் பிரகாசத்தில் ஒளிர்ந்தது.

"அதுதான் ரில்கெவின் வீடு" என்றாள் மாளவிகா.

"ரில்கெ? எந்த ரில்கெ? கவிஞர்? அவர் இறந்துபோய் எத்தனையோ காலம் ஆயிடுச்சே?"

"கவிஞர் அல்ல. கவிஞரின் இளைய சகோதரர். வில்ஹெம் ரில்கெ. கவிஞரின் பெயர் ரேய்னர் மரியா. வில்ஹெம் பெர்லினில் படிக்கும்போது ஹிட்லரின் ஆளாக இருந்தார். அவர் இளம் நாஜிப்படையில் சேர்ந்தார். பின்னர் படிப்படியாக வளர்ந்து ஹிட்லரின் வலது கையாக மாறினார்."

"இதையெல்லாம் நீ எங்கிருந்து படிச்சே?" வேறொரு அங்கதத்தின் எதிர்பார்ப்புடன் நான் கேட்டேன்.

"எனக்கு எல்லாம் தெரியும். வில்ஹெம் இங்கு எதற்காக வந்திருக்கார்னும் எனக்குத் தெரியும்."

"எதுக்காக?"

"என்னை வேட்டையாட." மாளவிகா சட்டென்று மௌன மானாள். எனக்கு மயிர்க்கூச்செரிந்தது.

மாளவிகா தொடர்ந்தாள் "யுத்தம் முடிஞ்சதும், பல நாஜி போர்க் குற்றவாளிகளைப் போல வில்ஹெம் அர்ஜென்டினா வில் அடைக்கலம் புகுந்தார். இப்போ அவருக்கு வயது தொண்ணூறு. அவருக்கு என்னைக் கொல்லணும்."

"உன்னை அவர் எதுக்காகக் கொல்லணும்?"

"யேசுவுக்கும் எனக்குமான தொடர்பு அவருக்குத் தெரியும். இடைத்தரகர்கள் இல்லாமலேயே நான் யேசுகிட்டே பேசுவேன். அதுல நாஜிகளுக்கு விருப்பம் கெடையாது. நான் இங்க தங்க வருவேன்னு முன்கூட்டியே தெரிஞ்சுட்டு அந்த ஃபிளாட்ல தங்கியிருக்கார். அங்கேர்ந்து அவர் என்னைப் பார்த்து யுரேனியம்

கதிர்களைப் பாய்ச்சுறார்." மாளவிகா உள்ளே சென்று ஒரு டம்ளரில் சிறிது ஐஸ் கட்டியை உடைத்துப் போட்டு விஸ்கியை ஊற்றித் திரும்பி வந்தாள். பனிக்கட்டியின் மீது தண்ணீர் சேர்க்காத விஸ்கி அந்திப் பொழுதைப் போல கிடப்பதைச் சிறிது நேரம் நாங்கள் பார்த்துக்கொண்டிருந்தோம்.

"வில்ஹெம் ரில்கெதான் கவிஞர் ரில்கெவைக் கொன்றவர். தனது சகோதரரை. ரேய்னர் எப்படி இறந்தார்னு உங்களுக்குத் தெரியுமா?"

"உம். ரோஜா செடியோட முள் பட்டு."

மாளவிகா ஒரே மூச்சில் மதுவைக் குடித்துவிட்டு உதட்டைத் துடைத்தபடி கேட்டாள்: "உங்களுக்குப் பைத்தியமா? ரோஜா செடியோட முள் பட்டு யாராவது செத்துப்போவார்களா? வில்ஹெம் முள் மேலே யுரேனியம் தைலத்தைத் தேய்த்திருந்தார். அந்தத் தந்திரத்தை என்கிட்டேயும் உபயோகப்படுத்தினார். அவர் என் தேநீரில் யுரேனியத்தைக் கலந்தார். ஆனால் யேசு எனக்கு அரணாக இருந்தார். அடிக்கடி எனக்கு விவரம் தந்து கிட்டிருந்தார். அதற்குப் பிறகுதான் இந்தக் கதிர் பாய்ச்சல்." மாளவிகாவின் குரல் வெகு சன்னமாக ஒலித்தது. அவள் முணுமுணுத்தாள். "யேசு இல்லாமப் போனால் நானில்லை . . . நீங்க கிறிஸ்தவச்சியைக் கல்யாணம் பண்ணிக்கிட்டது நல்லதாப் போச்சு."

நான் தெல்மாவைத் தேடிப் படுக்கையறைக்குப் போனேன். தெல்மா தூங்கிவிட்டாள். படுக்கையறையின் விளக்கை அணைத்த போது சட்டென்று தனிமையை உணர்ந்தேன். திரும்பிப் பால்கனியை அடைந்தபோது மாளவிகா நாற்காலியில் காலைத் தூக்கிவைத்து அச்சத்தில் சுருண்டு படுத்துக் கிடப்பதைக் கண்டேன். நான் அவளைத் தட்டியெழுப்பிப் படுக்கையறைக்குக் கூட்டிப் போனேன். படுத்த பின்பும் அவள் எலும்பு துருத்திய கையால் என்னை இறுகப் பற்றிக்கொண்டிருந்தாள். உறக்கத்தில் ஆழ்ந்த பிறகே அவளது கை கீழே நழுவியது.

மறுநாள் காலையில் கொந்தளிப்பு அடங்கிய கடல்போல மாளவிகா அமைதியாகக் காணப்பட்டாள். காப்பியைப் பருகும் போது தெல்மா கேட்டாள்: "எப்ப முதல் உனக்கு இது தொடங்கி யது? ராகவன் எல்லாத்தையும் சொன்னான்."

"எதை?" என்னை வெறித்தபடி மாளவிகா கேட்டாள்.

"இது . . . இது . . . இந்தப் பயம்." தெல்மா சிரமத்துடன் விளக்கினாள்.

மாளவிகா சற்று நேரம் எதையும் பேசவில்லை. "பாரீஸ்ல தான் முதலில் நோய் தொடங்கியது. ஆறு மாசம் சிகிச்சையில இருந்தேன். பிறகு எல்லாம் பழைய மாதிரி ஆயிடுச்சு. சமீபத்தில எனக்கு மறுபடியும் கதிர்ப் பாதிப்பும், சமிக்ஞைகளும் கெடைக்கத் தொடங்கிடுச்சு."

"நீ டாக்டர் யாரையாவது பார்க்கறீயா?" தெல்மா கேட்டாள்.

"ஆமாம். மாலினியை. என்னோட மனநல மருத்துவர். டில்லியில் இருக்கும்போது எல்லா புதன்கிழமையும் சாயங் காலம் நான் மாலினியைச் சந்திப்பேன். ஒரு மணிநேரத்துக்கு இருநூறு ரூபாய். என் மனசில இருக்கறதை எல்லாம் அவங்க கிட்டே சொல்வேன். கறுப்பு ஃபிரேம் போட்ட மூக்குக் கண்ணாடிக்குள்ளே இடுங்கின பெங்காலி கண்களை மூடி மாலினி நான் சொல்வதையெல்லாம் கேட்பார்."

"மருந்து எதையாவது சாப்பிடுறீயா?" அந்த அதிகாலை யில் நான் முதல் முறையாகப் பேசினேன்.

"சில மாத்திரைகளைச் சாப்பிடறேன். ஆனா பேசுவதுதான் முக்கிய சிகிச்சை."

காலை உணவுக்காக உட்கார்ந்தபோது மாளவிகா தனது குழந்தைப் பருவத்தைப் பற்றி டாக்டர் மாலினியிடம் கூறிய விஷயங்களை எங்களிடம் விளக்கினாள்:

"என் அப்பாகிட்டே நெறைய ஸ்டாம்புகள் இருந்தது. பல வகையான ஸ்டாம்புகள். சாம்பல் நிறத்தில் லிங்கனோட, கவலைபடிந்த முகம் அச்சடிக்கப்பட்ட பத்து சென்ட் அமெரிக்க ஸ்டாம்புகள். எலிசபெத் ராணியோட உலோபித்தனமான முகபாவத்தைக் கொண்ட யு.கே. ஸ்டாம்புகள். அடிக்கடி தென்படற, பளிச்சிடும் நிறத்தில் அதிர்ச்சியூட்டுற புதுப் பணக்கார நாடுகளோட ஸ்டாம்புகள். தேகாவோட உருவம் பதித்த சவுதி ஸ்டாம்ப். ஹோகார்த்தோட நண்டு விற்பவளின் படம் போட்ட ஸ்டாம்ப் . . ."

மாளவிகாவின் அப்பா மெர்சன்ட் நேவியில் மாலுமியாக இருந்தார். ஏழு வயதில் அவளது அம்மா இறந்தாள். மாளவிகாவை ஊரில் தாத்தாவுடன் தங்கவைத்து அப்பா கப்பலில் வசித்து வந்தார்.

"எல்லாத் துறைமுகங்கள்ல இருந்தும் அப்பா எனக்கு கடிதம் எழுதுவார்." மாளவிகா தொடர்ந்தாள்: "ஒரே விஷயங்கள். தாத்தாவையும் பாட்டியையும் தொல்லைப்படுத்தாதே. உனக்கு என்ன பொருட்கள் வேண்டும்? ஒரு மாலுமிகிட்டே எத்தனை

எத்தனை சம்பவங்கள் சொல்ல இருக்கும்! ஆனால் எனக்கு வர்ற கடிதங்கள் எல்லாம் ஒரே நடையில இருந்தன. கடைசியா நான் எழுதினேன்: அப்பாவின் கடிதம் கிடைத்தபோது எனக்கு மகிழ்ச்சி. எத்தனை எத்தனை ஸ்டாம்புகள். வகுப்பில் எந்தக் குழந்தையிடமும் இவ்வளவு பெரிய ஸ்டாம்ப் கலெக்ஷன் இல்லை."

மாளவிகாவின் அப்பா கடிதம் எழுதுவதை நிறுத்தினார். பதிலாக ஸ்டாம்புகள் ஒட்டப்பட்ட காலி உறைகளை அனுப்பத் தொடங்கினார்.

"நான் உறைகளைத் திறந்து வீட்டுத் தோட்டத்து பலா மரத்தடியில் உட்கார்ந்து வாசனையை முகர்ந்து பார்ப்பேன். உறைக்குள் இருக்கறது சிட்னி துறைமுகத்தோட காற்றுன்னு நெனைச்சுக்குவேன். சில சமயம் ஹாங்காங் நூடுல்ஸ் வாசனை. சில சமயம் அப்பா பூசுற ஆப்டர் ஷேவ்வோட வாசனை. அப்போது நான் வாய்விட்டு அழுவேன்."

சாயங்காலத்திற்குள் மாளவிகா மிகுந்த மன உளைச்சலுக்கு ஆளாவதை நாங்கள் கவனித்தோம். அறைகளில் இருந்து அறைகளுக்கு நடந்தாள். எங்கள் ஃபிளாட்டின் எதிரிலுள்ள பத்தடுக்குக் கட்டடத்தை ஓரக் கண்ணால் பார்த்தபோதுதான் மாளவிகாவின் புனுகுப் பூனை பாய்ச்சல் நிறைவடைந்தது. இரவு எட்டு மணி ஆனபோது மாளவிகா தனது உடைகளை பேக்கில் திணித்துவிட்டு, தெல்மாவிடம் சொன்னாள்: "நான் கிளம்பறேன். அப்பா தனியா இருக்கார். அப்புறம், நாளைக்கு அன்னமரியா ஜெய்பூர்லேர்ந்து திரும்பி வருவாள்." தெல்மா மறுப்புத் தெரிவிக்காதது எனக்கு வியப்பைத் தரவில்லை.

ஐந்தாறு மாதங்களுக்குப் பிறகுதான் மாளவிகாவைச் சந்தித்தோம். அதற்கிடையில் தெல்மாவும் நானும் அவளைப் பற்றிப் பேசியதுகூட இல்லை. ஒரு தடவை மட்டும் தெல்மா சித்தப்பிரமைக்கும் கிறிஸ்துவுக்கும் இடையில் ஏதோ உறவு இருப்பதாகச் சொன்னாள். அவளது ஒரு தாய்மாமனுக்குப் புத்தி பேதலித்தபோது படுக்கை விரிப்பை அங்கிபோல அணிந்து, இரண்டாயிரம் வருடங்களுக்கு முன்பு தான் இங்கு இருந்ததாகப் பிரச்சாரம் செய்து, தாழிட்ட அறையில் உலாவிய கதையை தெல்மா என்னிடம் சொன்னாள்.

தனது ஓவியக் கண்காட்சி நடைபெறும் காலரியில் தான் மாளவிகாவை நாங்கள் சந்தித்தோம். காலை நாளிதழில் 'நகரத்தில் இன்று' பத்தியில் ஓவியக் கண்காட்சி நடைபெறும் விஷயத்தை தெல்மாதான் கண்டுபிடித்தாள்.

“தனது ஓவியங்கள் மாட்டி வைக்கப்பட்ட காலரியில் தனியாக இருப்பதைக் காட்டிலும் பெரிய தனிமை எண்ணம் வேறு உண்டா?” சந்தித்தபோது மாளவிகா தெல்மாவிடம் கேட்டாள்.

“பரவாயில்ல. பத்திரிகையில குறிப்புகள் வர்றப்ப ஆட்கள் தானாக வருவாங்க.” தெல்மா ஆறுதல் கூறினாள்.

“எல்லாப் பத்திரிகையிலேயும் வந்தது. உள்பக்கத்தில். கருமித்தனமா ஒண்ணு ரெண்டு வரிகள்.”

செம்பட்டை முடியும் செம்பு நிற கண்களுமாய், மூங்கில் குருத்தின் இளமையுடன் ஒரு வெள்ளைக்காரி உள்ளே வந்தாள். அன்னமரியா.

“இன்றைக்கு ஏதாவது விற்பனை ஆனதா?” அன்னமரியா ஆங்கிலத்தில் கேட்டாள்.

“இல்லே. இங்கு விற்பனை முடிந்துவிட்டது,” மாளவிகா சுவரில் தொங்கவிடப்பட்ட விலைப்பட்டியலைச் சுட்டியபடி கூறினாள். அதன்மீது கறுப்புச் சாயத்தால் மாளவிகா பெரிய தோர் அடித்தல் கோடு போட்டிருந்தாள். பின்னர் அதனுடைய இடது பக்கத்தில் பெரிய ஆங்கில எழுத்தில் எழுதியிருந்தாள். ‘இங்கு ஓவியங்கள் இலவசமாக: தரப்படும்.”

“ஓ மாலா,” அன்னமரியா ஓடிப்போய் அந்த அறிவிப்பைக் கிழித்தெறிந்தாள்: “மாலா நீ என்ன காரியம் பண்ணுறே?” காலரியின் ஒரு மூலையில் அன்னமரியாவைக் கட்டியணைத்து மாளவிகா அழுதாள். அன்னமரியா அவளது நெற்றியில் தொடர்ந்து முத்தமிட்டுக் கொண்டிருந்தாள். கான்வாஸ்களின் பூக்களும் பறவைகளும் பாம்புகளும் அவர்களைச் சூழ்ந்து நின்றன.

ஓவியக் கண்காட்சி நிறைவடைந்த தினத்தின் மாலையில் மாளவிகா எங்கள் வீட்டை அடைந்தாள். வார்த்தைகள் அவளை விட்டு விலகிப் போனதைப் போல எனக்குத் தோன்றியது. இரவு உணவுக்குப் பின் வரவேற்பறையில் அமர்ந்திருந்தபோது மாளவிகா சட்டென்று பேசினாள்:

“நான் ஓவியம் வரைய அப்பாதான் காரணம்.”

“எப்படி?” தெல்மா கேட்டாள்.

“ஒண்ணுமில்ல. ஒரு சாதாரண விஷயம். ஆனால், அது ஒரு புழுவை மாதிரி என்னோட மனசில் வளர்ந்துட்டு வருது. என்னோட ஒன்பது வயசுல அப்பாவோட கப்பல் கொச்சிக்கு

வந்து சேர்ந்தது. நெற்றியில் ரிப்பனை வெச்சு, தலைமுடியை இறுக்கிக் கட்டி மாலுமியோட அறையைப் பார்க்கப் போனேன். மட்டாஞ்சேரி கப்பல் துறையில் குவியலாகக் கிடந்த கந்தகத் தோட ஒளிவிடும் மஞ்சள் நிறமும், ஆகாயத்தை மோப்பம் பிடிக்கற பெரிய கிரேன்களும் எனக்கு ஞாபகம் வருது. அப்பா எனக்குத் தேவாலயத்தையும் டச்சு மாளிகையையும் காட்டித் தந்தார். டச்சு மாளிகைக்குப் போனபோது நம்ம மட்டாஞ் சேரியைச் சேர்ந்த பெண் ஓவியர் அம்ருதா ஷெர்கில் அங்கே தங்கி ஓவியம் வரையற கதையை அப்பா சொன்னார். ஓவியர் ஆகணும்ங்கற ஆசை முதல்ல அன்னைக்குத்தான் தோணிச்சு."

"நீ பாரிஸில் என்ன பண்ணிகிட்டிருந்தே?" நான் கேட்டேன்.

"சாந்தி நிகேதனில் படிக்கறப்ப அதிர்ஷ்டவசமா எனக்கு ஃப்ரெஞ்சு கவர்மெண்ட்டோட ஸ்காலர்ஷிப் கெடச்சது. முதல்ல தோழிகளோடு சேர்ந்து மது குடிச்சு புதிய ஓவியக் கண்காட்சி களைக் கேலி பண்ணிச் சிரிக்கும்போது, எனக்கு எதிர்காலத்தைப் பத்தி நம்பிக்கை இருந்தது. கூட இருந்தவங்க வெறும் வாக்குறுதி களில் நிற்காம பிரசித்தி அடைஞ்சபோது எனக்குள்ளேயும் மெதுவாக ஆசை எழுந்தது. நான் தோழிகளைவிட்டு ஒதுங்கி னேன். எப்பவும் பெரியவங்ககூட இருக்கத் தொடங்கினேன். வருஷம் நாலோ அஞ்சோ ஓவியங்கள் விற்றால் உண்டு. அதுவும் இங்கிலாந்துலேர்ந்து வர்ற குஜராத்திகளுக்கு. அவங்களுக்கு நான் வரைந்த சிவன் பார்வதி படங்கள் தேவைப்பட்டது. அதெல்லாம் பூஜை அறைக்குப் போகுதுன்னு புரிஞ்சதும் நான் டில்லிக்குப் புறப்பட்டேன். அங்கேயும் என் காலரிகள் காலியாக இருந்தன."

மாளவிகாவும் தெல்மாவும் தொடர்ந்து பேசிக்கொண் டிருந்தார்கள். முதல் நாள் இரவு தாமதமாகப் படுக்கைக்குப் போனதால் நான் தூங்கிவிட்டேன். இரவு மூன்று மணி. தெல்மா என்னைத் தட்டி எழுப்பினாள்.

"மாளவிகா . . ?" மூச்சிறைத்தபடி சொன்னாள்.

"மாளவிகா ?"

"மாளவிகா, குளியலறைக்குள்ளே புகுந்து கதவைச் சாத்தி ரொம்ப நேரமாச்சு."

நான் குளியலறையை நோக்கி ஓடினேன். உள்ளே அமைதி குடிகொண்டிருந்தது. திடீரென்று ஜன்னல் கண்ணாடியை உடைக்கும் சத்தம் திடுக்கிட வைத்தது. தொடர்ந்து மாளவிகா வின் குரல் ஒலித்தது. டக் டக்டக்டக்.

கதவைக் கையால் தட்டியபடி நான் சொன்னேன்: "மாளூ வெளியே வா."

"என்னைத் தொல்லைப்படுத்தாதீங்க. நான் யேசுவுக்கு மோர்ஸ் கோட் மூலமா தந்தி அனுப்பிட்டு இருக்கேன். டக் டக்டக் . . ."

தந்திப் பதிவு தொடர்ந்தது.

"நீ எதுக்காக ஜன்னல் கண்ணாடியை உடைச்சே?" தெல்மா விசாரித்தாள்.

"யேசுவோட பதில்ல கரகரப்பு. கண்ணாடியை உடைச்சப் பெறகு கர்த்தர்கூடத் தெளிவாகத் தொடர்புகொள்ள முடியுது."

"எனக்குப் பயமா இருக்குது. அவளை எப்படியாச்சும் வெளியே கொண்டு வரணும்." தெல்மா மன்றாடினாள்.

"நீ எதைப் பத்தித் தந்தியடிச்சுட்டு இருக்கே?" என்றேன்.

"வில்ஹெம் ரில்கெவைப் பத்தி" என்றாள் மாளவிகா. தொடர்ந்து டக் டக் டக் . . .

நான் குளியலறையின் கதவைச் சுட்டு விரலால் தட்டினேன்: டக் டக் டக் . . .

"யாரது ?"

"உனக்குப் புரியலையா? நான் ஜோசஃபோட மகன் யேசு. கதவைத் திற மாளூ."

மாளவிகா சற்று நேரம் யோசிப்பதைப் போல மௌனமடைந்து மோர்ஸ் கோட் முறையில் மீண்டும் பேசத் தொடங்கினாள். நான் வேகமாகத் தட்டினேன். கதவு திறக்கப்படும் என்கிற எதிர்பார்ப்புடன் நாங்கள் காத்திருந்தோம்.

"மாளூ, நான் யேசு. கதவைச் சீக்கிரம் திற" என்றேன்.

"தண்ணீரைத் திராட்சை ரசமாக மாற்றியவரே" மாளவிகா உரக்கச் சிரித்தபடி கேட்டாள். "சாத்தப்பட்ட கதவு உனக்கொரு பிரச்சினையா ?"

எங்கள் கட்டடத்தைக் காவல் காக்கும் தடித்த காவலாளியின் உதவியுடன் கதவை உடைத்துத் திறக்கலாமென்று, ஃபிளாட்டைவிட்டு வெளியே வந்தேன். அப்போது மாளவிகா ஃப்ளஷை இழுக்கும் சத்தம் கேட்டது. தண்ணீரின் இரைச்சல் நின்றதும் அவள் கதவைத் திறந்தாள். தெல்மாவைக் கண்டதும் மாளவிகா அவளைக் கட்டியணைத்து அழ ஆரம்பித்தாள்: "இன்னைக்குக் கிழவன் என்னை ரொம்பவும் தொல்லைப்

பண்ணிட்டான். தொடர்ந்து கதிர்களைப் பாய்ச்சினான். கர்த்த ரோட உதவியைத் தேட வேண்டியதாச்சு. உங்கக் குளியலறை யில் இருந்து கூப்பிட்டா யேசு உடனே பேண்டு மேளத்தில் வருவார்."

மறுநாள் காலையில் அன்னமரியா மாளவிகாவை அழைத்துச் சென்றாள். பிறகு சிறிது காலம் நாங்கள் மாளவிகா வைச் சந்திக்கவில்லை. தொலைபேசியின் அருகில் நின்று, தனது போன் புத்தகத்தில் எம் என்று எழுதப்பட்ட பக்கத்தைப் புரட்டியபடி அசையாமல் நிற்கும் தெல்மாவை ஓரிரண்டு முறை கவனித்தேன்.

ஒரு ஞாயிற்றுக் கிழமை காலையில் அழைப்பு மணியின் சத்தம் கேட்டுக் கதவைத் திறந்தபோது ஒரு முதியவர் நிற்பதைக் கண்டேன். எனக்குப் பின்னால் நின்று தெல்மா கூறினாள்: "உள்ளே வந்து உட்காருங்க, மேனன் அங்கிள்." பிறகு என்னைப் பார்த்துச் சொன்னாள்: "மேனன் அங்கிளைத் தெரியலையா? மாளவிகாவோட அப்பா."

மாளவிகாவின் அப்பாவுக்கு மூச்சிரைத்தது. ஆறடிக்கு அதிகமான உயரத்தில் கம்பீரமாகத் தோற்றமளித்தார் மேனன். அவரது சுருக்கம் விழாத கழுத்தின் நீளமான நரம்புகள் ஒவ்வொரு தடவை மூச்சு வாங்கும்போதும் புடைத்தன. இருப்பினும் தன்னம்பிக்கையை இழக்காத மேனன் ஆஸ்துமாவைக் கட்டுப் படுத்த முயன்றார். அதற்குள் அவரது முகம் சிவந்தது.

"மாளவிகாவுக்குப் பயம் அதிகமாயிட்டு வருது" என்றார் மேனன். "நேத்து நான் டாக்டர் மாலினியைப் பார்த்தேன். எனக்கு வயசு ஏறிட்டு வருதுன்னு சொன்னேன். அப்புறம் இந்த மூச்சிரைப்பு. அந்த அன்னமரியா இருக்கறதால தாக்குப் பிடிச்சுட்டு இருக்கேன். சிரமமாக இருந்தா அவளை மெஹ்ரோலி யில் புதுசா தொடங்கின ஆஸ்பத்திரியில சேர்க்கலாம்னு மாலினி சொன்னாங்க."

"அய்யோ, அங்கே ஷாக் குடுப்பாங்களா?" தெல்மா கேட்டாள்.

"தெரியாது. மனிதாபிமானத்தோட நடத்தக்கூடிய இடமாம். ஆனா, ஒரு தடவை ஆஸ்பத்திரியில் சேர்த்திட்டா அப்புறம் திரும்பி வர முடியுமா?" மூச்சிரைப்புக்கு நடுவுல பழைய மாலுமி கூறினார். பறக்கும் மீன்கள் மற்றும் சுறாக்களின் நினைவுகளைக் கொண்ட வெள்ளெழுத்து படிந்த கண்கள், உணர்ச்சி மேலிட ஜன்னலுக்கு வெளியில் வெறித்துக்கொண் டிருந்தன.

“மாளவிகா என்னோட ஒரே மகள். ஓடும் கப்பல்ல இருந்த ஆஸ்பத்திரியிலதான் அவள் பிறந்தாள். அவள் பிறந்த நிமிஷம் பத்தின ஜாதக விவரங்களை ஒரு கப்பல் ஊழியர் கிட்டக் கணிக்கச் சொன்னேன். அசைந்து ஆடற ஜாதகத்தில் பொறந்த என் மகளைக் கிரகங்கள் தொல்லைப்படுத்துது.” மேனன் பேச்சை நிறுத்தி, கொஞ்ச நேரம் சத்தமெழுப்பாமல் மூச்சிரைத்துக்கொண்டிருந்தார். தெல்மா கண்களைத் தாழ்த்திக் கொண்டாள்.

சிரமத்துடன் மேனன் பேச்சைத் தொடர்ந்தார்: “கப்பல் ஏதாச்சும் துறைமுகத்தை நெருங்கறபோது மாலுமிகள் விபச்சார விடுதிகளைத் தேடி ஓடுவாங்கன்னு சொல்றதுண்டு. ஆனா நான் மாளவிகாவுக்குக் கடிதம் அனுப்பறதுக்காகத் தபால் ஆபீஸைத் தேடி அலைவேன்.”

மேனன் கதவை நோக்கி நடந்தபடி கூறினார்: “கொஞ்சம் காலம் தாக்குப்பிடிச்சுப் பார்க்கலாம். இல்லையா?”

“சரிதான். கை மீறும்போது ஆஸ்பத்திரில சேர்க்கலாம்.” என்றாள் தெல்மா.

“பைத்தியம் ஒரு கொடிய வியாதி இல்லையே,” மேனன் அழுகையின் விளிம்பில் நின்றபடி கூறினார். பைத்தியம் என்கிற வார்த்தை முதன்முதலாகப் பேச்சில் குறுக்கிட்டபோது எறும்பு கடித்ததைப்போல எனது வாய் உறைந்தது.

ஒரு வாரம் கழிந்ததும், உடனடியாக வீட்டிற்கு வந்தால் நன்றாக இருக்குமென்று மாளவிகாவின் அப்பா போனில் அழைத்தார். அவளது வீட்டை அடைந்தபோது அங்கு டாக்டர் மாலினியும் இருந்தார்.

“தூக்க மருந்தை ஊசி மூலம் போட்டிருக்கேன்.”

“அன்னமரியா போயிட்டாள். அவளுக்குச் சலிச்சுப் போயிருக்கும். காலையில ஒரு குறிப்பை எழுதிவெச்சுட்டு இடத்தைக் காலிபண்ணிட்டாள். அதுக்குப் பெறகு மாளுவுக்கு அதிகமாயிடுச்சு” என்றார் மேனன்.

“அன்னமரியா போறதுக்கு ஏதாச்சும்..?” தெல்மா கேட்டாள்.

“முக்கியமா எதுவும் கிடையாது. இந்த நோய் நண்பர்களை நிலைநிறுத்தி வைக்கக்கூடியது இல்லே” என்றார் மேனன்.

தன் காரில் மாலினியை அழைத்துப்போய் விட்டு வருவதற்காக மேனன் வெளியில் கிளம்பியபோது நாங்கள் மாளவிகாவின் அறைக்குள் போனோம்.

“அன்னமரியா ஏமாத்திட்டா.” எங்களைக் கண்டதும் மாளவிகா சொன்னாள்.

“ஏமாத்திட்டாளா?” தெல்மா கேட்டாள்.

“ஆமாம், எனக்குத் தெரியும் அவள் அந்த ஜானட்கூடப் போறதுக்காகத்தான் என்னைக் கட்டிப் போட்டாள்.”

“மாளு, நீ தூங்க முயற்சி பண்ணு” என்றாள் தெல்மா.

“நான் பதற்றத்தைக் கட்டுப்படுத்துவது மதுவையும் கஞ்சாவையும் பயன்படுத்தி அல்ல. என் உடம்பை வெச்சுத் தான். பல ஆண்களோடும் பெண்களோடும் படுத்துத் தூங்கி யிருக்கேன். உடலுறவு சமயத்துல நான் ஓயாம ஏதேதோ உளறிக்கிட்டிருப்பேன். அன்னமரியா மட்டும்தான் அதுக்கெல் லாம் பதில் சொல்லிகிட்டிருப்பாள். அவகிட்டே வெச்சிருந்த உறவுதான் என்னை ரொம்பவும் சந்தோஷப்படுத்தியது.”

நாங்கள் எதுவும் பேசாமல் முகத்தோடு முகம் பார்த்துக் கொண்டிருந்தோம். மாளவிகா தெல்மாவைப் பார்த்துச் சொன்னாள்: “ஆண்களுக்கு அதுவும் ஒரு சரணாகதிதான் தெல்மா. உனக்குத் தெரியுமா, நாம முதல்ல ஆரம்பிச்சிட்டா அவங்க பதறிப்போயிடுவாங்க.” கட்டுப்படுத்த இயலாத உறக்கத் தில் அவளுடைய கண்கள் செருகின.

நாங்கள் வரவேற்பறையில் மேனனுக்காகக் காத்துக்கொண் டிருந்தோம். திரும்பி வந்ததும் அவர் சொன்னார்: “நான் மாளுவை ஆஸ்பத்தியிலவிடத் தீர்மானிச்சிட்டேன். அன்னமரியா ரொம்ப உதவியா இருந்தாள். தனியா என்னால முடியாது.”

“வேண்டாம் அங்கிள்,” தெல்மா சொன்னாள்: “இப்பவே எல்லோரும் உளவாளிகள் என்கிற நினைப்புதான் அவளுக்கு. ஆஸ்பத்திரியில் படுக்க வெச்சா அவளுக்கு அதிகமாயிடும்.”

“பெறகு நான் என்ன பண்ணணும்?”

“கொஞ்ச நாள் எங்ககூட இருக்கட்டும்” என்றேன். தெல்மா என்னை நன்றியுடன் பார்த்தாள்.

இரண்டு நாட்களுக்குப் பிறகு கான்வாஸைப் பொருத்து வதற்கான முக்காலியும் வர்ணங்களுமாய் மாளவிகா எங்கள் வீட்டிற்கு வந்தாள். அவள் காலையிலிருந்து ஓவியம் வரையத் தொடங்கினாள். பெரும்பாலனவை சிவனின் ஓவியங்கள். ஆனந்தத் தாண்டவமாடும் சிவன். ஜடையை அவிழ்த்துப் போட்டு தரையில் அறைந்து கிங்கரன்களை உருவாக்கும் ருத்திரன். பார்வதியிடம் குமரனை உருவாக்கும் சிவன். மட்டாஞ்சேரி கப்பல் துறையின் பின்னணியில் அம்ருதா ஷேர்கில் வரைந்த ‘பிரம்மச்சாரி’ சாயலுடன் ஒரு ஓவியத்தைத் தீட்டியிருந்தாள். ‘மொட்டையடிக்கப்பட்ட குழந்தை சிவன்’

என்பதற்கு ஆதாரமாக நெற்றியில் சிறியதொரு முக்கண் மட்டுமே இருந்தது. ஓவியத்தை வரைந்து கொண்டிருக்கும்போது மாளவிகா சிவனிடம் தொடர்ந்து பேசிக்கொண்டிருந்தாள்:

“மகாதேவா, இன்னைக்கு உன்னோட ஜடையை நான் ஷாம்பு போட்டுக் கழுவிப் பளிச்சின்னு பண்ணிடுவேன். உனக்குக் காதுல, இடது காதுல மட்டும், ஒரு கடுக்கனோட தேவை இருக்குது.”

“மகாதேவா, இன்னைக்கு உன்னோட கழுத்துல ஒரு பெரிய மத்தளத்தை வரைஞ்சு வளைந்து திரும்பி சோள நடனமாடும் ஒரு மணிபுரி நடனக்காரனாக ஆக்கிடுவேன்.”

ஒரு வாரத்திற்குப் பிறகு மாளவிகா சொன்னாள்: “எனக்கு ரில்கெ கிட்ட இருந்த பயம் போயிடுச்சு.” அவளுடைய தந்திப் பதிவு குறியீடு முறையிலான உரையாடல் நின்றுவிட்டது. பல நாட்களுக்குப் பிறகு அன்றிரவு முதல் முறையாகப் பால்கனியில் மூன்று நாற்காலிகளைப் போட்டாள் தெல்மா. மாளவிகாவை முழங்கால் படியிட்டு உட்கார வைத்து அவளுடைய கூந்தலைப் பின்னத் தொடங்கினாள். மாளவிகா கூறினாள்: “தெல்மா, என்னோட மனசு சரியாயிடுச்சுன்னுதான் தோணுது. நல்ல பசி; அதுதான் அறிகுறி. உன்னோட உருளைக்கிழங்கு சேர்த்த பரோட்டாவைச் சாப்பிட்டு எத்தனை நாளாச்சு.”

கூந்தலைப் பின்னி முடித்ததும் மாளவிகா ஒரு பள்ளிக் கூட மாணவியைப் போலத் தோற்றமளித்தாள். தெல்மா அவளுடைய முதுகைத் தட்டி எழ வைத்துவிட்டு பரோட்டா தயாரிக்க அடுக்களைக்குப் போனாள்.

“நீ எதுக்காக எப்பவும் சிவனை வரையறே?” நான் கேட்டேன்.

“அதற்கும் அப்பாதான் காரணம். சாந்தி நிகேதன்லேர்ந்து லீவில் வந்தபோது ஒரு தடவை அப்பாகூட கோட்டயத்துக்குக் காரில் போனேன். ஏற்றுமானூரை எட்டியபோது அப்பா வண்டியைக் கோயில் எதிர்ல நிறுத்தினார். பிறகு வாசல் அறையில் இருந்த சிவனோட, ஒரு பழைய சுவர் ஓவியத்தைக் காட்டித் தந்தார். நான் உறைஞ்சு நின்னுட்டேன். பல வருஷங் களுக்குப் பெறகு பிக்காஸோவோட ஓவியத்தை முதல் முறையா பார்ப்பதைப் போல. பாவம் அப்பா . . .” மாளவிகா அழத் தொடங்கினாள். சட்டென்று அவள் கண்ணீரைத் துடைத்து விட்டு, ஏறிட்டுச் சொன்னாள்: “யாருக்கும் தெரியாத ஒரு ரகசியத்தை உங்ககிட்ட சொல்றேன். நான் சிவனோட அவதாரம். அர்த்தநாரீஸ்வரன். என்னோட பாதி ஆணை வெச்சுப் பல பெண்கள்கூடப் படுத்தேன். அன்னமரியா, ஜூலி, பெறகு

நாகலட்சுமி ... என்னோட பாதிப் பெண்ணை வெச்சு பல ஆண்கள்கூடவும் படுத்தேன்."

அவளது குரலின் அந்நியத் தன்மை என்னைத் திகைக்க வைத்தது. அவள் எழுந்து நின்று எதிரில் இருக்கும் கட்டடத் தைச் சுட்டிக் காட்டிச் சொன்னாள். "நீங்க இங்க வந்து பாருங்க. அந்த ஃபிளாட்ல ரில்கெயும் இல்ல. ஒரு மண்ணும் இல்ல. ஒரு ஏழை பார்ஸி கிழவி."

மாளவிகா குளிரில் நடுங்கிக்கொண்டிருந்தாள். அவளறியா மல் என்னருகில் நெருங்கினாள்.

"இந்த மார்கழியில ..." மாளவிகா சொன்னாள்.

"இந்த மார்கழியில ?"

"இந்த மார்கழியில, இந்த மார்கழியில, அன்னமரியாவைப் போல நீயும் ஏதாவது பதிலைச் சொல்லு." மாளவிகா என்னை நீ என்று அழைத்தது இதுதான் முதல் முறை.

"இந்த இருட்டு நெறைஞ்ச கொடிய குளிர்ல?"

"சபாஷ், ரோடுகள் ..."

"ச்வாசனத்தில் கெடக்குற ரோடுகள்" என்றேன்.

மாளவிகா என்னுடன் நெருங்கி நின்றாள். நெளியும் பாம்பின் சத்தத்தில்: "இந்த மார்கழியில், இந்த மார்கழியில், இந்த இருட்டு நெறைஞ்ச கொடியக் குளிரில், சவாசனத்தில் கிடக்கும் ரோடுகள் மேலே மிதக்கும் வார்த்தை, ஒரேயொரு வார்த்தை, ஏக வார்த்தை ..."

கடலின்மீது அலைகள் புரண்டு புரண்டு எழுவதைப் போல அவளது முலைகளின் பாரத்தையும் சுவாசத்தின் ஒலியை யும் உணர்ந்தேன். நான் மாளவிகாவை விலக்கிவிட்டு வீட்டுக்குள் போனேன். அப்போது உணவு அறையில் ஒரு நாற்காலியில் அமர்ந்து தெல்மா தொலைபேசியில் உரையாடுவதைக் கேட்டேன்: "தெல்மா பேசறேன். தெல்மா. மேனன் அங்கிள், மாளுவைப் பத்திச் சொல்லத்தான் கூப்பிட்டேன். அவளை ஆஸ்பத்திரில வைக்கறதுதான் நல்லது. சிகிச்சைக்கு மாற்று வேறே எதுவும் கெடையாதுதானே."

தெல்மா போனைக் கீழே வைத்துவிட்டு என் முகத்தை ஏறிடாமல் சமையலறையை நோக்கி நடந்தாள்.

ஒரு காதல் கதை

யா தேவி ஸர்வபூதேஷு ரதிரூபேண ஸம்ஸ்திதா . . .

“ஆப்பிரிக்க யானைகளோட காது, ஆப்பிரிக்கா வரைபடத்தைப் போல இருக்கும்னா ...” ரமணி பேச்சைப் பாதியில் நிறுத்திக் கருணாகரனின் முகத்தைப் பார்த்தாள்.

“இருக்கும்னா?” அவளிடமிருந்து சற்றுத் தள்ளி ஓர் ஓலைப்பாயில் படுத்துக்கொண்டிருந்த கருணாகரன் தனது இடதுகையை ரமணியின் மார்பில் அலட்சியமாகப் போட்டபடி கேட்டான்.

“அப்படியானால், இந்திய யானைகளோட காது இந்திய வரைப்படத்தைப் போல இருக்கும்.”

அவனது கைகளின்மீது ரமணியின் மார்பு கனத்து, அவளது சுவாசம் தடுமாறத் தொடங்கியதும் கருணாகரன் கையை விலக்கிக் கேட்டான், “நீ ஆப்பிரிக்க யானை களை எங்க பார்த்தே?”

“மைசூர் மிருகக் காட்சிச் சாலையில். பத்தாம் வகுப்பு படிக்கையில் சுற்றுலா போனபோது.”

“அந்த யானைகள் நம்ம யானையைவிட பெரிசா இருக்கும்” என்றான் கருணாகரன்.

“கம்பீரமாகவும்.”

“ஆனால், ஏதோ ஒரு குறைபாடு. தலைக்குத் தகுந்த மாதிரி உடம்புக்கு நீளம் கெடையாது. யானையின் உடம்பு குதிரையோட உடம்பைப் போல இருக்கணும். குதிரை உடல்.”

"லட்சணம் இல்லாதது. வெறும் பதினாலு நகங்கள்தான் இருக்குது. நான் எண்ணிப் பார்த்தேன். பதினெட்டுக்குக் குறைஞ்சா நம்மோட ஐசுவரியம் கெட்டுப் போயிடும். போதாதுன்னு தும்பிக்கையோட நுனியில மூணு உதடுகள்" என்றாள் ரமணி.

அவள் கருணாகரனின் அருகில் நகர்ந்தாள். ரமணியின் விரல்கள் அவனது நீண்ட கழுத்திலிருந்து கீழ் நோக்கி — வரைபடத்தின் தெற்கு நோக்கிப் பயணம் தொடங்கியது.

"குதிரையோட உடம்பு," தொப்புளை நெருங்கியபோது ரமணி அவனது காதில் சொன்னாள். ஸ்பரிசம் மூலமாக அவள் அந்த அறையை அறிந்து வைத்திருந்தாள். அந்தச் சிறிய அறையின் கதவு சமையலறையின் நடைக் கூடத்தை நோக்கித் திறந்திருந்தது. தலைமாட்டில் கறுப்பு வட்டத்தில் எண்ணெய்க் கறை படிந்த ஒரு பாய் மட்டுமே தரையில் கிடந்தது. அறையின் பரண்மீது ஒரு மூங்கில் துணிக்கொடி தொங்கிக்கொண்டிருந்தது. அதன்மீது ரமணியின் ஒன்றிரண்டு உடைகள். அறைக்கு ஜன்னல்கள் இல்லை. பதிலாக க்ளாவர் மற்றும் இஸ்பேட் சீட்டுகளின் வடிவத்தைக் கொண்ட துவாரங்கள். ரமணியின் க்ளாவர் வானத்தில் செந்நிறத்தைப் பூக்க வைத்திருந்தது. இந்நேரத்தில் வழக்கம்போல பூமியில் மௌனம் நிலவும் என்பதை அவள் அறிவாள். நிழல்கள் வற்றிய அந்த இடைவேளையில் எல்லாச் சத்தங்களும் வெளிப்படுகின்றன. முதலில் அம்மாவின் தீபம் தீபம் என்கிற அழைப்பு. ரமணிக்கு மட்டும் கேட்கக்கூடிய பறந்து போகும் கூரிய அலகைக் கொண்ட பறவைகளின் சிறகடிப்பு. தொழுவத்தில் கரம்பி, அம்மிணி என்று கொஞ்சம் கூட யோசிக்காமல் பெயர் சூட்டப்பட்ட பசுக்களின் கதறல் கள் அடங்குவதற்குள் இருள் கவிந்துவிடும். அவ்வேளையில் தான் ரமணிக்கு ஸ்பரிசம் மிகவும் தேவையாக இருந்தது.

"பீரு ஆனே"* "கையைத் தூக்கு, ஆணை" ரமணி சொன்னாள்.

உள்ளங்கையைப் பாதியாக மடித்து கருணாகரன் அவளது வலது கையைத் தூக்கிப் பிடித்தான்.

"அவிடெ வை ஆனே"** "கீழே இறக்கு ஆணை" என்றாள் ரமணி.

கருணாகரன் கையைத் தணித்து ரமணியுடன் கூடியபோது அவளுடைய எலும்பு துருத்திய மார்புக் கூட்டின் அடிப்பகுதியில்

---

* தும்பிக்கையை உயர்த்துவதற்கான கட்டளை. (தண்ணீரை வாரி இறைப்பதற் கும் இதே கட்டளைதான்.)

** தும்பிக்கையைக் கீழே இறக்குவதற்கான கட்டளை.

பெருமரங்கள் விழும்போது

ஒரு நடுக்கம் படர்ந்தது. அவன் அவளை மேலும் அணைத்த போது அந்த நடுக்கம் மார்பு முழுவதும் பரவியது. கட்டுப் படுத்த நினைக்கும் அழுகையே இந்த நடுக்கம். கருணாகரன் அமைதியாக அவளது கூந்தலை அளைந்தான். எல்லா ஒலிகளும் அழுகையின் அபஸ்வரங்கள். சற்று நேரத்தில் அவனது மார்பு, சாரல் மழையைப் போன்ற அவளது கண்ணீரால் நனைந்தது. கருணாகரன் ரமணியின் தாடையைப் பிடித்து – ஒரு திரைப் படக் காட்சியைப்போல – முகத்தை உயர்த்தினான். அதற்குள் ளாக அழுது தீர்த்துவிட்ட அவளது கண்கள் நீராடிய புதுமை யுடன் ஒளிர்ந்தன.

“எதுக்காக அது?” கருணாகரன் கேட்டான்.

“எனக்குப் பயமா இருக்குது” என்றாள் ரமணி.

“ஏன்? இங்கே நான் இல்லையா?”

“இங்கே நீ இல்லே.”

“அது எனக்குத் தெரியும்.” கருணாகரன் குரலைத் தாழ்த்திக் கூறினான். அவன் பாயைவிட்டுத் துள்ளியெழுந்து சுவரின் ஆடுதன் துளை வழியாக இரவைப் பார்த்தான். தொலைவில், தெச்சிப் பூக்காடுகளில் மின்மினிகள் தீப்பொறிகளைப் போலப் பறந்தன. எழுந்து அவனருகில் போய் நின்று “எனக்குப் பயமா இருக்குது” என்றாள்.

“எது?”

“இந்த அறை.”

“இந்த அறைக்கு என்ன பிரச்சினை?”

ரமணி சுவரைத் தடவியபடி சொன்னாள்: “இந்தச் சுவரில், வெள்ளைச் சுண்ணாம்பின் அடியில் கரித்துண்டால வரைஞ்ச நெறைய படங்கள் இருக்குது. பகல்ல உற்றுக் கவனிச்சா பார்க்க முடியும்.”

“என்ன படங்கள்?”

“சிலுவைகள். வரையறதுக்கு எளிமையா இருக்கற சிலுவைப் படங்கள்.”

“சிலுவைகளை யார் வரைஞ்சது?”

“கன்னிகாஸ்திரீகளோட காலேஜ்ல கணக்குப் பாடம் சொல்லித் தந்த சதி சித்தி – அம்மாவோட தங்கச்சி. ஒரு நாள் பைபிளைப் படிக்கத் தொடங்கினாள். அன்னைக்கு அவளை இந்த அறையில அடைச்சு வெச்சுட்டாங்க. சிலுவைகளைச் சுவர்ல வரைஞ்சு வெச்சது அவள்தான்.”

"அப்புறம்?"

"எங்கக் குடும்பத்தில இதுதான் பெண் பைத்தியங்களோட அறை."

"ஆம்பளைங்களுக்கான பாதுகாப்பு ஏதாவது இந்தக் குடும்ப வீட்டுல இருக்குதா?" கருணாகரன் சிரித்தபடி கேட்டான்.

"ஆமாம். வாசல் முகப்பு அறை. பைத்தியம் எங்க வீட்டுல சர்க்கரை வியாதியைப் போல. அதனால்தான் இங்க ஸ்திரமான முன்னேற்பாடுகள் இருக்குது."

"ஆகட்டும், சதி சித்தி..?"

"சதி சித்திக்கு அடிக்கடி கணக்கு உதிக்கறப்ப சிலுவைகளும் கூட்டல் அடையாளங்களும் ஒண்ணோடு ஒண்ணு குழம்பித் தப்பாயிடும்." இருவரும் சிரித்தார்கள். ஏதோ நினைவுக்கு வந்ததைப் போலச் சிரிப்பை நிறுத்தி, கருணாகரனைக் கட்டியணைத்துச் சொன்னாள்: "எனக்கு பயமா இருக்குது."

"எதுக்காக?"

"நானும் வரையத் தொடங்கிடுவேன்னு."

"சிலுவைகள்?"

"இல்லே, யானைகள்."

"யானைகளையா?"

"ஆண் யானைகளை, பிடியானைகளை, மதமும் தந்தமும் இல்லாத யானைகளை, சிவன்கோயில் பூசையில கம்பீரமாகக் கொம்பு ஊதும் சத்தத்தைக் கேட்டு வெட்கப்படாமல் தலை யசைத்துத் தாளம் பிடிக்கற யானைகளை, எர்ணாகுளத்து அப்பனோட சிதம்பரன், பிரபல கொச்சு நாராயணன் எல்லாத்தையும் நான் வரைவேன். வைக்கம் சந்திரசேகரன். 'ஐதீகமாலை' புத்தகத்துல சொல்லப்பட்ட எல்லா யானை களையும் நான் இந்தச் சுவர்ல வரைவேன்."

"குருவாயூர் கேசவனை?" கருணாகரன் கேட்டான்.

"இல்ல. எனக்குப் புகழ் அடைஞ்சவங்களை பிடிக்காது."

"நீ யானைகளைச் சுவர்ல வரைய வேண்டாம்."

"யானைகளை வரையாம என்னால எப்படி இருக்க முடியும்?"

கண்மூடினால் யானையின் கருமை. தொடும்போது சொர சொரப்பான உப்புக் காகிதத்தின் சுகத்தைத் தரும் கருமை.

கருணாகரன் அவளது நெற்றியை முத்தமிடும்போது, தொட்டா சிணுங்கி இலைகளைப் போல அவளது இமைகள் மூடுகின்றன. தொடர்ந்து கருமை. அவன் ரமணியை அணைக்கும்போது கறுமையின் அடர்த்தி கூடுகிறது. அவனது உதடுகள் அவளுடைய உதடுகளை நனைக்கும்போது கறுப்பில் ஈரம் பரவுகிறது. அவர்களின் நாக்குகள் பிணையும் வேளையில் ஒளியின் வெள்ளி நாகங்கள் நெளிகின்றன. கருணாகரனின் கை ரமணியின் மார்பை அடையும்போது மந்தகத்தின் கடும் கறுமை.

"யானைகளை வரையாம என்னால எப்படி இருக்க முடியும்?" ரமணி மறுபடியும் கேட்டாள்.

"கேட்குதா ஆனை." "தாங்கு ஆனை."* கருணாகரன் குனிந்து அவளது காதில் சொன்னான்.

ரமணி காதைத் தீட்டாமலேயே கதவின் பித்தளைத் தாழ்ப்பாளைத் திறக்கும் ஒலியை உணர்ந்தாள். தொடர்ந்து நாதாங்கிகளின் நீண்ட அலறல். கதவுக்கு வெளியில் ஒரு குத்து விளக்குடன் அம்மா நின்றுகொண்டிருந்தாள்.

"தீபம்." அம்மா சொன்னாள். மார்புக்கு எதிரில் பிடித்துக் கொண்டிருந்த விளக்குச் சுடர்களின் வெளிச்சம் கண்களில் பட்டு, அம்மாவின் கன்னங்களின் அசையும் நிழல்கள் அச்ச மூட்டின.

"நீ திரும்பவும் தனியா பேசிட்டு இருக்கறீயா?" அம்மா கேட்டாள்.

ரமணி பதில் பேசாமல் தரையில் விரிக்கப்பட்டிருந்த ஓலைப் பாயைப் பார்த்தாள். அதிலிருந்து, மழை பெய்யும் போது நிலத்தில் எழும் வெப்பத்தைப் போல கருணாகரனின் வெப்பம் பொங்குவதாக அவளுக்குத் தோன்றியது. தலையை உயர்த்தியபோது அம்மாவின் பின்புறம், ஆறடி உயரத்தில் அப்பா நிற்பதைக் கண்டாள்.

"எதுக்காக மகளே, தனியா இருந்து இப்படித் தொண்டைய புண்ணாக்கறே?" அப்பா கேட்டார்.

"அதுக்கு, நான் தனியா பேசலையே." ரமணி பதிலளித்தாள்.

"அப்புறம் உன்னைத் தவிர இந்த அறையில வேற யார் இருக்கா?" முன்னால் அடியெடுத்து வைத்து அப்பா கேட்டார்.

"தனியா இல்லாம நான் வேறு யார்கிட்டே பேசறது?" ரமணி விஷயத்தை மாற்றினாள்.

---

* செவி சாய்ப்பதற்கான கட்டளை.

“வேறே மனுஷங்ககிட்டே?” அம்மா சொன்னாள்.

“யாரும் என்கிட்டே பேசறதில்லையே?”

“நீ பேசினா அவங்களும் திருப்பிப் பேசுவாங்க” என்றாள் அம்மா.

“அதெல்லாம் பேச்சு கிடையாது அம்மா, வெற்றுச் சத்தம்.”

அறையின் பலகைமீது பொருத்தப்பட்ட செம்புப் பூண்கள் ஒன்றில் கையூன்றி, குலுங்கிச் சிரித்து அப்பா சொன்னார்: “நீ சொல்றது சரி. எல்லோரும் மனச் சமாதானத்துக்காகத் தனியா பேசுறதுண்டு. ஆனா, கூச்சல் சேர்றப்பத்தா்ன் சிக்கல். நாம நெனைக்கறது மத்தவங்களுக்குத் தெரியக்கூடாது.”

“தெரிஞ்சா?”

“நம்ம மனசை அடுத்தவங்களுக்குக் காட்டிக் குடுக்கக் கூடாது. மனசில் படறதை யாரும் வெளியில் சொல்லமாட்டாங்க. மனசைத் திறந்து காட்டினா அது மயிலிறகைப் போலச் செத்துப் போயிடும்” என்றார் அப்பா.

அம்மா ரமணியை அறைக்குள் வைத்துப் பூட்ட முற்படும் போது அப்பா சொன்னார்: “வேண்டாம் தேவி, எதுக்காக அவளை இப்படிப் பூட்டி வெக்கறே?”

“எனக்கும் மனசு வர்றதில்ல. ஆனா அவள் பண்ணிட்டு இருக்கற அசிங்கத்தைப் பார்க்க வேண்டாமேன்னு நெனைச்சுத் தான்.”

“நாம வேற வழியைப் பார்க்கலாம்” என்றார் அப்பா.

“இனி என்ன வழி?”

“அவளோட நோயைக் கண்டுபிடிக்கறதுக்காக ஒருத்தரை ஏற்பாடு பண்ணியிருக்கேன். கோயில் தந்திரி சொன்னார். வடக்குப் பக்கத்திலேர்ந்து ஒரு சித்தர். ராமர் கண்டர் மூஸது. தேவி கேள்விப்பட்டிருக்கியா?”

“இல்லையே. ஆனா, அந்தப் பேரைக் கேட்கும்போதே ஒரு நிம்மதி” என்றாள் அம்மா.

பிறை நிலவைப் போல அழுக்குப்படிந்த விரல்களால் ரமணி தலையைச் சொரியத் தொடங்கினாள். சொறியும் சுகத்தில் கண்மூடி நிற்கும்போது, அதற்குள் எங்கோ காமம் தீண்டுவதை அறிந்த அம்மா அவளது கையை அகற்றினாள்.

“குளிச்சு ரெண்டு நாளாச்சுதானே? நீ குளிக்கப் போ.” அப்பா சொன்னார்.

"இப்பவா? விளக்கு வெச்ச இந்த அந்தி நேரத்திலா?" அம்மா கேட்டாள்.

"இருக்கட்டும். குளியலறையில் விறகு எரிஞ்சு தீரலை. ஒரு அண்டா தண்ணீர் கொதிச்சுக் கெடக்குது."

அம்மா உள்ளே போய்த் திரும்பும்போது, நடைகூடத்தில் சிறிய வெங்காயமும் கிருஷ்ணதுளசியும் மிளகும் போட்டுக் காய்ச்சப்பட்ட தேங்காய் எண்ணெயின் மணம் பரவியது. ஒரு உள்ளங்கை எண்ணெயை ரமணியின் உச்சந்தலையில் தேய்த்தபடி அம்மா சொன்னாள்: "இந்தப் பொண்ணோட தலை கொஞ்சம் குளிரட்டும். என்னென்ன நெனைப்புகள் அதுலே பின்னிக் கெடக்குது."

குளக்கரைக் குளியலறையின் பெரிய அடுப்பு. அதற்குள் விறகுச் சாம்பல் மெல்லிய பனியைப் போல படிந்திருந்தது. களைந்த ஆடைகளைக் கொடியில் போட்டு, திரும்பிக் கருணாகரனைப் பார்த்துச்சொன்னாள்:

"முக்கி எடானே."*

கருணாகரன் ஒடுங்கிய பித்தளைச் சொம்பில் நீரை மொண்டபோது அவள் சொன்னாள்:

"பீச்சு ஆனை."

அவன் தண்ணீரை ரமணியின் உடலில் பீச்சினான். அவள் கைளை விரித்து வட்டமாகச் சுற்றியபோது அடுத்த சொம்புத் தண்ணீர். ஒரு சுற்றல். அடுத்த சொம்பு. அடுத்த சொம்பு.

"உன்னோட கை. உன்னோட அகலமான கை. நான் முத்தம் வைக்க அந்தக் கையை நீட்டுவியா?" கருணாகரன் கேட்டான்.

"எதுக்கு? எதுக்கு உள்ளங்கை மட்டும்?"

கருணாகரன் மறுபடியும் ஒரு சொம்பு நீரை அவள் உடம்பில் ஊற்றிவிட்டுச் சொன்னான்:

"வழக்கமா பெண்பிள்ளைங்க வெட்கத்தை மறைக்கறதுக் காகத்தான் கைகளைப் பயன்படுத்துவாங்க. கையை விரிச்சு, அடிமேல் அடியெடுத்து வெக்கற உனக்கு என் முத்தம்."

"இப்ப வேண்டாம்." தலையின் எண்ணெய்ப் பிசுக்கை உளுந்து மாவால் அலசிக்கொண்டிருந்த ரமணி சொன்னாள்:

---

* தும்பிக்கையால் தண்ணீரை அள்ளியெடுப்பதற்கான கட்டளை

"ஒரு விஷயத்தை உனக்குத் தெரியப்படுத்தணும். நீ கவனமா இரு."

"எதுக்காக?"

"அப்பா உன்னைக் கண்டுபிடிக்க ஒரு ஆளை ஏற்பாடு பண்ணியிருக்கார்."

"யார் அது?"

"ஒரு உளவாளி."

"உளவாளி? நீ லைப்ரரியிலேர்ந்து எடுத்துப் படிக்கற எல்லாப் புஸ்தகங்களும் துப்பறியும் கதைகள்."

"அந்த உளவாளியோட பேர் இன்ஸ்பெக்டர் ராமர் கண்டர் மூஸது."

"இனிமேலாவது நீலகண்டர் பரமாரோட புஸ்தகங்களை வாசிக்கறதை நிறுத்தலாமே?"

"எனக்கு நீலகண்டர் பரமாரை மட்டும்தான் பிடிக்கும். பரமார் கதைகளோட முடிவில் தப்பு பண்ணுறவன் சிக்கிடுவான். ஆனா உன்னோட இந்தப் புதிய எழுத்தாளர்கள், பொற்றேக்காட், கேசவதேவ் போல, என்னோட பரமார் நன்மை தீமைகளைப் புரியாம எழுதறது கெடையாது."

ஈரத் துணியை உடுத்தி, வீட்டை நோக்கித் திரும்பும் போது இருள் அடர்ந்திருந்தது. கார் மேகத்தில் ஓர் ஒற்றை வெளவால் பறப்பதைக் கண்டபோது ரமணிக்குக் காரணமில்லாமல் பயம் எழுந்தது. வானத்தை அண்ணாந்து பார்க்காமல் வீட்டை நோக்கி விரைந்து நடந்தாள்.

அமைதியான நள்ளிரவின் முதல் ஜாமம். 'ணிங் ணிங்' என்று சலங்கைச் சத்தம் ஒலிக்கத் தொடங்கியது. மண்பாதையின் திருப்பத்தில் ஒற்றைக் காளை வண்டி நின்றது.

அதிலிருந்து ஓர் ஆஜானுபாகு மனிதர் இறங்குவதைக் காண முடிந்தது. சிவந்த ஆடையைத் தார்ப் பாய்ச்சிக் கட்டி, பவள மாலை அணிந்து, முன்புறக் குடுமியில் துளசிக் கதிரைச் சூடி, கக்கத்தில் வெள்ளிப் பூண் பிரம்புடன் அந்தப் பொற்சிலை நடக்கத் தொடங்கியது. ஒவ்வொரு அடியெடுத்து வைக்கும் போதும் சருகுகள் நொறுங்கின. இரவுப் பறவைகள் பாடுவதை நிறுத்தி புதிய மனிதரைக் கவனித்தன.

சலக்... சலக்... அவரது கையில் இருந்த துணிப்பையில் இருந்து பீதியூட்டும் அந்தச் சத்தம் ஒலித்துக்கொண்டிருந்தது.

படியேறும்போது அந்தச் சத்தம் காதைப் பிளக்கும் அளவு அதிகரித்தது.

வீட்டு முகப்பில் மாதவ மேனனும் மனைவியும் புதிய மனிதரைப் பார்த்துக்கொண்டிருந்தார்கள். மேனன் விசாரித்தார்: "யாருன்னு தெரியலை."

"இது நல்ல கதை. என்னைக் கூப்பிட்டது மேனன் இல்லைன்னு ஆயிடுமா?"

"நீங்க யாருன்னு எங்களுக்குப் புரியலை."

"புரியாது. மேனனை நான் குற்றம் சொல்லலை. நான்தான் ..."

"நீங்க?" மேனன் விசாரித்தார்.

"நீங்க?" மேனனின் மனைவியும் கேட்டாள்.

"நான்தான் இன்ஸ்பெக்டர் ராமர் கண்டர் மூஸது."

"எதுக்காக, இப்படியொரு வேஷத்தில?"

"எதைச் சொல்றது மேனன். எங்களை மாதிரி உளவாளிகளோட தலையெழுத்து. சில சமயம் குரங்காட்டம் காட்டுற குறவனாக, சில சமயம் அம்மி கொத்துறவனாக, சில சமயம் காலேஜ் வாத்தியாராக, சில சமயம் பறவையைக் கண்காணிக்கத் தென்னை மரம் ஏறுபவனாக ... விதவிதமான வேஷங்கள். இந்தக் கேஸுக்குத் தகுந்த வேஷம் இதுதான்னு தோணுச்சு."

இன்ஸ்பெக்டர் கண்டர் வீட்டு முகப்பில் சம்மணமிட்டு அமர்ந்தார். மடிப் பொட்டலத்தைப் பிரித்து ஒரு சாக்பீஸை எடுத்து, மினுமினுப்பான கறுப்புத் தரையில் ஒரு சதுரத்தை வரைந்தார்.

"இது நடுமுற்றம். முதல்ல நாங்க குற்றம் நடந்த இடத்தோட ஒரு படத்தைத் தயாரிப்போம். துப்புத் துலக்கும் நிபுணர்களான நாங்க அதை பி.ஓ – பிளேஸ் ஆஃப் அக்கரன்ஸ் என்று அழைப்போம்." கண்டர் நடுமுற்றத்தைச் சுற்றிலும் சிறிய கட்டங்களை வரைந்தார்.

"மாதவ மேனனின் அறை எங்கே?" என்றார். மேனன் சுட்டிக் காட்டிய கட்டத்தில் கண்டர் 'மா' என்று எழுதினார்.

"இந்த அறை?"

"அதைத் தொறக்கறதில்ல." மேனன் சொன்னார்.

"உலக மகா யுத்தத்தில் பஸ்ராவில் யுத்தம் செய்த அச்சு மாமாவுக்கு, மிலிட்டெரி கேன்டீனிலிருந்து ஒவ்வொரு மாசமும் கெடைக்கற குதிரை மார்க் ரம் குடிக்கற அறை அது."

"ஓ, கள்குடிக்கிற அறையா? அப்படியானால் 'கு'

அப்பளம் சுடும் சப்தம் கேட்கும் அடுக்களைக்கு 'ஸு.' கண்டர் கேட்டார்: "இந்த சிறிய அறை?"

"அது கழிப்பிடம். இரவு உபாதை கழிக்கறதுக்கு."

"சரி அப்ப 'உ'"

களத்தை வரைந்து முடிந்ததும் கண்டர் கேட்டார்: "திருட்டுப் பொருள் எங்க மேனன்?"

"அவளோட அறையில். கூப்பிடட்டுமா?" மேனனின் மனைவி கேட்டாள்.

"இப்ப வேண்டாம்" என்றார் கண்டர்.

"ஏல பிடுன்ன ஆனை.* உன்னைப் பிடிக்கறதுக்கு இன்ஸ்பெக்டர் கண்டர் வந்திருக்கிறார்." ரமணி ஓலைப் பாயில் படுத்திருந்த கருணாகரனைப் பார்த்துச் சொன்னாள்.

"என்னைப் பிடிக்கமாட்டாங்க." எழுந்து நின்ற கருணாகரன் சொன்னான்.

"ஒருபோதும்?"

"ஒருபோதும் பிடிக்கமாட்டாங்க."

"ஏன்?"

"நான் திருடன் இல்ல. கொலையாளியும் இல்ல. வீடு புகுந்து கொள்ளையடிக்கறவனும் இல்ல."

"அதுக்காக உன்னைப் பிடிக்காமல் இருப்பாங்களா?"

"இவங்களை எல்லாம் துப்பறியும் நாவல்களோட கடைசி அத்தியாயத்தில பிடிச்சிடுவாங்க. நீலகண்டர் பரமார் நமக்குக் கற்றுக் கொடுத்தது என்ன? முடிவில் தீமை தோற்றுவிடும். நான் தீமையா?"

"நிச்சயமாக நீ தீமை இல்லை. அதனால உன்னை ஒருபோதும் பிடிக்கமாட்டாங்க."

"உன்னைப் பிடிச்சுட்டா அப்புறம் எனக்கு யார் இருக்காங்க?" ரமணி அவனுடன் சேர்ந்து நின்றபடி கூறினாள்.

கண்டர் துணிப்பையைத் தரையில் போட்டபோது சலக் கென்று ஒரு பெரும் சத்தம் எழுந்தது. "திருட்டுப் பொருளைக்

---

* படுத்துக்கொண்டிருக்கும் யானையை எழ வைப்பதற்கான கட்டளை.

கைவசம் வெச்சிருக்கறவனைப் பிடிக்கறதுக்குப் போலீஸ் நாயை வரவழைக்கணும்” என்றார்.

துணிப்பையைத் திறந்து ஒற்றையும் இரட்டையுமான சோழிகளை எடுத்துக் கட்டங்களில் பரப்பி வைத்து கண்டர் சொன்னார்: “இதுதான் என்னோட டாக் ஸ்குவாட்.” சோழிகள் தரையில் பதுங்கி, மோப்பம் பிடித்து வீட்டின் பல பகுதி களுக்குத் தேடிச் சென்று திரும்பிய பிறகு கூறினார்: “வேற வழியில்ல. இருக்கட்டும். திருட்டுப் பொருளை ஒளிச்சு வெச்சிருக்கற ஏதாவது பொருள் இருக்குதா?”

“என் அறிவுக்கு எட்டியபடி இல்ல” என்றார் மேனன்.

“ஒரு பழைய ப்ளேயர்ஸ் நேவிகட் சிகரெட் டின்னில் எதை எதையோ பத்திரப்படுத்தி வெச்சிருக்காள்.” மேனனின் மனைவி கூறினாள்.

“அப்படின்னா அதை எடுத்துட்டு வாங்க.”

“அது வேணுமா இன்ஸ்பெக்டர்? வயசு பெண்ணாச்சே; கொஞ்சம் அந்தரங்கம் எல்லாம் இருக்கத்தானே செய்யும்?” என்றார் மேனன்.

“பெண்கிட்டேயும் குற்றவிசாரணையிலும் எதையும் மறைக்கக் கூடாது இல்லையா? அந்தப் பெட்டியை எடுத்துட்டு வாங்க.”

கண்டர் டின்னைத் திறந்து அதிலிருந்த சாமான்களை ஒவ்வொன்றாக வெளியில் எடுத்தார். பின்னர் விண்ணப்பம் எழுதும் மொழியில் சொன்னார்: “ஹனிடியூ சிகரெட்டின் காலி பாக்கெட் ஒன்று. சாப்பிடாமல் வீசி எறியறதுக்காக வெச்சிருக்கற சூர்ணத்தின் சின்னப் பாக்கெட்டுகள் ஐந்து. தீப்பெட்டி படங்கள் நாலு. விஷு பண்டிகை அன்பளிப்பா கெடைச்ச வெள்ளிக் காசு ஒண்ணு. ஒன்றாம் வகுப்பு பாடப் புஸ்தகத்தில இருந்து கிழிச்செடுத்த முதல் பக்கம் ஒண்ணு.”

சற்று நேரம் கண்டர் கண் மூடி அமர்ந்திருந்தார். தியானம் முடிந்ததும் உச்சரித்தார்: “துப்புக் கெடைச்சிடுச்சு.”

“புரியலை” என்றார் மேனன்.

“சிகரெட் பாக்கெட்டுல இருக்கற படம் என்ன? யானை. தீப்பெட்டிப் படங்கள்? யானைகள். ஒன்றாம் பாட புஸ்தகத் தில முதல் பக்கத்தில என்ன? அ அம்மா, ஆ ஆனை. துப்பு கெடைச்சிடுச்சு மேனன்; இனி நான் பார்த்துக்கறேன்.”

பதவி விலகிய கொச்சித் தம்புரானின்* காலத்தில் திருப்பூணித் துறை கோயிலுக்குச் சாயங்கால சிவன் பூசைக்காக வந்திருந்த அச்சுதன் யானைக்கு மதம் பிடித்தது. சங்கிலியை அறுத்துக்கொண்டு மேற்கு நடையில் ஆட்களை நடக்கவிடாமல் பிளிறித் திரிந்தது. அடக்கப்போன பாகனைக் குத்திக் கொன்றதும் தெருவில் பீதி பரவியது. ரெசிடண்ட் துரை சுட்டுக் கொல்ல உத்தரவு இட்டார். இருப்பினும் திருப்பூணித் துறை அப்பனின் யானையைக் கொல்ல மகாராஜாவுக்குத் தயக்கம். அந்தச் சமயத்தில்தான் வடக்குப் பக்கத்திலிருந்து, அம்பலப்புழைக்குப் போன ஒரு வாலிபன் கள்ளிக்கோட்டைக்கு வந்திருந்த மன்னரைச் சந்தித்து வேண்டினான்.

“அடியேன் பேரு பாச்சு. நானொரு பாகன். எனக்கு ஒரு வாய்ப்பு தரணும்.”

இரும்புப் பாலத்தின் மறுபுறம் ஒரு ஓலைக் குடிசையில் வசித்து வந்த பாட்டியிடம் பாச்சு கேட்டான், “பாக்கு இடிக்கற சின்ன அம்மிக் குழவி இருக்குதா?”

அச்சுதன் யானை மந்தகத்தால் கோயில் ஆலமரத்தை முட்டி இடிக்கத் தொடங்கியது. இரும்புப் பாலத்தின் நடுவில் தனியாக நிற்கும் பாச்சுவைக் கண்டதும் தும்பிக்கையைத் தரையில் வைத்து தலையைக் உலுக்கிப் பாலத்தை நோக்கி ஓடி வந்தது. பாகன் பாச்சு அம்மிக் குழவியைப் படீரென்று தரையில் அடித்தான். அது மூன்று துண்டுகளாக உடைந்தது. யானை திகைத்தது. பாச்சு முதல் துண்டைப் அச்சுதனின் வயிற்றில் எறிந்தான். இரண்டாவது துண்டைக் குன்று போன்றிருந்த தலையின் மீது.

அம்மிக் குழவியின் மூன்றாவது துண்டு மந்தகத்தில் விழுந்தது.

பாகன் பாச்சு, அடிவாங்கிய அச்சுதனிடம் ரகசியம் சொல்வதைப் போல, தணிந்த குரலில் சொன்னான்: “மடக்கானெ.”**

முன்னங்கால்களை மடக்கி ஒரு நாய்க்குட்டியைப் போல அமர்ந்தது அச்சுதன் யானை. மதநீரில் கண்ணீரும் கலக்கத் தொடங்கியது.

மேனனின் மனைவி ஒரு குவளையில் காப்பியை எடுத்து வந்து கண்டரின் எதிரில் வைத்துக் கேட்டாள்: “இதற்கும் ரமணிக்கும் . . .”

---

* ராம வர்மா மகாராஜா. ஆட்சிக் காலம் 1895 – 1914.

** முன்னங்கால்களை மடக்கி அமர்வதற்கான கட்டளை.

“என்ன சம்பந்தம் அப்படித்தனே? பத்து இருபது வருஷத் துக்கு முன்னாடி இவாக்வேஷன்* காலத்தில் இதே இரும்புப் பாலத்தில் ஒரு வாலிபனை யானை கொன்ற சம்பவத்தைக் கேள்விப்பட்டிருக்கீங்களா?”

“ஆமாம் ஆமாம், அப்ப நான் மெட்ராஸில் படிச்சிட்டிருந் தேன்” என்றார் மேனன்.

“யானையோட பேரு வீரராகவன். இருபது, இருபத்தி நாலு வயசு இருக்கும். முதல் தடவையா அவனுக்கு மதம் பிடிச்சது. அவன் நிலைக்கொள்ளாம தவிச்சான். ஜன்ம சுபாவம் தானே? கோயில் ஆலமரத்தை உரசினான். மதமேறி சமநிலை குலைஞ்சு பிளிறினான். அந்தப் பிளிறல் ஹில் பேலஸ்வரை கேட்டதாம். இந்த வாயில்லா ஜீவன்களோட இப்படிப்பட்ட அலைக்கழிப்புகள்.”

“இதுக்கும் நம்மப் பொண்ணுக்கும் . . .” மேனன் கேட்டார்.

வீரராகவனும் சங்கிலியை அறுத்தான். பாகனைக் குத்திக் கொன்றான். இந்தத் தடவை போர்ட் கொச்சியின் ஆளுநர் சுட்டுக் கொல்ல உத்தரவிட்டார். துப்பாக்கிகள் வரிசையில் நின்றபோது ஓர் இளைஞன் கூறினான். ‘அடியேன் ஒரு தடவை முயற்சி பண்ணிப் பார்க்கறதுக்கு அனுமதிக்கணும். அச்சுதன் யானையை அடக்கிய பாச்சு நாயரோட மகன் நான்.’ பாச்சு நாயரின் பேரில் அவனுக்கு அனுமதி கிடைத்தது. இரும்புப் பாலத்தின் நடுவில் மூன்று கற்களுடன் அவன் நின்றான். வீரராகவன் தும்பிக்கையை உயர்த்தி அருகில் எங்காவது பெண் யானை இருக்கிறதாவென்று மோப்பம் பிடித்தான். மதம் கட்டுக்கடங்காமல் பாலத்தின் மீது ஏறினான். கருணா கரனைக் கண்டதும் நின்றான். தலையைக் குலுக்கி அவனிடம் திரும்பிப் போகுமாறு வீரராகவன் கூறியதாக முதியவர்கள் கூறுகிறார்கள். முதல் கல் வயிற்றைத் தாக்கியது. அடுத்தக் கல்லுக்கு முன்பு யானை கருணாகரனைத் தும்பிக்கையில் எடுத்து, தந்தத்தில் கோர்த்தது. பின்னர் இளைஞனின் பிணத்தை ஓடையில் வீசியது.

ராமர் கண்டர் மூஸது எழுந்து நின்று, கையை நீட்டிச் சொன்னார்: “சாட்சிகளையும் சூழ்நிலை ஆதாரங்களையும் விரல் அடையாளங்களையும் வெச்சுப் பார்க்கறபோது அந்தக் கருணாகரனோட ஆவிதான் உங்க மகள் ரமணியைப் பிடிச்சிருக்குது.”

---

* இரண்டாம் உலகப் போரின்போது கொச்சிப் பகுதிகளிலிருந்து ஆளில்லாத பாதுகாப்பான இடங்களுக்கு இடம்பெயர்ந்த காலம். ஊஸ்ஹஸ்ரீன்ஹறண்ா்ய.

“நாங்க என்ன பண்ணணும்?” மேனன் வினவினார்.

“வழி இருக்குது. ஒரு தாயத்துல மந்திரம் எழுதித் தர்ரேன். அதைக் கட்டுங்க. அவனுக்கு அறிவு இருந்தால் – புரிஞ்ச வரைக்கும் அது இல்லைன்னுதான் தோணுது – விலகிடும். அது பலிக்கலைன்னா சோற்றானிக்கரைக்குக் கொண்டு போகணும். கீழ்க்காவு பாலைமரத்துல ஒரு தகடில் ஆணியடித்து அவனை நிறுத்தணும். பாச்சு நாயரோட மகனாச்சே. சோற்றானிக் கரை அம்மாவோட நித்திய அருள் கெடைக்கட்டும்.”

“அதோட எல்லாம் சரியாயிடுமா?” மேனனின் மனைவி விசாரித்தாள்.

“சரியாகணும். அவனொரு முட்டாள். சரித்திரத்தை மறுபடியும் தொடரணும்னு எதிர்பார்க்கற மூடன். அதனால வறட்டுப் பிடிவாதம் இருக்கும். சோற்றானிக்கரையும் சரிப்படலைன்னா நாம இங்க மூணு நாள் பூஜை நடத்தி ஆவியை விரட்டிடலாம்.”

கண்டர் வெள்ளிப் பூண் பிரம்பைச் சுழற்றியபடி சொன்னார்: “அவனை வெட்டி அகற்ற வெச்சிடாதே. தெய்வமே.”

கருணாகரனின் முகம் உச்சி வெயிலில் நடந்து வந்ததைப் போல வாட்டத்துடன் காணப்பட்டது. ரமணி சொன்னாள்: “அந்த இன்ஸ்பெக்டர் கண்டர் உன்னைக் கண்டுபிடிச்சிட்டார்.”

“ம்ம்.”

“இனி?”

“இனி?”

“நீ என்னை விட்டுட்டுப் போயிடாதே. எனக்கு நீ மட்டுமே துணை.”

ரமணி அழுகையை அடக்கியபடி சொன்னாள், “நீ போயிட்டா நான் திரும்பவும் ஒண்டிக் கட்டை ஆயிடுவேன்.”

“நீ பயப்படாதே. நான் போகமாட்டேன்.” கருணாகரன் சுவரின் ஆடுதன் துளை வழியாக இரவைப் பார்த்துச் சொன்னான். “ஒரு தடவை தோற்றுப் போனவன் நான். மறுபடியும் தோற்றுப் போக யார் ஆசைப்படுவாங்க?”

ரமணி அவனுடன் நெருக்கமாக நின்றாள். கால்விரல்களை ஊன்றி நின்று கருணாகரனின் காதைக் கடித்தாள்.

மறுநாள் மாலை நேரத்தில் குளித்துவிட்டுத் திரும்பினாள். ரமணியை அம்மா குலதேவதையின் எதிரில் நிறுத்திக் கறுப்புக் கயிறு கோர்த்த தாயத்தை அணிவித்தாள்.

“உனக்கு ஏதாச்சும் மாற்றம் தெரியுதா?”

“என்ன மாற்றம் தெரியணும்.”

“ஒரு பாரம் எறங்கறதைப் போல?”

“இல்ல. இடுப்புல ஒரு பூரான் ஊர்றதுபோல இருக்குது. ஒரு கிச்சு கிச்சு மூட்டல்” என்றாள் ரமணி.

அம்மாவின் கண்கள் நிறைவதைக் கண்டபோது அப்பா சிரிப்பைக் கட்டுப்படுத்தினார். சிரமத்துடன் குரலை உயர்த்தி அப்பா சொன்னார், “தூங்கும் நேரத்துல அறைக்குப் போனாப் போதும். நீ இப்ப இங்க இருந்து லலிதா சஹஸ்ர நாமம் சொல்லிக்கிட்டிரு.”

அன்றிரவு ரமணி தாயத்தின் கறுப்புக் கயிற்றை மட்டும் அணிந்து கருணாகரனின் எதிரில் நின்றாள். அவள் தாயத்தைத் தொட்டுச் சொன்னாள், “இதுல உனக்கான அரெஸ்ட் வாரண்டை கண்டர் வெச்சிருக்கார்.”

ரமணி கருணாகரனின் கையை எடுத்துத் தாயத்தைத் தொட வைத்தாள். பின்னர் அவனை நெருங்கித் தனது உடலால் அவனை உரசினாள். கருணாகரனை இழுத்துப் பாயில் கிடத்தினாள். அவளது உடல் அவனது உடலின் மீது துடித்துக்கொண்டிருக்கும்போது, ரமணியின் இரண்டு கைகளின் நகங்களும் கருணாகரனின் முதுகை வாரியணைத்துக் நகக் கீறல்களைப் பதித்தன. மூச்சுத் திணறிச் சொன்னாள்: “விளிச்சே ஆனை.”*

மூன்று சாலைகளின் சந்திப்பில் லோனனின் பாண்டியாக் டாக்சியில் சோற்றானிக்கரையிலிருந்து திரும்பும்போது ரமணி அம்மாவின் மடியில் தலைவைத்து உறங்கிக்கொண்டிருந்தாள். குருதியின் மஞ்சள் கறைகள் படிந்த முகத்தில் பாதித் திறந்திருந்த அவளது கண்களின் வெண்மை. அம்மா அழத் தொடங்கினாள்.

“விலகிடுச்சுன்னு தோணுது” என்றார் அப்பா.

“அதிர்ஷ்டம்தான். மூஸதுதுக்கு வெட்டி நீக்க வேண்டிய அவசியம் வரலை.”

அறையில் விரிக்கப்பட்ட ஓலைப் பாயில் படுத்தபோது இன்று முதல் தனியாகப் படுக்க வேண்டுமென்று ரமணி நினைத்தாள். மேலும் இருட்டைத் தேடித் தலையணையில் முகம் புதைத்தபோது சட்டென்று கருணாகரனின் இருப்பை உணர்ந்தாள்.

---

* பிளிறுவதற்கான கட்டளை.

“நான் உன்னைச் சோற்றானிக்கரை பாலைமரத்தின் பொந்துல அடைச்சுட்டாங்கன்னு நெனைச்சேன்” ரமணி அவனை நெருங்கிச் சொன்னாள்.

கருணாகரன் எதுவும் பேசவில்லை. அதற்குள் அவளது விரல்கள் உயிர்ப்படைந்தன. அவை அவனது நெற்றியிலிருந்து மூக்கின் நுனியைக் கடந்து அவனது உதடுகளுக்கு நீண்டபோது கருணாகரன் அவளது கையை விலக்கினான். “எனக்குப் பயமா இருக்குது” என்றான்.

ஒளிரும் கண்களுடன் ரமணி மீண்டும் அணுகியபோது கருணாகரன் உத்தரவு போட்டான்: “ஸெட் ஆனை.”*

“நீ எதுக்காகப் பயப்படறே.”

“எனக்குத் தெரியாது.”

நறுக்கிய குருத்தோலையும், தெச்சிப்பூவும் கலந்து முறத்தில் வைக்கப்பட்ட கலவையிலிருந்து கைப்பிடியளவு வாரியெடுத்தார் ராமர் மூஸது. எதிரில் சம்மணமிட்டு அமர்ந்திருக்கும் ரமணியைப் பார்த்துச் சொன்னார்: “போ, போடா வெளியே.”

பூவைத் தொடர்ந்து எறிந்தார். வெள்ளிப் பூண் பிரம்பால் அடித்தார். பிறகு மந்திர உச்சரிப்பின் இடைவேளை. நள்ளிரவு வரை இது நீண்டது. வாசல் முகப்பில் குழுமியிருந்த பெண்கள் அழுதார்கள். தூரத்தில் மூஸதின் அலறலைக் கேட்டுப் படகுகள் பயணத்தை நிறுத்தின. நின்ற படகுகளில் அரிக்கேன் விளக்குகள் அசைந்துகொண்டிருந்தன.

அழாமல் நிற்கும் கருணாகரனின் வைராக்கியம் மூஸதுக்கு ஆத்திரமூட்டியது. பிரம்பு பறக்கத் தொடங்கியபோது அவரது கழுத்தில் இருந்த பவளமாலை காற்றில் சுழன்றது. மயிர் நிறைந்த கைகளில் துளிர்த்த வியர்வைத் துளிகள், குத்து விளக்கின் வெளிச்சத்தில் ஒளிர்ந்து தெறித்தன. இறுதியாக, எல்லாவற்றையும் மறந்து மூஸது துள்ளியெழுந்து சொன்னார், “ராஸ்கல், பிளடி ஃபூல், கெட் அவுட், போ, போயிடு.”

அவர் ரமணியை உதைக்கக் காலை உயர்த்தியபோது அப்பா தடுத்தார். “இவ்வளவு போதும் மூஸது.”

மூஸது சற்று நேரம் எதுவும் பேசவில்லை. அவரது கழுத்தில் பருந்தின் தலையைப் போன்றிருந்த குரல்வளை மணி மேலும் கீழும் ஏறி இறங்கிக்கொண்டிருந்தது. கடைசியில் சொன்னார், “இருக்கட்டும், இவளுக்குக் கொஞ்சம் இளநீரைக் கொடுத்துப் படுக்கவைங்க.”

---

* பின்வாங்கிச் செல்வதற்கான கட்டளை

அறைக் கதவு சாத்தப்பட்டதும் ரமணி கேட்டாள்: "உனக்கு வலிச்சதா?" அவள் முதல் முறையாக அழத் தொடங்கினாள்.

கருணாகரனின் முதுகில் பிரம்படிகளின் வீக்கத்தைக் கைகளால் வருடி மீண்டும் கேட்டாள்: "உனக்கு வலிச்சதா?"

"இல்லே." கருணாகரன் சொன்னான், "ஆனா, நான் போறேன்."

"என்னைத் தனியா விட்டுட்டா?"

"ம்ம்."

"கண்டரைப் பார்த்துப் பயந்திட்டியா?" ரமணி கேட்டாள்.

"இல்லே."

"அப்புறம்?"

"எனக்குப் பயமா இருக்குது." கருணாகரன் தளர்ந்த குரலில் கூறினான்.

"யாரை?"

"உன்னை."

"என்னையா?"

"ஆமாம். உன்கிட்டே மதம் இருக்குது."

ரமணி கருணாகரனை வெறித்தபோதிலும் அவனை ஏறிட வில்லை. சுவரின் துளை வழியாக அவள் வாசலைப் பார்த்தாள். அங்குக் கொம்பன் யானை வீரராகவன் நின்றுகொண்டிருந்தது. கருணாகரன் அதன்மீது ஏறியபோது தும்பிக்கையை உயர்த்திப் பிளிறிக்கொண்டு ஓடத் தொடங்கியது. சற்று நேரத்தில் படிக்கட்டு உடைந்து விழும் சத்தம் ரமணிக்குக் கேட்டது.

சர்மிஷ்டை

யா தேவி ஸர்வபூதேஷு சர்வரூபேண ஸம்ஸ்மிதா...

நிஜமாக, அரசே, உன் முகத்தில் முகப்பரு எழுவதைப் போல சட்டென்று ஏற்பட்ட சுருக்கங்களைக் காட்டிலும், உன் தலையில் மின்னலைப் போல பதிந்த நரையைக் காட்டிலும், உன் கண்பாவைகளைச் சுருட்டிய புரையின் பால்திரையைக் காட்டிலும் நீ விரல்களைச் சொடக்கும்போது இத்தனை பெரிய சத்தமெழும் என்பதை நான் – சர்மிஷ்டை – எதிர்பார்க்கவே இல்லை. அந்தப் பலத்த சத்தம் முதலில் என்னைத் திடுக்கிட வைத்தது. பின்னர் வெறும் சொடக்கு என அறிந்ததும் என்னால் சிரிக்காமல் இருக்க முடியவில்லை. ஆகவே உன் புராதன எலும்புகளின் தீனக் குரல்களைக் குறித்துக் கவலைகொள்ள எனக்குச் சற்று நேரம் தேவைப்பட்டது. முதுமையின் வேடிக்கைகள் எதிர்பார்ப்புக்கு அப்பாற் பட்டவைதானே.

ஹே அரசே, உன் உடலின் பிரச்சனை என்ன வென்பதை நன்கு அறிவேன். முதியவர்களின் காமம் விலங்குகள் கர்ப்பம் அடைவது போன்றது. நிறைவுபெறா விட்டால் அது வலியை உண்டாக்கும். ஜோடி கிடைத்த தும் விலங்குகளின் பிரச்சினை தீர்ந்துவிடும். ஆனால் முதியவர்களின் பிரச்சினை அங்கிருந்துதான் தொடங்கு கிறது. ‘சரி, ஆகட்டுமே’ என்கிற வார்த்தையை அவர்கள் பெண்களிடமிருந்து கேட்க அஞ்சுகிறார்கள்.

ஒரு சந்தை தினத்தில்தான் பரிமாற்றம் நடைபெற்றது. மேகங்கள் முயல் கூட்டங்களாகப் பெருகும் ஒரு ஐப்பசி மாதத்தின் வெள்ளிக்கிழமை. தர்பார் அறையை ஒட்டிய அந்தரங்க அறையில் யயாதி தனது புதல்வர்களுக்காகக் காத்திருந்தான். சூரிய வெளிச்சம் பட்டு அவனது பார்வை

மேலும் மங்கியது. ஆனால், புதல்வர்களின் முகங்களைத் தெளிவாகப் பார்க்கத் தேவையில்லை என்பதை எண்ணும் போது யயாதிக்கு ஆறுதலாகவும் இருந்தது.

யயாதி தனது பட்டத்து ராணி தேவயானிக்குப் பிறந்த யதுவை முதலில் அழைத்தான். காமரூபத்தில் சொல்லப்பட்ட இடுங்கிய கண்களைக் கொண்ட பெண்கள் முதல் கிழக்குக் காந்தாரத்தின் வடிவொத்த உடலழகைக் கொண்ட யுவதிகள் வரை யது தனது அந்தப்புரத்தில் சேமித்து வைத்திருந்தான். ஆகவே அவன் சம்மதிக்கப்போவதில்லை என்பதை முன்கூட்டியே ஊகிக்க முடிந்தது.

மூச்சுவாங்கியபடி யயாதி பேசினான். "மகனே, யது, ஒரு சாபத்தின் காரணமாகச் சில மணி நேரங்களுக்கு முன்பு வரை இளைஞனாக இருந்த நான் நரைதிரையைப் பெற வேண்டியதாயிற்று. என்னைச் சபித்த சுக்ர முனிவர் இந்த முதுமையைப் புதல்வர்களுக்கு கைமாற்றி சாபவிமோசனத்தைப் பெறலாம் என்றும் கூறியுள்ளார். நீ இதைப் பெற்றுக்கொள்வாயா? ஒரு தந்தை மகனுக்கு வழங்கும் செல்வம் இதுவல்ல என்பதை நான் அறிவேன். ஆனால், இல்லற இன்பத்தை அடைய பிறரைப் போல நானும் ஆசைப்படுகிறேன். கொஞ்சம் காலத்திற்குப் பிறகு நான் அதைத் திரும்பப் பெற்றுக்கொள்கிறேன். இந்நாட்டின் செங்கோல் உன்னுடையதாக இருக்கும்."

"நான் மாட்டேன்," என்றான் யது. "எனக்கு இந்த சுகபோகங்கள்மீது அதீத ஆசை. இது இன்பமூட்டும் விஷயம் என்பது அப்பாவுக்கும் தெரியும்தானே. ஆகவே அப்பா என்னை மன்னிக்க வேண்டும்." என்றான் யது.

பின்னர் அறைக்கு அழைக்கப்பட்ட தேவயானியின் இரண்டாவது மகன் துர்வசுவின் நிராகரிப்பு வெகு சீக்கிரமாக முடிந்துவிட்டது. எனது மூத்தப் பிள்ளை த்ருஹ்யுவுக்கு அவன் தந்தையின் மீதிருந்த வெறுப்பில் மாற்றமில்லை. அது வெளிப்படை யானது. பணிப் பெண்ணான என்னுடைய நிலைமை; யயாதிக்கு தேவயானி மீதுள்ள பயம். பின்னர் எனக்கும் யயாதிக்குமான உறவின் பொய்கள்; இறுதியில், காம மிகுதியால் தன் பிள்ளை களிடமிருந்து இளமையைப் பெற்றுக்கொள்வதற்கான யாசிப்பு. இவையெல்லாம் எனது மூத்தப் பிள்ளைக்குத் தெரியாதது இல்லை.

த்ருஹ்யு கேட்டான். "தாதா, இந்த தாதா என்ற வார்த்தை யின் பொருள் தா தா என்று யாசிப்பவர்கள் என்பதுதானா?"

"நீ மேலே பேசாதே. காலி வயிற்றில் அசட்டு சுலோகங் களாலான இந்த விளையாட்டு எல்லாம் வேண்டாம்."

“சரிதான், ஒரு இருபொருள் பேச்சின் விளைவுதானே அப்பாவை இந்த நிலைமைக்கு உள்ளாக்கியது.”

“புரியவில்லை.” என்றான் யயாதி.

“நினைவிருக்கிறதா, என் அம்மாவின் சாதியைச் சொல்லி ராணி தேவயானி கேலி செய்தது? அம்மா இழிந்த சாதியில் பிறந்தவள். அவரோ பிராமணக் குலத்தில் முதன்மையான ப்ருகு வம்சத்தில் பிறந்தவர். இந்தப் பூசலுக்குக் காரணம்? அவருடைய ஒரு சேலையை அம்மா தவறுதலாக மாற்றி உடுத்திவிட்டாள்.”

“அதற்காக தேவயானியைக் கிணற்றில் தள்ளிவிடலாமா?”

“அச்சம்பவம் நிகழ்ந்ததால்தான் அவ்வழியாகச் சென்ற யயாதி மன்னன் கிணற்றிலிருந்து அவளைக் கையைப்பிடித்துத் தூக்கிவிட முடிந்தது. பின்னர் கைபிடித்தார் – பாணிகிரஹணம் – ஆகிய இருபொருளின் அடிப்படையில் சுக்ர முனிவர் பிராமணக் கன்னியான தனது மகளைச் க்ஷத்திரியனான தங்களுக்குத் திருமணம் முடித்துக் கொடுத்தார்.”

த்ருஹ்யு அறையிலிருந்து வெளியேறினான். என் இரண்டாவது மகன் அனுத்ருஹ்யு யயாதியின் எதிரில் வந்தவுடனேயே மறுக்கும் பாவனையில் தலையை அசைத்துவிட்டுப் பின்வாங்கினான்.

புருவுக்கு யயாதியை அடையாளம் தெரியவில்லை. அவன் கேட்டான்: “வயோதிகரே, மன்னருக்குரிய வேடங்களைத் தரித்திருக்கும் தாங்கள் யார்?”

“மகனே, புரு, நான் உனது தந்தை யயாதி. உன் அன்னை சர்மிஷ்டைக்குக் குழந்தைப் பேறு தந்தமைக்காகப் பட்டத்து ராணி தேவயானியின் தந்தை சுக்ரனால் தரப்பட்ட சாபம்தான் இந்த நரைதிரைகள். இன்னும் நான் இளமையை அனுபவித்து முடிக்கவில்லையென்றும் எனது முதுமை தங்கள் மகளுக்கே துன்பத்தைத் தருமென்றும் நான் சொன்னபோது, புதல்வர்களில் எவரேனும் இசைவு தெரிவித்தால், எனது முதுமையை அவர்களின் இளமைக்குப் மாற்றிக்கொள்வதற்கான சாப விமோசனத்தை அருளுவதாகக் கூறினார் சுக்ரன். என் நான்கு புதல்வர்கள் – உனது அண்ணன்கள் – ஒருவரும் அதற்கு முன்வரவில்லை. நாட்டையே அளிக்கத் தயாராக இருந்தேன். இளைஞர்கள் அப்படித்தான், ‘முதுமை வயதானவர்களுக்கு மட்டுமே உரியது என்பது அவர்களின் எண்ணம்.’

பதினாறு வயதான புருவுக்கு, மற்ற குழந்தைகளைப் போல சட்டென்று பெரியவனாகிவிட வேண்டும் என்கிற ஆசை

இருந்தது. பிரம்மச்சாரி என்பதால் அவனுக்கு வாலிபத்தின் நாட்டங்களைப் பற்றிய பெரிய புரிதல் எதுவும் இருக்கவில்லை. அரசனாக வாழ்வது நல்ல விஷயமென்று அவன் கருதினான். ‘சரி’ என்று சொல்லிவிட்டான்.

அந்நிமிஷத்தில் என் குழந்தை கிழவனானான். அவனது கண்களை வேதனைப்படுத்துவதற்காகவே சூரியன் உதித்தது. சதாபொழுதும் அரண்மனையின் படிகளில் அவன் கண்களை மூடிப் படுத்துக் கிடந்தான். யாகச்சாலைகளின் தூணில் சாய்ந்து, புரோகிதர்கள் மந்திரங்களை உச்சாடனம் செய்யும்போது அவனும் முணுமுணுத்துக் கொண்டிருந்தான். வில்லாக வளைந்த முதுகெலும்பு அவனது கண்களைத் தரையில் தொட வைத்தது. அருகில் கண்ட கற்களும் புற்களும் புழுக்களும் யயாதியின் வம்சத்திற்குரியவை என்று புரிந்துகொண்டான் புரு. இப்போது, சில கவிஞர்களாலும் வெளிநாட்டு யாத்ரீகர்களாலும் சரித்திரம் உருவாக்கப்படுவதால் நம்புவதற்குக் கடினமாக உள்ளது. எனவே புவியியலைத் தெளிவாக அறிந்துகொள்வதற்கு, புரு தனது முதுகெலும்பின் கூனை அதிகப்படுத்தினான்.

புருவின் செவிகளில் நுழைந்து சென்ற மிகக் குறைந்த குரல்களில் ஒன்றுதான் தேவயானிடையது. அவள் எப்போதும் உரக்கப் பேசினாள். புருவிடம் அவனது மரணத்தைப் பற்றி மட்டுமே தேவயானி கூறிவந்தாள். “ஒரு ஜுரம், ஒரு தும்மல், ஒரு மழை, அல்லது குளிர்ந்த மேலைக் காற்று. அத்துடன் முடிந்துவிடக்கூடியது தானோ உனது கதை? வேலைக்காரியின் மகனுக்கு அரசனாக வேண்டுமா? முதுமையின் முடிவு மரணம். சாதிப் படிநிலைகளைத் தலைகீழாக மாற்ற முடியாது. கிழவா” என்றாள் அவள்.

அச்சமயத்தில் புருவின் அருகில் நின்றுகொண்டிருந்த நான் சிரித்தேன். இருப்பினும் என் முகத்தைச் அமைதியாக வைத்திருந்தேன். அப்போதேல்லாம் தேவயானி முகத்தைத் திருப்பிக் கொண்டு செல்வாள். போகிறபோக்கில் என்னை ஒரு முறை திரும்பிப் பார்ப்பாள். அந்தப் பார்வையில்தான் அவளது தோல்வி அடங்கியிருந்தது.

தேவயானிக்கும் எனக்குமான உரையாடல் என்பது மிகக் குறைவு. அசுர மன்னனான என் தந்தையின் குருவாகத் திகழ்ந் தவர் சுக்ரமுனிவர். அவரது மகள் தேவயானிக்கும் எனக்கும் சம வயது. அரண்மனையில் வசித்துவந்த நாள் முதல் நாங்கள் இருவரும் ஒன்றாகவே வளர்ந்தோம். ஒரு பார்வை, ஒரு ஸ்பரிசம், ஒரு புருவச் சுழிப்பு; இவையே எங்கள் கருத்துப் பரிமாற்றத்தின் எழுத்துக்களாக இருந்தன.

எப்படிக் காதலிப்பது என்பதை தேவயானிதான் எனக்குக் கற்றுத் தந்தாள். காதல் கற்றுக்கொள்ளக்கூடிய உணர்வு இல்லையே. அவளது முதல் காதல் நாட்களில் – கசனுடனான நிறைவேறாத காதல் – இரவு முழுவதும் என் கையைப் பிடித்தபடி மௌனமாகப் படுத்துக் கிடப்பாள். சில சமயம் தேவயானி என் உள்ளங்கையைப் பலமாக அழுத்துவாள். அப்போது நான் அவளது நெற்றியை வருடிக் கொடுப்பேன்.

எல்லா உறவுகளைப் போலவே எங்கள் உறவிலும் அதிகாரம் ஊடுருவியது. நான் இந்நாட்டின் அரசகுமாரி. தேவயானியின் தந்தை எங்கள் குரு. தந்தையும் மகளும் அரசனான எங்கள் தந்தையின் செல்வத்தில் வாழ்ந்துகொண்டிருக்கிறார்கள். ஆனால் தேவயானி பிராமண குலத்தில் பிறந்தவள். நான் அசுர குலத்தில் பிறந்தவள். சமூகம் தேவயானியின் ரத்தத்திற்கு மிகுந்த அதிகாரத்தை வழங்கியிருந்தது.

எங்கள் முதல் சண்டையிலேயே இவையெல்லாம் வெளிப்பட்டன. அவளது சேலையை நான் தவறுதலாக மாற்றி உடுத்திக்கொண்டபோது தேவயானி அதில் தீண்டாமையைக் கண்டாள். தந்தையும் மகளும் கொடை வள்ளலான என் தந்தையிடமிருந்து இரந்து உண்ணும் விஷயத்தை நினைவூட்டினேன். இருப்பினும் என் ஆத்திரம் அடங்கவில்லை. மறுநாள் கண்ணாடியில் என் முகத்தை நன்றாகப் பார்க்க வேண்டுமானால் என்னை இழிந்த சாதியைச் சேர்ந்தவள் என்று பழித்த அவளைக் கொலை செய்தால்தான் அடங்கும். எனவே, நான் அவளை அருகில் இருந்த கிணற்றில் தள்ளினேன்.

எனக்கு இரண்டு தண்டனைகள் கிடைத்தன. முதலாவது, மன்னன் யயாதியை மணம்முடித்த தேவயானியின் பணிப் பெண்ணாக இருக்க வேண்டும். இரண்டாவது, என்னைக் கூசவைக்கும், நிர்வாணத்தை உணரும் அத்தண்டனையை சமஸ்கிருதத்தில்தான் கூற வேண்டும்: "சர்மிஷ்டை மாதாஸ்தல்பே ந கர்ஹியத்."*

அந்தப் படுக்கையறையைக் கைப்பற்றுவதற்கான தந்திரத்துடன் முதன்முதலில் யயாதிமீது பார்வையை எறிந்தேன். ஒற்றைக் காலில் நின்று அடுத்தக் காலில் குத்தாத முள்ளைப் பிடுங்கும் வேளையில், பிரியமான ஆடவனை நோட்டம் விடுவது இக்கால இளம் பெண்கள் அடிக்கடி பயன்படுத்தும் ஒரு தந்திரம். யயாதி உலாவ வரும் நேரம் பார்த்து அருவியில்

---

* சர்மிஷ்டையை ஒருபோதும் படுக்கையறையில் பிரவேசிக்க அனுமதிக்கக் கூடாது (பாகவதம்)

குளிக்கப்போன நான் நழுவி விழும் ஆடையால் நாணத்தை மறைக்கப் பாடுபடுவதைப் போல நடித்தேன்.

களவுகள் நிறைவடைந்தது ஒரு பவுர்ணமியில். நிர்மல மான வானத்தில் பனியைப் பொழிந்துகொண்டிருந்த நிலவை வெறிக்கும் யயாதியைக் கண்டேன். மன்னன் மனதளவில் தனித்திருப்பவனாக எனக்குத் தோன்றியது. அவனது முகம் துன்பத்தில் உழல்பவனை ஒத்திருந்தது. சட்டென்று அந்தச் சுருள் முடியை விரல்களால் அளைய வேண்டுமென்று விரும்பி னேன். அந்தக் கிளி மூக்கின்மீது ஒரு முத்தத்தைக் கொடுக்கவும் விரும்பினேன்.

யயாதியின் அகன்ற கண்களில் சின்னக் குழந்தையின் பதட்டத்தைத் தரிசித்த வேளையில்தான் தாய்மையிலிருந்தே பெண்களின் காதல் தொடங்குகிறது என்பது புரிந்தது. தேவயானி இரண்டாவது குழந்தையைப் பெற பிரசவ இல்லத்திற்குச் சென்றபோது நான் யயாதியின் எதிரில் போய் நின்றேன்:

"அரசரே, என்னை ஏற்றுக்கொள்வீர்களா?" நான் கேட்டேன்.

"உனக்குத் தடை விதிக்கப்பட்டிருக்கும் இந்தப் படுக்கை யறையிலா?"

"சிறிது காலம் இந்தப் படுக்கையறையிலேயே தங்களுடன் உறவுகொள்ள வேண்டும் என்பது எனது மோகமாக இருந்தது. தற்போது தங்களுடன் இருந்தால் மட்டும் போதும்."

எதையோ நினைவுகூர்ந்ததைப் போல மேலும் கூறினேன், "அரசே, தங்களை நான் நீ என்று அழைக்கட்டுமா?"

யயாதி தலையாட்டியபோது நான் அவனருகில் நெருங்கி னேன். யயாதியின் இதயம் அச்சத்தால் வேகமாகத் துடிப்பதைக் கேட்டுச் சிரித்தேன்.

"எதற்காகச் சிரிக்கிறாய்?"

"அதைப் பிறகு சொல்கிறேன்." அது எங்கள் உறவில் பாதியில் நின்ற பல வார்த்தைகளுக்கு முதலாவதாக இருந்தது.

கோடைக் காலம் தொடங்குவதற்குள் புருவின் இரைப்பு அதிகரித்தது. அவனது கட்டிலின் அருகில், வெட்டிவேர் விசிறியால் அவனது நெற்றி வியர்வையைக் குளிர வைத்தபடி அமர்ந்திருந்தேன். புரு காணும் கனவுகள் இப்போதும் பதினான்கு வயதுக்கு உரியவையா? அவனது உடலின் முரண் கனவுகள் அணைந்துபோகட்டுமென்று நரைத்த இமைகளைக் கொண்ட அவனது மூடிய கண்களில் அழுத்தமாக முத்தமிட்டேன்.

புரு கண்விழித்து என்னை வெகுநேரம் பார்த்தான். "பெண்ணே, நீ எனக்கு யார்?" என்று கேட்டான்.

கண்ணீர் வழிய நான் படுக்கையறைக்குள் நுழைந்தபோது மீண்டும் இளமையைப் பெற்ற பிறகு, முதல்முறையாக என் அறைக்குள் பிரவேசித்த யயாதியைக் கண்டேன். நீளமான விரல்களால் விளக்கின் சுடரைத் தணிக்க முயன்றுகொண்டிருந்தான்.

“நில்லுங்கள்” என்றேன்.

யயாதி தலையை உயர்த்தி என்னைப் பார்த்துச் சிரித்தான். “நான் மீண்டும் துளிர்த்தப் பிறகு, மீண்டும் வசந்தத்தின் ஊற்று எனக்குள் ஊற்றெடுக்கத் தொடங்கியபோது உன்னருகில் வரக் கூடாது என்று கடிவாளமிட்டுக்கொண்டிருந்தேன். இன்று நீ எனக்கு வேண்டும். காட்டு மல்லிகையைப் போல என் மூலை முடுக்கெல்லாம் நீ படர்ந்து பரவ வேண்டும்” என்றான்.

“நீ யார்?” நான் கேட்டேன். அரசனின் எதிரில் சென்று எனது மேலாடையை விலக்கி, மார்பைக் காட்டினேன். “இந்தத் தாய்ப்பாலின் சுவையை நீ மறந்து விட்டாயா? உனது ஆறாவது வயதில் கற்றாழைச் சாறு கலந்து கசப்பூட்டிய தாய்ப்பாலை நீ மறந்துவிட்டாயா?” அழுகையைக் கட்டுப்படுத்தித் தொடர்ந்து பேசினேன்: “உன் வாழ்க்கையில் அந்த முதல் நம்பிக்கைத் துரோகம் என் கைகளால் நிறைவேற்ற நேர்ந்ததில் நான் எப்படி வருத்தினேன் என்று தெரியுமா?”

“சர்மிஷ்டா!” யயாதியின் கைகள் எனது தோள்களுக்கு நீண்டன.

பின்வாங்கியபடி உரக்கக் கத்தினேன், “போடா, நீ பாவம் செய்ய விழைகிறாயா? இதற்காகக்தானா உன்னைக் கால் வளரட்டும், கை வளரட்டும் என்று உறங்காமல் கண்விழித்து வளர்த்தேன்?”

“நீ என்ன பிதற்றிக்கொண்டிருக்கிறாய்?” யயாதி கேட்டான். என்னை முத்தமிட நெருங்கியபோது அவன்கன்னத்தில் அறைந்தேன்.

“இப்போது என் பாதங்களைத் தொட்டு வணங்கி, நல்ல குழந்தையாகத் திரும்பிப் போ” என்றேன்.

ஓலம்

நான் குத்புதீன் அன்சாரி, 29, தையல்காரன், அம்மாவும் மனைவியும் மூன்று வயது மகளுமாக அகமதாபாத் பாபு நகர் காலனியில் வசிப்பவன். நீங்கள் என்னை அறிவீர்கள். காற்று வீசும் ஜனவரி மாதம் பாபு நகரின் வானத்தில் மிக உயரமாகப் பட்டம் பறக்க விட்டேன். கடையை மூடிவிட்டு வீட்டிற்குத் திரும்பும் போது கையில் காசு இருக்குமானால் வாடிலாலின் கடையிலிருந்து என் மகளுக்குப் பிரியமான பட்டர் ஸ்காச் ஐஸ்கிரீம் வாங்குவேன். சில நாட்களில் எனக்குச் சிந்திக்க வேண்டுமென்று தோன்றும். அப்போது எல்லீஸ் பாலத்தின்மீது நின்று தண்ணீர் நிறைந்த அல்லது வற்றிய சபர்மதி ஆற்றைப் பார்த்துக்கொண்டிருப்பேன். அன்பு ததும்பும் சில நாட்களில் – கண்ணெதிரில் வளர்ந்த, பாபு நகர் பெண்கள் கல்யாண ஆடைகளைத் தைக்க வரும் போதுதான் வழக்கமாக அது நடக்கிறது – ரிலீப் ரோட்டில் தெரு வியாபாரிகளிடமிருந்து சிவப்புக் கண்ணாடி வளையல்களை வாங்கி, எங்கள் ஒற்றை அறை வீட்டில் அந்தரங்கம் நிறைந்த, கொசு வலைக்குள் என் மனைவியிடம் கொடுப்பேன். தவணை முறையில் பதினான்கு அங்குல டி.வி.யை வாங்கியபோது, ஏலக்காய் போட்ட தேநீரைத் தயாரிக்கவும் நான் கற்றுக்கொண்டேன். ‘க்யோம் கீ ஸாஸ் பீ கபி பஹு^தி’ போன்ற தொடர்களைப் பார்த்துக்கொண்டிருப்பார்கள். அப்போது அம்மாவும் மனைவியும் நான் தயாரித்துக் கொடுக்கும் தேநீரை நன்றிகூடத் தெரிவிக்காமல் வாங்கிப் பருகுவதைக் கண்டு எனக்குள் சிரிப்பெழும். என் அம்மாவுக்குத் திரைப்படம்

பார்ப்பதைவிட வெளியில் சென்று உணவு உண்பதில் தான் அலாதி நாட்டம். தீன் தர்வாஜாவின் அருகில் பத்தியார் கேலரியில் தெருவோரக் கடைகளிலிருந்து கபாபும் மாமிசக் குருமாவும் பொரித்த மீனும் – சங்கல்ப் ரெஸ்டாரண்டில் – என் மகள் கை தட்டிச் சிரித்து வரவழைத்த பத்தடி நீளமுள்ள குடும்பத் தோசை அல்லது காபி, டைனிங் ஹாலில் தயிரில் தயாரிக்கப்படும் கடி, கத்திரிக்காயும் சீனிக் கிழங்கும் உருளைக் கிழங்கும் சேர்த்துத் தயாரித்த இன்த்யா, இவைகளுடன் தூய வைஷ்ணவ குஜராத்தி உணவும் அம்மாவுக்கு மகிழ்ச்சியைத் தந்தது. இந்த மகிழ்ச்சியை அம்மாவுக்குத் தருவதற்காக மாதத்தில் ஒரு முறையேனும் டி.வி. தொடர்கள் இல்லாத மாலைப் பொழுது களில் ஆட்டோ ரிக்ஷாவில் போய் வந்தோம்.

ஆனால் நான், குத்புதீன் அன்சாரி, சமீப நாட்களில் ஓர் அடையாளச் சின்னம் ஆனேன். டில்லிக்கு இந்தியா கேட்டைப் போல, ஜெய்பூருக்கு ஹவா மஹாலைப் போல, கொல்கத்தாவுக்கு ஹௌரா பாலத்தைப் போல, மும்பைக்கு கேட்வே ஆஃப் இந்தியாவைப் போல, அகமதாபாத்துக்கு ஓர் அடையாளச் சின்னம் இருக்கவில்லை. அடையாளச் சின்னங்கள் இல்லாத நகரங்களுக்கு முகமில்லை. காந்தியின் சபர்மதி ஆசிரமம் அகமதாபாத்தின் அடையாளச் சின்னமாக மாறாததற்குக் காரணம் அதற்குக் கம்பீரத் தோற்றம் இல்லாதது தான். ஸித்தி ஸய்யத்தின் மசூதியில் கல்லில் செதுக்கப்பட்ட கிளைகள் பின்னிய மர உருவம் பொறித்த ஜன்னல் ஐ.ஐ.எம். அகமதாபாத்தின் அடையாளச் சின்னமானது. தனித்துவமான ஓர் அடையாளம் இல்லாமல் அகமதாபாத் தொடர்ந்தபோது நான் அந்த இடைவெளியை நிரப்பினேன்.

*2002*ஆம் வருடம் வழக்கத்தைக் காட்டிலும் அதிகக் காற்றுடன் தொடங்கியது. வடமேற்கிலிருந்து வீசிய காற்று என் வீட்டுப் பக்கத்தில் வளர்ந்திருந்த மூங்கில் மரங்களை மேலும் ஒலியெழுப்ப வைத்தபோது இந்த வருடம் பட்டம் விடுபவர்களுக்குச் சாதகமாக இருக்குமென்று கருதினேன். நான் பாயி சந்தைப் பார்க்கப் போனேன். எனது பள்ளித் தோழனும் ரயில்வே ஊழியனுமான பாயி சந்த் எங்கள் பகுதி யில் மிக உயரத்தில் பட்டம் பறக்கவிடும் ஆள். நான் கூறினேன்: "பாயீ, இந்த வருஷம் மகர சங்கராந்தி* நாளில் நான் உன்னைத் தோற்கடிப்பேன்." பாயி சந்த் சிரித்தபடி என் முதுகைத் தட்டிச் சொன்னான்: "சரி." பாயி சந்தின் சிரிப்பில் வெளிப்பட்ட

---

* மகர சங்கராந்தி – தைப் பொங்கல்.

** பதங்க்வாலா – பட்டம் விற்பவன்.

தன்னம்பிக்கை எனது உற்சாகத்தைக் குறைக்கவில்லை. அன்றைய தினமே நான் தீன் தர்வாஜாவுக்குப் போய் அயூப் பதங்க்வாலா** விடமிருந்து பிரம்புச் சட்டத்தைக் கொண்ட மூன்று பட்டங்களை யும் நூலையும் வாங்கினேன். அதற்குப் பிறகுதான் அம்மாவின் வேலை தொடங்கியது. பழைய பொருட்கள் விற்பவனிடமிருந்து வாங்கிய பழைய குப்பிகளை உடைத்து அம்மாவிடம் கொடுத் தேன். நான் தைத்துக் கொடுத்த முரட்டுத் துணியாலான கையுறைகளை அணிந்து அம்மா கண்ணாடித் துண்டுகளை வெற்றிலை இடிக்கும் சிறிய கல்லில் பொடியாக்கினாள். கண்ணாடித் தூளைப் பசையுடன் கலந்து நான் பட்டத்தின் நூலில் தேய்த்துக் காய வைத்தேன்.

மகர சங்கராந்தி நாளில் ஆகாயத்தில் இடமில்லை. பல நிறங்களாலான பட்டங்களின் நெரிசலால் என் அண்டை வீட்டுக்காரரான, புறாக்களை வளர்க்கும் கபூத்தர் பாஜ் ஹஸன் ஷேக்கின் புறாக்கள் அன்று பறக்கவில்லை. என்னை மற்றவர் களிடமிருந்து வேறுபடுத்திக் காட்டக்கூடிய எனது இளம்பச்சை நிறக் கண்களால் வானத்தை நோக்கி எழும் காற்றின் புலனாகாத சுழிகளைத் தேடினேன். திடீரென்று நான் வானத்தில் ஒரு பருந்தின் கரிய புள்ளியைக் கண்டேன். நூலில் ஓரிரண்டு இழுப்பு, என் பட்டம் பருந்தைத் தாங்கிக்கொண்டிருந்த காற்றின் சுழியை நோக்கி நகர்ந்தது. பின்னர் அது தானாக உயரத் தொடங்கியது. என் மனம் நிம்மதியடைந்தது. உயரத்தின் பயம் என்னைப் பாதிக்கத் தொடங்கியபோது நான் நூலை அவிழ்த்து விடுவதை நிறுத்திப் பட்டத்தைக் கட்டுக்குள் கொண்டு வந்தேன். அன்று எங்கள் பகுதியில் வெகு உயரத்தில் பட்டம் பறக்க விட்டவன் நான்தான். பாயி சந்த் என்னைக் கட்டியணைத்தார். குழந்தைப் பருவத்தில் இருந்தே அவர் அப்படித்தான் – பொறாமைப்படாமல் அடுத்தவர்களின் மகிழ்ச்சியில் பங்கேற்கக் கூடியவர்.

நான் பட்டத்தைக் கீழ் நோக்கி இழுத்தேன். இனிமேல் தான் தாக்குதல் நடக்கப் போகிறது. நான் பாயி சந்தின் பட்டத்தை அறுத்தேன். கண்ணாடித் தூள் தடவிய எனது பட்டத்தின் நூல்மீது வெயில் பட்டபோது அது வாளின் முனையைப் போல மின்னியது. நான் மைதானத்தில் ஓடித் திரிந்து பல பட்டங்களின் நூல்களை அறுத்துவிட்டேன். அப்போதுதான் பிந்தியா எனது சட்டையைப் பிடித்துக்கொண்டு கூறினாள்: “தர்ஜி சாச்சா, என்னோட பட்டத்தை அறுத்து விடாதே.” பிந்தியா பிறந்தபோது பெரிய ஸேஃப்டி பின்னைப் பொருத்தி, அவளது இடுப்பில் கட்டுவதற்கான நாப்கின் துணியை

நான்தான் தைத்துக் கொடுத்தேன். பிறகு சின்ன உடை, ஃப்ராக், இப்போது பாவாடை, பிளவுஸ் – அளவுகளைக் குறித்து வைக்கும் எனது ஏடுகளின் ஊடாக அவள் வளர்ந்து பன்னிரண்டு வயதை அடைந்தாள்.

“நான் அறுக்கத்தான் போகிறேன். போட்டிக்கு நீ வரலைன்னா எதுக்காகப் பட்டத்தை எடுத்துக்கிட்டு மைதானத்துக்கு வந்தே?” என்றேன்.

பிந்தியா எனக்குப் பட்டத்தின் கதையைச் சொன்னாள். பட்டம் என்றால் பெண் குழந்தைகளின் காதலன். ஆண் குழந்தைகளின் காதலி. நூல்தான் அவர்களின் காதல். அது அறுபடும்போது காதல் முறிகிறது. நூல் அறுந்த பட்டத்தை மீண்டும் கைப்பற்றும்போது மறுவருகை. “ஆகவே, தர்ஜி சாச்சா ஒருநாளும் நூலை அறுக்கக் கூடாது” என்று பிந்தியா என்னிடம் சொன்னாள். நான் சிரித்தேன். அவள் பதிலுக்குச் சிரித்தபோது அவளது கன்னக்குழிகள் பெரிதாகி இருப்பதைக் கண்டேன். வீட்டிற்குத் திரும்பிச் செல்லும்போது என்னைச் சுற்றிலும் மார்கழியின் காதலும் விரகமும் மீண்டும் சந்திப்புகளும் நிகழ்ந்து கொண்டிருந்தன.

எனது பக்கத்து வீட்டுக்காரர் ஹஸன்ஷேக் அவரது வீட்டு மொட்டை மாடியில் புறாக்கூடுகளின் நடுவில் தனி அறையில் வசித்து வந்தார். கீழ்த் தாளங்களில் வசித்து வருபவர்கள் தரும் வாடகைப் பணத்தில் புறாக்களுக்குத் தினை வாங்குவார்; அவ்வப்போது ஆக்ராவுக்கோ டில்லிக்கோ சென்று ஸிக்காந்தரி, காபூலி போன்ற பழைய புறா இனங்களை வாங்கி வருவார். அவர் கைதட்டும்போது புறாக்கள் மொட்டை மாடியில் பல திசைகளிலிருந்து பறந்து, வானத்தில் இணைந்து ஒரே பிரவாக மாகப் பறந்து விமானத்தைப் போலச் சரிந்து, மீண்டும் வளைந்து மொட்டை மாடிக்குத் திரும்பிவரும். நாட்டியக்காரியின் மடிப்புப் பாவாடைச் சுழலும் வேகத்தில், வீட்டை எட்டுவதற்குள் சாய்வாகப் பறக்கும். புறாக்களின் சிறகடிப்பும் குறுகுறு ஒலியும் பொட்டுக் கண்களுடன் வீட்டிற்குத் திரும்பும் உற்சாகமும் எனது மகளைக் கைதட்டி ஆர்ப்பரிக்க வைத்தன.

அவளது கைகளால் தரப்படும் தினையைத் தின்பதற்கான உரிமையை மட்டும் ஹஸன்ஷேக் புறாக்களுக்கு வழங்கியிருந்தார்.

பிப்ரவரி மாதத்திலேயே பதுங்கிக்கொண்டிருக்கும் ஏதோ ஆபத்தைப் பற்றிய சமிக்ஞையைப் புறாக்கள் காட்டின. ஹஸன் ஷேக் கூறினார், “புறாக்கள் எத்தனை முறை கைதட்டினாலும்

வெளியே வர்றதில்லே. ஏதோ அசம்பாவிதம் நடக்கப்போகுது." நான் அன்றைய தினமே கோதுமை மாவும் பருப்பும் உருளைக் கிழங்கும் கடலைமாவும் சேகரிக்கத் தொடங்கினேன். காஸ் சிலிண்டர்கள் சந்தையிலிருந்து மாயமானதால் அதைச் சேமித்து வைக்க முடியவில்லை. அம்மா திட்டினாள்: நீ என்ன கிறுக்குத் தனம் செய்யற? இந்தக் காலம் மோசம்னு எனக்குத் தெரியும். ஆனா இது என்ன பைத்தியக்காரச் சேகரிப்பு. அகமதாபாத் வாசிகளும் குஜராத்திகளும் இரக்கம் உள்ளவங்க. மாமிசம் சாப்பிடாதவங்க. பாப்புவோட மக்கள். ஒரு எறும்பைக்கூட நோகடிக்காத, தரையைப் பார்த்து நடக்கற ஜைனர்கள். அவங்க ளோட இஷ்ட தெய்வம் யார்? பகவான் ரண்சோத்: யுத்தத்தில் பங்கெடுக்க மறுத்த பகவான், அதாவது ஸ்ரீகிருஷ்ணன். அந்தக் கிறுக்கன், கல்யாணம் ஆகாத, புறாவை வளர்க்கறவன் சொல்றதைக் கேட்டு நீ ஏதேதோ பண்ணிக்கிட்டிருக்கறே."

அம்மா சொல்வது சரியென்று எனக்குத் தோன்றியது. அப்போது, ஒருநாள் இரவுவேளையில் பாயிசந்த் என் கதவைத் தட்டினான். பாயிசந்த் மூச்சு வாங்கியபடி சொன்னான், "அம்மா, குத்புதீன், நான் வேலை முடிஞ்சு ரயில்வே ஸ்டேஷன்ல இருந்து நேரா இங்க வர்றேன். பரோடாவுக்குப் பக்கத்தில கோத்ரா ஸ்டேஷனுக்கு வெளியில் ஒரு போகியை எரிச்சிட் டாங்க. குத்புதீன். நம்ம கிளாஸுல படிச்ச கணக்கில் ஃபஸ்ட் மார்க் வாங்கிய சாந்தி பேணும் அவளோட புருஷனும் குழந்தை களும் இறந்திட்டாங்க. நகரத்தில மைக் வெச்சுக் கத்திகிட்டிருக் காங்க. அயோத்தியிலேர்ந்து திரும்பி வர்ற சாந்தி பேண் மாதிரி யான ராம பக்தர்களைக் கொன்று போட்ட, கோத்ரா புறநகர்ல வசித்து வர்ற உங்க மதக்காரங்களுக்கு எதிராக. எனக்குப் பயமா இருக்குது. ஹஸன் ஷேக்கின் புறாக்கள் சொன்னது சரிதான். நான் வர்ற வழியில நம்ம விரேன்ஷாவோட டாடா சுமோவைப் புக் பண்ணிட்டேன். நானும் ஆஷாவும் கொழந்தை களும் நாளைக்கு அண்ணன்கூட தங்கறதுக்காக உதய்பூர் போறோம். குத்புதீன், உன்னோட காரியத்தை நீ பாத்துக்க. நீயும் இடத்தைக் காலி பண்ணிடுன்னு சொல்றதுக்காகத்தான் வந்தேன்." நீண்ட காலத்திற்குப் பிறகு அம்மாவின் முகத்தில் பீதியைக் கண்டேன்.

அன்றிரவு என் மகளைத் தவிர யாரும் தூங்கவில்லை. மறுநாள் காலையில் நான் வீட்டின் கதவையும் ஜன்னல்களை யும் திறக்கவில்லை. சலித்துப்போன மகள் அமைதியிழந்தபோது நான் வீட்டின் பின்பக்க வாசல் கதவைத் திறந்து கொடுத்தேன். அவள் அங்கு மண்ணை அள்ளி விளையாடிக்கொண்டிருந்தாள்.

சற்று நேரம் கழிந்தபோது ஏதோ விழும் சத்தம் கேட்டது. என் மகள் ஒரு புறாவைத் தூக்கியபடி அருகில் வந்தாள். “அழகுப் புறா.” அவள் என் கையில் தந்த புறா கழுத்து ஒடிந்து இறந்துபோயிருந்தது. நான் வாசலுக்குப் போய்ப் பார்த்தபோது ஹஸன் ஷேக்கின் உரத்த குரல் கேட்டது, “என் புறாக்கள், என் புறாக்கள்.” தொடர்ந்து கலவரக்காரர்கள் ஹஸன் ஷேக் மீது பெட்ரோல் ஊற்றி எரிப்பதைக் கண்டேன்.

பிறகு அவர்கள் என் வீட்டிற்கு வந்தார்கள். கலவரக் காரர்கள் என் வீட்டைச் சுற்றி மண்ணெண்ணை ஊற்றித் தீ வைத்தார்கள். சந்தையிலிருந்து மாயமாகிப் போன எரிவாயு உருளைகளை அவர்கள் எறிந்தபோது அது தீயில் வெடித்துச் சிதறியது. பின்னர் நான் என் அம்மாவையும் மனைவியையும் குழந்தையையும் பார்க்கவில்லை. வாசலை விட்டுப் பின்பக்கக் கதவு வழியாக ஓடினேன். நான் வெளியில் வந்தபோது மண்ணெண்ணைக் குப்பிகளும் பெட்ரோல் டின்களும் வாள் களும் கத்திகளுமாக என்னைச் சூழ்ந்து நின்ற ஆட்கள் நம்மைப் போன்றவர்கள்தான். அவர்களின் இடுப்பு அளவு என் அளவு புத்தகத்தின் வழியாக வளர்ந்ததுதான். நான் தைத்துக் கொடுத்த ஆடைகளை அணிந்த பெண்கள் என் மனைவியுடன் ‘க்யோம் கீ ஸாஸ் பி கபி பஹூதி’யைப் பற்றி விவாதித்தார்கள். எனக்கு அறிமுகமில்லாத நபர்கள் வாள்களையும் சூலங்களையும் போர்டு களையும் வைத்திருந்தார்கள். அவர்கள் கையில் வைத்திருந்த பலகைகளில் ‘முஸ்லிம்களின் கடைகளைப் புறக்கணியுங்கள்’ என்று எழுதப்பட்டிருந்தது. எனது கண்களின் நடுவில், மர்ம ஸ்தானத்தைக் குறிவைத்து கருங்கல் துண்டைப் பிடித்து நிற்கும் பிந்தியாவைக் கண்டேன். அவளுடைய அம்மாவின் கையில் வெட்டுக் கத்தி இருந்தது. நான் அங்கு நின்றிருந்த கலவரத் தடுப்புப் படையினரைப் பார்த்து எனது உயிரைக் காப்பாற்று மாறு கெஞ்சினேன். ஒரு துப்பாக்கியின் ஸேஃப்டி காச்சை மாற்றுவதைப் போன்ற சத்தம் கேட்டது. நான் திடுக்கிட்டுத் திரும்பிப் பார்க்கும்போது ஒருத்தன் கேமராவைக் கிளிக் செய்வதைக் கண்டேன்.

அப்புறம் நடந்தவற்றை நீங்கள் பத்திரிகைகளில் வாசித் திருப்பீர்கள்: ‘குத்புதீன் அன்சாரியையும் அவனது குடும்பத்தை யும் ஆட்கள் தாங்கிக்கொண்டிருந்தார்கள். அவன் போலீஸ் காரர்களிடமும் ஆர்.ஐ.எஃப். காரர்களிடமும் தன்னையும் தனது குடும்பத்தினரையும் காப்பாற்றுமாறு அழுது மன்றாடி னான். ராணுவம் சம்பவ இடத்தைத் தமது கட்டுப்பாட்டுக் குள் கொண்டுவந்த பிறகுதான் ஆறு மணி நேரம் நீண்டு நின்ற அந்த அக்கினிப் பரீட்சை முடிவுக்கு வந்தது.’

ராணுவத்தினர் என்னை தங்கள் டிரக்கில் இழுத்துப் போட்டார்கள். எங்கள் வீட்டின் பின்புறம் இருந்த சிறுபாலத் தின் அடியிலிருந்து அம்மாவையும் மனைவியையும் குழந்தையை யும் மீட்டார்கள். எங்களை ஷா அலாம் முகாமில் சேர்த்தார்கள்.

ராயிட்டர் பத்திரிகைப் புகைப்படக்காரர் எடுத்த எனது படம் அடுத்த நாள் நாளிதழில் வெளியானது. பார்வை நிலைக்காத, பதறும் என் கண்களின் அடர் பச்சைநிறமும், பொங்கி வழியும் கண்ணீரும், குளிர்ந்த நாளிதழில் உறைந்த என் ஓலமும், கையைக் கூப்பி யாசிக்கும் என் மன்றாடலும் நெருங்கிக் கொண்டிருக்கும் மரணத்தை உங்களுக்குக் காட்டித் தந்தது. நான் அகமதாபாத்தின் அடையாளச் சின்னமானேன்.

நான் அடையாளச் சின்னமாக மாறிய நகரத்தின் சாலை களில் பிணங்கள் கிடந்தன. கட்டடங்கள் எரிந்துகொண்டிருக்கும் கரியப் புகை வானத்தில் பரவியது. அதன் நடுவில் நான் அன்றுவரை பார்த்திராத கழுகுகள் பறந்துகொண்டிருந்தன. வழியோரங்களில் பள்ளிக் குழந்தைகளின் பாதி எரிந்த சிவப்பு ரிப்பன்கள் காணப்பட்டன. பெண்களின் ரத்தம் படிந்த உள்ளாடைகள். கிழித்தெறியப்பட்ட பாடப் புத்தகங்கள். வளையல் துண்டுகள். பாதி எரிந்த குடும்பப் புகைப்படங்கள். சுவர்களில் ‘முஸ்லிம் கடைகளைப் புறக்கணிக்க வேண்டும்’ என்கிற விளம்பரங்கள். தலை இல்லாத பொம்மைகள். வின்ட் ஸ்கீரின் உடைந்து பாதி எரிந்த கார்கள். இன்னும் எரியாத சைக்கிள் ரிக்ஷாக்களின் குவியல். பிளந்த வயிற்றில் இருந்து வெளிவந்த குடல்களைப் போல நாடாக்கள் உருவி எறியப் பட்ட அனு மல்லிக் மற்றும் பங்கஜ் உதாஸின் ஒலி நாடாக்கள். மதிப்பெண்கள் குறைந்ததால் அடியை வாங்கித் தந்த மதிப்பெண் அட்டை. பட்டங்கள். கிழிந்த பட்டங்கள். மிதித்து அழிக்கப் பட்ட பட்டங்கள். நூல் அறுந்த பட்டங்கள். நான் பட்டங் களைப் பார்ப்பதில்லை என்று உறுதிபூண்டிருந்த போதிலும் அவை எல்லாவிடங்களிலும் காட்சி தருகின்றன. அம்மா அடிக்கடி சொல்வதை நான் நினைவுகூர்ந்தேன்: “நீ அன்சாரி, மோமீன், தையல்காரன். ஒருபோதும் உன் கையால் நூல் அறுபடக் கூடாது.” ராயிட்டரின் புகைப்படக்காரர் என்னை நூல் அறுத்த ஒரு நகரத்தின் பதில் ஆளாக மாற்றிவிட்டார்.

நிவாரண முகாமில் பெண்கள் பகுதியில் தனியாக வசித்து வந்த என் குடும்பத்தை நான் பார்க்கவில்லை. நான் இரவும் பகலும் நடந்துகொண்டிருந்தேன். சுற்றித் திரியும்போது மண்ணில்

ஏதோ ஒளிர்ந்தது. அது ஓர் உடைந்த கண்ணாடித் துண்டு. அதன்மீது ஸ்டிக்கர் பொட்டு ஒட்டப்பட்டிருந்தது.

நான் என் முகத்தைப் பார்த்து ஐந்தாறு நாட்கள் ஆகியிருந்தன. பிரதிபலித்த என் முகத்தின் முரட்டு ரோமங்கள் தாடியில் கருமையைப் பரப்பி இருந்தன. கண்களின் பீதி முற்றிலுமாக அகலவில்லை. நான் மறந்துபோன ஒரு விஷயத்தை என்னால் செயல்படுத்த முடியவில்லை. சற்றுச் சிரிக்க வேண்டும். எவ்வளவு முயன்றபோதிலும் என் முகம் அகோரம் அடைந்ததே தவிர எனக்குச் சிரிப்பு வரவில்லை. முடக்குவாதம் பாதித்தவனை நாட்டு வைத்தியன் நீவி விடுவதைப் போல என் கன்னங்களையும், வாயைச் சுற்றிலும் அழுத்தித் தேய்த்தேன். இருப்பினும் என் பிரதிபிம்பம் சிரிக்கவில்லை. என் முகத்தில் சிரிப்பின் தசைநார்கள் களைப்புற்றுக் கிடந்தன.

நாவிதன்

பாடி இருபத்தி இரண்டு வயது பரம்பரை நாவிதன். முடி வெட்டுவதைவிட தாடியை மழிப்பதில் அலாதி விருப்பம் அவனுக்கு. முடி வெட்டுவது தோட்ட வேலையைப் போன்றது. அருகம்புல்வெளியைப் போல முடியைச் சமப்படுத்துதல். நடுவில் எங்காவது நரைத்த ரோமம் தென்பட்டால் களையைப் போல அடியோடு வெட்டி நீக்குதல். ஸ்டெப் கட்டிங் என்றால் மலையோரங்களைப் போலப் படிப்படியாகத் திட்டுகளை உருவாக்குதல். மஷ்ரூம் கட்டிங் – பெயரிலேயே வேளாண்மை. முகத்தை மழித்தல் என்பது பாடியைப் பொருத்தவரை புது மண்ணை உழுவதைப் போன்றது. ஓரிரண்டு நாட்கள் முன்பு வளர்ந்த தாடி ரோமத்தை மழிக்கும்போது ஷேவ் செய்ய வந்தவனின் வாழ்க்கையிலிருந்து அத்தனை நாட்களையும் சுரண்டி அகற்றுவதைப் போல பாடிக்குத் தோன்றும்.

ஸ்ப்ரேயால் முகத்தின்மீது தண்ணீரைப் பீச்சிய பிறகே மழிக்கத் தொடங்குவான். பின்னர் நுரையின் புதுப்பனி. முதலில் மழிப்புக்குப் பிறகு முகத்தைக் கையால் வருடும்போது மினுமினுப்பான கருங்கல்லைப் போல இருக்கும். பிரஷில் எஞ்சியுள்ள நுரையைத் தடவி மீண்டும் ஒரு முறை தாடியை மழிப்பான். இப்போது செம்புக் குடத்தின் அடிப்பகுதியின் குளிர்ச்சியையும் மென்மையையும் முகம் பெற்றுவிடும். மழித்தலுக்கு வரலாறு உள்ளது; பனிக் காலத்திலிருந்து கற்காலம். தொடர்ந்து உலோகத்தின் காலம்.

புதுப்பனியில் உழுதல்: ஆனால், பாடி பனியைப் பார்த்ததில்லை. பண்ணியின் வழியாகத்தான் அவனது வாழ்க்கையில் பனி ஊடுருவியது. பாடி, பண்ணியின்

வலைத்தளத்தைப் படித்து வந்தான். தியோஃபிலஸ் என்கிற பேரில்தான் பண்ணி வலைத்தளத்தில் எழுதினான். தேவப்ரியா பானர்ஜி என்பதுதான் பண்ணியின் பேர். தியோஃபிலஸ் என்கிற புனைப்பெயரை வலைத்தளத்தில் பயன்படுத்தும் காரணத்தை பாடியிடம் பண்ணி கூறியிருந்தான். தியோ என்றால் கிரேக்க மொழியில் தெய்வம். ஃபிலஸ் என்றால் பிரியத்திற்குரியவன். ஆகவே தியோஃபிலஸ் என்றால் தேவப்ரியா என்று பொருள்.

ஜனவரி 7, 2002: பனியைக் குறித்து

இன்று பனி பெய்தது. எனது அறையிலிருந்து கம்பிகள் இல்லாத ஜன்னல்கள் வழியாக காலை நேரத்தில் அணி வகுப்பும் மாலை நேரத்தில் கால்பந்தாட்டமும் நடை பெறும் பென்சில்வேனியாவின் ஓரிடத்தில் எங்கள் ராணுவ முகாம் மைதானத்தின்மீது தூசிப்படலத்தைப் போல பனி தொடங்கி யிருந்தது. கடந்த செப்டம்பர் பன்னிரண்டாம் தேதி – அதாவது 9/11இன் மறுநாள் – உலக வர்த்தக மையத்தின் இடிபாடுகளைப் பார்ப்பதற்காக என்.ஒய்.பிடி*யைச் சேர்ந்தவர்கள் வெகுதூரத்தில், தடைபட்ட வழியின் மறுபக்கத்தில் இருந்து கவனித்தபோது, இன்னும் அடங்காத தூசிப் படலத்திற்கு இதைக் காட்டிலும் பிரமாண்டமும் உயரமும் இருந்தது. என்னருகில் நின்று கொண்டிருந்தவன் கட்டடத்திற்குள் சிக்கிக்கொண்ட சகோதரி யைப் பார்த்து அழுவதற்குப் பதிலாக, கைப்பேசியில் 'ஃப்ரண்ஸின் புதிய எபிசோடின் கதையைச் சொல்லிக்கொண்டிருப்பதை நான் கேட்டேன். (எனது செப்டம்பர் 12, 2001இல் 'நிலவில் பள்ளங்கள் உருவாவது எப்படி?' என்கிற வலைத்தளத்தைப் படிக்கவும். அத்துடன் டி.என்.ஏ. சோதனைக்குப் பிறகு எனது பக்கத்து வீட்டுக்காரனுடையது என்று கண்டுபிடித்த உடல் பகுதியைப் பற்றி 31 அக்டோபர் 2001இல் 'ஒரு சுண்டுவிரலின் சவஅடக்கம்' என்ற வலைத்தளத்தைப் படிக்கவும்.)

சட்டென்று பனித் துகள்களின் அளவு பெரிதானது. சில, வெண்குஷ்டம் பாதித்த வண்ணத்துப் பூச்சிகளைப் போல பறப்பதைக் கண்டேன். வானம் ஒரு ராட்சத பாப்கார்ன் இயந்திரமாக மாறியது. மைதானத்தில் பனி நிறைந்தது. பூமியின் மீது சுருக்கங்கள் படிந்த, வெள்ளைப் பருத்தித் துணியிலான படுக்கை விரிப்பு.

போருக்குத் தயார் என்று சதாம் கூறினார். யு.என். ஆயுதச் சோதனையாளர்களை ஒற்றர்கள் என்றும் சாத்தானின்

---
* நியூயார்க் காவல் துறை (NYPD)

முகவர்கள் என்றும் அழைத்தார். வழக்கம்போலப் பனியில் விளையாட யாரும் முன்வரவில்லை. ராணுவக் குடியிருப்பு களின் எல்லா ஜன்னல்களில் இருந்தும் ஒவ்வொருவராகப் பனியைப் பார்த்துக்கொண்டிருந்தார்கள். நாளை, எல்லோரும் குவைத்துக்குப் பறக்க வேண்டியவர்கள்.

அப்படியானால் எங்களின் அடுத்தப் பனிக்காலம்?

திபோபிலஸ் 11:05 பிற்பகல்

வலைத்தளத்தில் கூறப்பட்டிருந்த கால்பந்து அவன் தெரிந்து வைத்திருந்த கால்பந்து அல்லவென்று பாடி புரிந்துகொள் வதற்கு நாட்கள் தேவைப்பட்டன. இரண்டு பக்கமும் கூரிய ஒரு பந்துக்காகத் தடியன்களின் இரண்டு அணிகள் நடத்தும் விளையாட்டுத்தான் அமெரிக்காவின் கால்பந்து என்று பண்ணி, பாடிக்குச் சொல்லிக் கொடுத்தான். அமெரிக்காவில் பெயர் களுக்கு புனிதத் தன்மை கிடையாது. கால்பந்து என்னும் பெயரைத் தட்டிப் பறித்த பிறகு அவர்கள் உலகின் பிற பகுதி களில் கால்களால் விளையாடும் அந்த விளையாட்டுக்கு ஸாக்கர் என்று பெயர் சூட்டினார்கள் என்றான் பண்ணி. அமெரிக்கக் குடிமகனான தேவப்ரியா பானர்ஜியை நியூயார்க்கிலுள்ள க்வீன்ஸில் பிரைமரி ஸ்கூலில் சேர்த்ததும் அவனை பண்ணி ஆக்கிவிட்டார்கள். பத்மநாபன், பாடி ஆவதற்கு ஒரு வாரம் தான் இருந்தது. இப்போது அவன் தன்னைப் பற்றி யோசிப்பது கூட பாடி என்றுதான். அதற்கு முன்பு அவன் ப்பு என்று அழைக்கப்பட்டான்.

திருவாங்குளம் சந்திப்பில் ராயல் ஹேர் கட்டிங் சலூன் உடமையாளராக இருந்த நாராயணனின் தந்தையும் தாத்தா வும் நாவிதர்களாக இருந்தார்கள்.

நாராயணின் தந்தை கேசவன் வீடு வீடாகப் போய் முடி வெட்டுவதை நிறுத்தி நாற்சந்திப்பில் அமைந்திருந்த கட்டட வரிசையில் ஓர் அறையை எடுத்து, உயரமான நாற்காலி, சுவர்க் கண்ணாடி, ஆணியில் தொங்கவிடப்படும் கத்தி தீட்டுவதற் கான தோல் பட்டை ஆகியவற்றுடன் 1940இல் சவரக் கடையைத் தொடங்கினார். அன்று இந்துக்களின் மத்தியில் குடுமிக்கு வம்சநாசம் நிகழ்ந்துகொண்டிருந்தது. திருவாங்குளத்தின் பெரும் பகுதி மக்கள் கிறிஸ்தவர்களாக இருந்தார்கள். போர்க் காலத்தில் பிளேடு கிடைக்காமல் போனபோது முகச்சவரம் செய்பவர் களின் எண்ணிக்கை அதிகரித்தது. கேசவனின் காலத்திற்குப் பிறகு 1960இல்தான் ஸ்பாஞ்சு வைத்துத் தைக்கப்பட்ட நான்கு நாற்காலிகளுடன் நாராயணன் ராயல் ஹேர் கட்டிங் சலூனை

நிறுவினான். நாராயணன் இறந்த பிறகு மூத்த மகன் கேசவன் காலை வைத்து அமுத்தினால் மேல்நோக்கி உயரும் எட்டு நாற்காலிகளுடன் சலூனை விரிவுபடுத்தினான். முகத்திற்குக் கிருமி நாசினியாகப் பயன்படுத்தி வந்த ஸ்படிகக் கல்லுக்குப் பதிலாக 'ஓல்ட் ஸ்பைஸ் ஆப்டர் ஷேவ்' லோஷனைப் பயன் படுத்தத் தொடங்கினான். அழகுக் கலை பயிற்சியைக் கற்ற கேசவனின் மனைவி ப்ரிஜா பக்கத்துக் கடையை வாடகைக்கு எடுத்துப் பெண்களுக்கான ராயல் பியூட்டி பார்லரைத் தொடங்கி னாள்.

கேசவன் நீங்கலாக நாரயணனுக்கு இரண்டு மகன்கள் இருந்தார்கள்: கிருஷ்ணன் (மனைவியின் தந்தையின் பெயர்), பத்மநாபன் (தாய்வழித் தாத்தாவின் பெயர்). கடையைத் தொடர்ந்து நடத்துவதற்காக கேசவனைத் தவிர மற்ற இருவரை யும் நாவிதர்களாக்க நாராயணன் விரும்பவில்லை. அவர்கள் வீட்டின் முன்பக்கத்தில் பெரிய போர்டை வைக்கக்கூடிய ஏதாவது வேலையைச் (வக்கீல், டாக்டர், சார்ட்டட் அக்கவுன்ட்டன்ட்) செய்ய வேண்டும் என்பது நாராயணனின் பேராவல்.

ஆனால் இரண்டாவது மகன் கிருஷ்ணன் இயல்பாகவே ஒரு நாவிதனாகத் திகழ்ந்தான். கடையில் அங்குமிங்கும் நின்று அப்பாவையும் அண்ணன் கேசவனையும் பார்த்துத் தொழிலைக் கற்று ஒருநாள் நாவிதனாகிவிட்டான். கல்லூரி மாணவர்களில் பலர் கிருஷ்ணன்தான் முடி வெட்டித் தர வேண்டுமென்று அடம்பிடித்தார்கள். அவன் வெகு விரைவில் சிகை அலங்கார வேலையின் உயரங்களை எட்டினான். ஷார்ஜாவில் ஒரு ஐந்து நட்சத்திர ஹோட்டலின் பார்பர் ஷாப்பில் அவனுக்கு வேலை கிடைத்தது. இரண்டு வருடங்களுக்குப் பிறகு சில பங்குதாரர்களைச் சேர்த்து குவைத்தில் சொந்தக் கடையைத் தொடங்கினான்.

நாராயணனின் கடைசி மகன் பப்பு என்ற பத்மநாபனுக்கு நாவித வேலையில் ஈடுபாடு ஏற்படவில்லை. ஷார்ஜாவுக்குப் போகும் முன்பு கிருஷ்ணன் அவனிடம் வேலையைக் கற்றுக் கொண்டால் அரபுநாட்டுக்கு அழைத்துப் போவதாகக் கூறியிருந் தான். அன்று பப்புவுக்குப் பதினான்கு வயது. பப்பு கடைக்குப் போகத் தொடங்கினான்.

ஷேவ் செய்துவிட்டு வழித்தெடுக்கும் நுரையை வைப்பதற் கான காகிதத்தைச் சிறு சதுரங்களாகக் கிழிக்கும் வேலையைத் தான் முதலில் செய்தான். பின்னர் முடி வெட்ட வருபவர்களைப் போர்த்துவது, முகத்தில் தண்ணீரைப் பீச்சுவது, முடி வெட்டிய

பிறகு பிரஷால் துடைப்பது போன்ற சிறிய வேலைகளைச் செய்து வந்தான். மூன்று வருடம்வரை முடி வெட்டுவதையும் ஷேவிங் செய்வதையும் பார்த்து அவனது கண்கள் பயிற்சி பெற்ற பிறகே பப்புவுக்கு அவனுடைய தந்தை நாராயணன் முடி வெட்டக் கற்றுக்கொடுத்தான். தாடியில் கை வைப்பதற்கு மேலும் வருடங்கள் தேவைப்பட்டன. பாதி உடைக்கப்பட்ட 365 – பிராண்ட் பிளேடின் – எய்ட்ஸின் காலம், மழித்த பிறகு பிளேட் துண்டை வீசியெறிந்துவிட வேண்டும் – புத்தம் புதிய பிளேடின் கூர்மைக்கும் ஆபத்து நிறைந்த முகச் சருமத்தை எதிர்கொள்வதற்கும் நல்ல அனுபவத் திறமை வேண்டும்.

வேலையைக் கற்றுக்கொள்ள தொடங்கியது முதல் பப்பு வுக்கு விடுமுறை நாட்களையும் மாலை நேரங்களையும் தியாகம் செய்ய வேண்டியதாயிற்று. பள்ளிக்கூடம் – பின்னர் கல்லூரி – முடித்துவிட்டு அவன் கடைக்குப் போக வேண்டும். செவ்வாய் கிழமையைத் தவிர. அன்றுதான் கேரளத்திலுள்ள பார்பர் ஷாப்புகளுக்கு விடுமுறை. செவ்வாய் கிழமை மாலைநேரம் நாராயணன் பப்புவை எர்ணாகுளத்துக்குக் கூட்டிப் போவான். ஜோஸ் ஜங்ஷனுக்குப் பக்கத்திலுள்ள ஒரு கடையில் இருந்து அவனுக்கு விருப்பமான சோளா பட்டூரா வாங்கிக் கொடுப்பான். சில சமயம் அவன் சினிமா பார்த்தான். சண்முகம் ரோட்டில் காயலைப் பார்த்தபடி நடக்கும்போது பப்பு கோன் ஐஸ்கிரீமைத் தின்பதுண்டு. நாராயணன் ஒரு ஹெர்குலிஸ் ரம் பாட்டிலை வாங்குவான். பிறகு திருவாங்குளத்திற்குத் திரும்புவார்கள். கொஞ்ச காலம் கழிந்து மதுபான விற்பனையைப் பிவரேஜஸ் கார்ப்பரேஷன் குத்தகைக்கு எடுத்தபோது, நீண்ட வரிசையில் நிற்பதற்குத் தயங்கி நாராயணன் ரம் வாங்குவதை நிறுத்திக் கொண்டான். அதற்குள் குலுக்கல் பரிசுச் சீட்டு தொடங்கப் பட்டிருந்தது. எல்லா செவ்வாய் கிழமையும் நாராயணன் ஒரு டிக்கெட்டை வாங்குவான். எல்லா தடவையும் ஒரே விதமான எண்களைத் தேர்தெடுத்தான்: 3, 8, 25, 34, 35, 36. ஒரு தடவைகூட அவனுக்குப் பரிசு கிடைத்ததில்லை. ஆனால் இந்த எண்கள் பரிசுச் சீட்டைக் கறுமைப்படுத்தும்போது தென்படும் மனித முகத்தின் தூரத்துச் சாயல், ஆயிரக்கணக்கான முகங்களினூடாக கடந்து சென்றிருக்கும் நாராயணனுக்குத் திருப்தியளித்தது.

ஒரு ஜனவரி மாதத்தில் பப்பு ஷேவிங் கற்றுக்கொள்ளத் தொடங்கினான். விரதம் முடித்து நாற்பத்தியொரு நாள் தாடி யுடன் சபரிமலை பக்தர்கள் திரும்பும் சமயம். தாடிகளின் அந்த வசந்த காலத்தில், தாடி ரோமத்தைக் கத்தரிக்கோலால் வெட்டியபடி பயிற்சியைத் தொடங்கினான். நான்கைந்து

மாதங்களுக்குப் பிறகு ஒரு செவ்வாய் கிழமை நர்ராயணன் பப்புவைச் சீக்கிரமாக எழ வைத்து, பக்கத்திலுள்ள கோயிலுக்குக் கூட்டிச் சென்று இறைவனை வணங்கினான். பின்னர் தாடி மழிக்கும் கத்தியை அவன் கையில் ஒப்படைத்தான். பப்பு அப்பாவின் பாதங்களைத் தொட்டு வணங்கினான். நாராயணன் வீட்டுத் திண்ணையில் அமர்ந்தான். செழிப்பான நுரையை பப்பு அப்பாவின் முகத்தில் பூசினான். அவனுடைய அம்மா வும் அண்ணன் கேசவனும் குடும்பத்தினரும் பார்த்துக்கொண் டிருந்தார்கள்.

மழித்து முடித்ததும் நாராயணன் கண்ணாடியைக் கேட்டான். விரல்களால் முகக் காயங்களை ஒவ்வொன்றாக எண்ணினான். பரிசுச் சீட்டின் கருப்பு எண்களைப் போலச் சிறு பொட்டுகள் நாராயணனின் முகத்தில் அங்குமிங்குமாகத் தென்பட்டன.

'யேசு கிறிஸ்துவுக்கும் எனக்கும் காயம் ஐந்து.' நாராயணன் கையை உயர்த்தி பப்புவின் கன்னத்தில் அறைந்தான். அடியின் வேகத்தைக் காட்டிலும் பேரதிர்ச்சியில் தரையில் விழுந்தான். நாராயணன் பப்புவின் முதுகில் மிதித்தான். மீண்டும் மிதிக்கக் காலை ஓங்கியபோது அம்மாவும் கேசவனின் மனைவி ப்ரிஜா வும் நாராயணனைத் தடுத்தார்கள்.

"அடுத்தவர்கள் முகம்தான் நம்மோட சொத்துங்கறது இந்த அறிவுகெட்டவனுக்குத் தெரியமாட்டேங்குது" என்றான் நாராயணன். அவன் மறுபடியும் உதைப்பதற்காகக் காலைத் தூக்கினான். பெண்கள் உரக்க அழுதார்கள்.

"ஊர்க்காரங்க கையில அடிவாங்கறதைவிட இது தேவலை." கேசவன் வீட்டிற்குள் நடந்தபடி கூறினான்.

மூன்று மாதத்திற்குப் பிறகு ஒரு செவ்வாய் கிழமை நாராயணன் பப்புவைச் சீக்கிரமாக எழுப்பினான். இம்முறை ஷேவ் செய்துகொள்ள கேசவன் அமர்ந்தான். காயங்களின் எண்ணிக்கை ஆறாக அதிகரித்தது. நாராயணன் பப்புவின் கன்னத்தில் அறைந்தான். ஆனால், இம்முறை நாராயணன் தரையில் விழுந்தான்.

அவன் பலமுறை எழ முயற்சித்தபோதிலும் இயலவில்லை. பப்புவும் கேசவனும் நாராயணனைக் கைகொடுத்து எழ வைத்த போதிலும் அவன் தரையிலேயே கிடந்தான். இறுதியாக எல்லோரும் தாங்கிப் பிடித்து நாராயணனை வீட்டிற்குள் எடுத்துப்போய் கட்டிலில் கிடத்தினார்கள். ஒரு பக்கம் பக்கவாதத்தால் பாதிக்கப்பட்டிருந்தது.

ஐந்தாவது நாள் நாராயணன் உறக்கத்தில் இறந்தான். காலையில் அம்மாவின் அழுகைச் சத்தம் கேட்டுத்தான் மற்றவர்கள் எழுந்தார்கள். கட்டிலைச் சுற்றி நின்று எல்லோரும் அழுது கொண்டிருக்கும்போது அம்மா அழுகையை நிறுத்திவிட்டுக் கூறினாள்: "எல்லோரும் வெளியே போங்க. பப்பு, உன்னைத் தவிர."

எல்லோரும் போன பிறகு அம்மா கதவைச் சாத்தினாள். அம்மா நாராயணனின் ஷேவிங் உபகரணங்களை எடுத்து வந்தாள். "மகனே, பப்பு, அந்த முகத்தைப் பார். தினமும் கா்லைலேயும் சாயங்காலமும் ஷேவ் செய்யற ஆள் அவர். அஞ்சு நாள் தாடியோட படுத்துக்கிடக்கற முகத்தை யாரும் பார்க்க வேணாம். என் மகனே, அப்பாவுக்கு ஷேவ் செய்துவிடு."

"என்னால முடியாது."

அம்மா பப்புவை, நினைவுதெரிந்த நாளிலிருந்து முதன் முதலாகக் கட்டியணைத்தாள். "நல்ல கொழந்தை அல்லவா, அம்மா சொல்றதைக் கேளு."

பப்பு தரையில் அமர்ந்து நாராயணனின் முகத்தில் நுரைக்கும் ஷேவிங் கிரீமைப் பூசினான். பாதி முகத்தை மழித்த பிறகு பப்பு மெதுவாகத் தேம்பியழுதான். கடைசி நுரை அடையாளத்தை மழிக்கும்போது அவன் வாய்விட்டு அழுதான். அம்மா நாராயணனின் முகத்தைத் தூவாலையால் துடைத்தாள். பின்னர் முகத்தை நோக்கி ஒரு கண்ணாடியைக் காட்டினாள். நாராயணனின் கன்னத்தை வருடியபடி அம்மா கூறினாள், "பாருங்க, நம்ம பையன் நல்லா ஷேவ் செஞ்சிருக்கான். என்ன மினுமினுப்பு. ஒரு காயம்கூட இல்ல."

கேசவன் கதவைத் தட்டியபடி உரக்கக் கேட்டான், "என்ன பைத்தியக்காரத்தனம் அங்க நடக்குது? அதை கீழே எறக்கறதுக்கான நேரம் தாண்டிடுச்சு." அது – என்கிற முன்னிலை சுட்டுப் பெயரின் உணர்ச்சியின்மையில் நாராயணன் பிணமானான்.

நாராயணன் இறந்து சில மாதங்களுக்குப் பிறகு ஒரு நாள், வழக்கத்திற்கு மாறாக அம்மா ராயல் ஹேர் கட்டிங் சலூனுக்கு வந்தாள். அம்மா சொன்னாள், "பப்பு, குவைத்தில் இருந்து கிருஷ்ணனோட போன் இப்பதான் வந்தது. அவன் உனக்கொரு வேலையை ஏற்பாடு பண்ணியிருக்கான். இன்னைக்குச் சாயங்காலம் இந்திய நேரம் ஆறரை மணிக்கு அவன் உங்கிட்ட சாட் பண்ண வரச் சொன்னான்."

கிருஷ் 123 (கிருஷ்ணன்): *ஹலோ, தம்பி*

பத்ம – 2000 (பப்பு): *ஹலோ, கெ. அண்ணா*

கிருஷ் 123: *(கணினியில் மலையாளத்தை ஆங்கில எழுத்து களில் தட்டச்சு செய்தபடி) அம்மா சொல்லலையா?*

பத்ம – 2000: *ம்ம்.*

கிருஷ் 123: *அமெரிக்க ராணுவத்தின் ஒரு பட்டாலியனில் பார்பர் வேலை.*

பத்ம – 2000: *தேங்ஸ் கெ. அண்ணா.*

கிருஷ் 123: *அமெரிக்க எம்பஸியின் என்னுடைய ஒரு கஸ்டமர்தான் சரி பண்ணித் தந்தார்.*

பத்ம – 2000: *ம்ம்.*

கிருஷ் 123: *ஒரு செக்யூரிட்டி கம்பெனியின் பெயரில் விசாவும் டிக்கெட்டும் உனக்குக் கொரியரில் அனுப்பித் தருகிறேன். அதற்கு முன்பாக மும்பையில் மெடிக்கல் டெஸ்டும் இண்டர்வியூவும் இருக்கும்.*

பத்ம – 2000: *அமெரிக்காவுக்கா? நம்பவே முடியவில்லை!!!*

கிருஷ் 123: *இல்லை, மடையா. குவைத்துக்கு. பட்டாலியன் இப்போது குவைத்தில் இருக்கிறது.*

பத்ம – 2000: *ஓ.*

கிருஷ் 123: *யுத்தம் முடிந்ததும்.*

பத்ம – 2000: *யுத்தம்?*

கிருஷ் 123: *நீ பேப்பர் படிப்பதில்லையா?*

பத்ம – 2000: *தினமும் டி.வியைப் பார்ப்பேன். ஆனால் கெ. அண்ணா, யுத்தம் ஈராக்கில்தானே நடக்கப் போகிறது?*

கிருஷ் 123: *இந்தப் பட்டாலியன் ஈராக் எல்லைக்குள் நுழைவதற்கான உத்தரவுக்காகக் காத்துக்கொண்டிருக்கிறது.*

கிருஷ் 123: *பஸ் (மணியடிப்பு)*

கிருஷ் 123: *பஸ் (மணியடிப்பு)*

கிருஷ் 123: *?*

பத்ம – 2000: *நிறைய பேர் சாட் செய்வதற்காக எ/எஸ்/எல்* கேட்கிறார்கள். அவற்றைத் தடை செய்துகொண்டிருந்தேன்.*

---

* A/S/L (எ/எஸ்/எல்): வயது / பாலினம் / இடம்.

கிருஷ் 123: *நீ முதலில் உன் பெயரை மாற்று. பெண் என்று கருதியிருப்பார்கள்.*

பத்ம – 2000: *ஆமாம்!!!!*

கிருஷ் 123: *யுத்தம் தொடங்கிவிட்டால் ஒரு வாரத்திற்குள் முடிந்துவிடும். அதற்குப் பிறகு நீ அமெரிக்காவுக்குப் போய் விடலாம். கிரீன் கார்டு, பிறகு சிட்டிசன்ஷிப்.*

பத்ம – 2000: *சதாம் விட்டுக்கொடுத்துவிடுவாரா? பயங்கர கட்ஸ் உள்ள ஆசாமி அல்லவா?*

கிருஷ் 123: *விளையாட்டு அமெரிக்காவிடம். ஒரு வாரம் மிஞ்சிப் போனால் இரண்டு வாரம்.*

பத்ம – 2000: *?!*

கிருஷ் 123: *ஜனங்களுக்கு சதாம்மீது கோபம். அத்தனை ஆட்களைக் கொன்றிருக்கிறார். ஜனங்கள் நேரம் பார்த்துக் கொண்டிருக்கிறார்கள்.*

பத்ம – 2000: *ம்ம்.*

கிருஷ் 123: *ஜனங்கள் ராணுவத்தினரை வரவேற்பார்கள், எலுமிச்சம் பழங்களுடன்.*

பத்ம – 2000: *ம்ம்.*

கிருஷ் 123: *வேலை சுலபம். வெள்ளைக்காரர்களின் முடிக்கு மென்மை அதிகம். கத்தரிக்கோல் வேகமாக நகரும்.*

பத்மா – 2000: *நீக்ரோக்கள்? இரும்புச் சுருள்களைப் போன்றதுதானே அவர்களின் முடி?*

கிருஷ் 123: *பார்ப்பதைப் போல அல்ல. அழுத்தி வெட்ட வேண்டும்.*

இணையதள சாட்டிங்கின்போது, நபரை அறிமுகப்படுத்து வதற்காக வயது, ஆண் – பெண், இடம் ஆகியவற்றை அறிந்துக் கொள்வதற்கான அறிமுக கேள்வி.

குவைத் படைப் பிரிவில் சேர்ந்த நாள். முதலில் பப்புவின் மேல்நிலை ஊழியராகப் பணியாற்றும் ரோஜர் என்னும் பார்பர் அறிமுகமானான். அவன் ஆறடி உயரத்தைக் கொண்ட, தலை மொட்டையடித்த கருப்பு நிற அமெரிக்கன். புஜத்தின் தசைக் குன்றில் தலைவைத்துப் படுத்து, முழங்கையின் சிறிய குழிகளைக் கடந்து கை வழியாக வளைந்து வளைந்து சஞ்சரித்து இறுதியில் சுண்டுவிரல் நுனியில் கூரிய வாலில் நிறைவடையும்

ஒரு ராட்சத யாளியை அவன் இடது கையில் பச்சை குத்தி யிருந்தான். பச்சை என்று சொல்வது சரியல்ல. யாளி நீலமும் சிவப்பும் கலந்த நிறத்தில் இருந்தது.

ஆங்கிலத்தில் சரளமாக உரையாடத் தெரியாத பப்பு மற்றவர்கள் பேசுவதை நன்றாகப் புரிந்துகொள்வான். ஆனால், முதலில் ரோஜர் பேசிய எதுவும் பப்புவுக்கு விளங்கவில்லை. ஹாலிவுட் திரைப்படங்களிலும் தொலைக்காட்சிகளிலும் கேட்கிற மொழியைத் தவிர அமெரிக்காவில் பேசப்படும் ஆங்கிலத்திற்குப் பல ராகங்கள் இருப்பதாக அவனுக்குத் தோன்றியது. பொறுமைசாலியும் அமைதியானவனுமான ரோஜர், பப்புவை அச்சுறுத்தும் ரீதியில் குரலை உயர்த்த வில்லை. அவன் கை சைகைகளைப் பயன்படுத்தி அவனிடம் பேசினான். ஆரம்பத்தில் அமெரிக்கர்களின் கை உபமொழி பப்புவுக்குப் புரியவில்லை. மெதுவாக அவனுக்குள் அச்சம் தலையெடுக்கத் தொடங்கியது. முடி வெட்டும்போது, முடி வெட்டுவதற்காக அமர்ந்திருப்பவர்களுடன் கொஞ்சமாவது பேச வேண்டும் என்பது கட்டாயம்.

பப்பு முகாமை அடைந்த மறுநாளே முடிவெட்டுதல் தொடங்கிவிட்டது. வாசலில் இடப்பட்ட இரண்டு நாற்காலி களின் எதிரில் ராணுவ வீரர்களின் சிறிய வரிசை காணப் பட்டது. முதலில் முடி வெட்ட வந்த ராணுவ வீரன் பப்புவின் நாற்காலியில் அமர்ந்தான். ரோஜர் முடி வெட்டாமல் பார்த்துக் கொண்டிருந்தான்.

ராணுவ வீரனின் தலை முடியில் தண்ணீரைத் தெளித்து, பப்பு முடியை வெட்டுவதற்காகப் பக்குவப்படுத்தினான். பல கோணங்களில் நின்று அந்தத் தலையைக் கவனித்துவிட்டு அதற்கேற்ப – ராணுவ வீரனின் முகத்தை அழகுபடுத்துவதற் காக – மனதில் திட்டமிட்டான். தலை முடியைப் பலமுறை சீவி, சீரற்று வளர்ந்திருந்த முடியிழைகளைச் சீராக வெட்டி னான். சில சமயம் கூட்டத்திலிருந்து விலகி நிற்கும் ஒற்றை முடியைத் தேடிக் கண்டுபிடித்து வெட்டினான். கிருஷ்ணன் அண்ணனைத் தோற்கடிக்கும் விதமாக இருக்க வேண்டும் தன்னுடைய முடி வெட்டும் முறை என்று பப்பு மனதிற்குள் முடிவெடுத்தான்.

“அப்படியில்லை.” ரோஜர் சொன்னது பப்புவுக்குப் புரிய வில்லை. ராணுவ வீரனும் ரோஜரும் எதையோ சொல்லிச் சிரித்தார்கள். பப்பு மீண்டும் ராணுவ வீரனின் முடியைச் சீவத் தொடங்கினான். ரோஜர் பின்பக்கத்திலிருந்து வந்து அவனது உடல் முழுவதையும் கைகளால் அலக்காகத் தூக்கித்

தூரமாகத் தள்ளி நிறுத்தினான். முடிவெட்ட வந்தவர்கள் வாய்விட்டுச் சிரித்தார்கள். ஒன்பது அடி உயரத்திலிருந்து, முகாமின் மதிலுக்கு வெளியில் குவைத்தின் சாலைகள் வெறிச்சோடிக் கிடப்பதைப் பப்பு கவனித்தான். ரோஜர் ராணுவ வீரனின் தலைமுடியைக் கத்தரிக்கோலின் மூன்று நான்கு அசைவுகளில் வெட்டி அகற்றினான். பின்னர் கிராப் செய்யும் மெஷினைத் தலையில் பல தடவை ஓட்டினான். சற்று நேரம் கழிந்ததும் ராணுவ வீரன் கால் அங்குல நீளத்தைக் கொண்ட சிலிர்த்த முடியுடன் தோற்றமளித்தான்.

கன்வெயர் பெல்ட்டில் வருவதைப் போல ராணுவ வீரர்களின் தலைகள் பப்புவின் எதிரில் வந்து நின்றன. அவை சிலிர்த்த முடிகளாகத் திரும்பிச் சென்றன. அதற்குள் ரோஜர் அவனை பாடி என்று அழைக்கத் தொடங்கிவிட்டான்.

ஈராக்கில் ராணுவம் நுழைவதற்கு முந்தைய நாள், முகாமில் பெரிய விருந்து நடந்தது. குவைத்திலுள்ள ஒரு ஹோட்டலில் இருந்து பாண்டு மேளக்காரர்கள் வந்திருந்தார்கள். ராணுவத்தினர் கைப்பேசிகள் மூலமாகவும் சாட்டிலைட் போன்கள் மூலமாகவும் தங்கள் குடும்பத்தினரோடும் காதலிகளோடும் காதலர்களோடும் நீண்ட நேரம் உரையாடினார்கள். பாடிக்கு அவர்கள் பேசுவது புரியத்தொடங்கியிருந்தது. கூடிய விரைவில் பிரிந்திருப்பவர்களைச் சந்தித்துவிடுவோம் என்கிற தொனியில் எல்லோரும் பேசினார்கள்.

ரோஜர், பாடியை அருகில் உட்கார வைத்து சாப்பிட அழைத்தான். அவனுடன் ஆஸ்கர் மார்கன் ஸைட்டன் என்று அழைக்கப்பட்ட ஒல்லியான, அதிகம் உயரம் இல்லாத, நீலக் கண்களைக் கொண்ட ஒரு வெள்ளைக்கார சாதாரண ராணுவ வீரனும் இருந்தான்.

ரோஜர் கூறினான்: “பாடி, நீயும் நானும் தலைமுடியைக் குயவனின் களிமண்ணைப் போல காணக்கூடியவர்கள். நாம் கலைஞர்கள், சிகைச் சிற்பிகள். இருப்பினும் இந்த ராணுவ ஒழுங்குக்கு ஏற்ப நாம் முடியை வெட்டுகிறோம். நம்முடைய கலையை நாம் விபச்சாரம் செய்கிறோம்.” ரோஜர் சற்று நேரம் அமைதியாக அமர்ந்திருந்தான். ஆஸ்கர் அவனது கன்னத்தில் முத்தமிட்டான்.

“ரோஜர், விமானங்கள் ஈராக்மீது குவிண்டால் கணக்கில் குண்டுகளை வீசுகின்றன. நாளை நாம் அங்கு நுழைந்த பிறகும் ஆட்களை வரிசையில் நிறுத்தி முடி வெட்ட வேண்டுமா?” பாடி கேட்டான்.

“அதிகம் தேவைப்படாது. மேலும் விபச்சாரம்.”

“விபச்சாரம்? அதனுடைய அர்த்தம்?”

“முடியை வெட்டுவது குறைவாக இருக்கும். காயம் அடைந்த ராணுவத்தினரின் உடல் பகுதிகளை அறுவைச் சிகிச்சைக்கு முன்பு நாம் மழிக்க வேண்டியிருக்கலாம். சில சமயம்...”

“சிலசமயம்?” பாடி கேட்டான்.

“ஒன்றுமில்லை” என்றான் ரோஜர்.

“சிலசமயம்?”

“சிலசமயம், அதற்கான வாய்ப்பு இருக்காது. இதுவொரு சிறிய போர். இருப்பினும் சிலசமயம் போரில் இறந்தவர்களின் உடல்களை அமெரிக்காவுக்கு அனுப்புவதற்கு முன்பாக மழித்து, முடியைக் கோதிவிட்டு அழகுப்படுத்த வேண்டியிருக்கும்.”

ரோஜர், ஆஸ்கரின் தோளில் தலை சாய்த்தான். ஆஸ்கர் அவனது உதடுகளில் முத்தமிட்டான். முத்தம் நீண்ட போது பாடி திகைத்தான். ஆஸ்கர் பியர் குப்பியின் கழுத்தில் ஒரு எலுமிச்சைப் பழத் துண்டை வைத்து, பருகியபடி கூறினான்: “நானும் செய்திருக்கிறேன்.”

“எதை?” ஆஸ்கர் கேட்டான்.

“பிணத்திற்கு ஷேவ்.”

பேண்டு சத்தம் முறுக்கேறியது. நடனமாடுபவர்களின் கால்கள் வேகமடைந்தன. அமெரிக்க ராணுவத்தில் பெண்களின் எண்ணிக்கை பாடியை வியக்க வைத்தது. சட்டென்று வெளிச்சம் மறைந்தது. குவைத் எல்லையில் விமானத்தைத் தாக்கும் துப்பாக்கிகள் வெடிக்கத் தொடங்கின. தொலைவில் குண்டுகளின் சத்தம் சரவெடிகளைப் போன்றிருந்தது. வெளிச்சம் வந்தபோது ராணுவத்தினரின் முகம் வெளிறியிருந்தது.

பஸ்ராவின் தெற்கில் ஏதோ ஓரிடத்தில் பாடியின் யூனிட் ஒரு பள்ளிக்கூட கட்டடத்தில் முகாமிட்டது. சிவிலியன்களாக இருந்த காரணத்தால், பாடியும் ரோஜரும் இலங்கையைச் சேர்ந்த சமையல்காரனுடைய முகாமுக்குப் பக்கத்திலிருந்த சிறிய முகாமில் தங்கினார்கள். பள்ளிக்கூடத்தின் சிறுநீர்க் கழிப்பிடத்தின் சுவரில் மார்க்கர் பேனாவால் எழுதப்பட்ட இரண்டு அரபி வார்த்தைகளையும் அவற்றின் நடுவில் இருந்த கூடுதல் சின்னங்களையும் பாடி பலதடவை பார்த்து நின்றான். சற்று கழிந்தபோது பாடி அந்த வார்த்தைகளை ஆயிஷாவாகவும் சுலைமானாகவும் மாற்றினான். அருகாமையில் ஒலித்த ஒவ்வொரு வெடியோசையிலும் அவன் அந்த இளம் காதலர்களை நினைத்துக் கவலைப்பட்டான்.

ஆரம்ப நாட்களில் பாடிக்கும் ரோஜருக்கும் வேலை எதுவும் இருக்கவில்லை. சாதாரண ராணுவ வீரனான ஆஸ்கர், ஹம்வி*யில் வெளியில் போனதும் ரோஜரின் மௌனம் தொடங்கிவிடும். ஒரு முனகல் பாட்டுகூட இருக்காது.

அவ்வேளைகளில் அவனுடன் பேசுவதற்கு பாடிக்குப் பயம். ஆஸ்கர் திரும்பியதும் அவர்களின் கூடாரத்திற்கு வருவான்.

ரோஜர் சமையற்கட்டிலிருந்து ஹாம்பர்க்கரும் கேக்கும் எடுத்து வருவான். பின்னர் கையைக் கோர்த்தபடி ஆஸ்கரும் ரோஜரும் ரகசியமாகப் பேசிக்கொண்டிருப்பார்கள்.

சாதாரண ராணுவ வீரர்களான ஜோ ஹம்ஃப்ரியும், ஃபஸ்ட் கிளாஸ் பண்ணி பானர்ஜியும் கூடாரத்திற்குத் தாமத மாக வந்தவர்கள். சில காலத்திற்குப் பிறகு ரோஜருக்கும் பாடிக்கும் முடி வெட்டுவதற்கு ஆட்கள் கிடைத்தார்கள். ரோஜர் துணியைப் போர்த்தும்போது ஜோ ஹம்ஃப்ரி சொன்னான், "மிஸ்டர் ரோஜர் டிக்ஸன், உலகம் முழுவதும் பொறுக்கிகள். லண்டனில் தகப்பன் இல்லாதவர்கள் சாலை களுக்கு வந்து போர் எதிர்ப்புப் பேரணிகளை நடத்துகிறார்கள்."

"நானும் டிவியில் பார்த்தேன். இந்த வைரஸ், உலகம் முழுவதும் பரவிக்கொண்டிருக்கிறது. பயமாக இருக்கிறது. நாம் திரும்பிப் போனால் கல்லடி கிடைக்குமா?" ரோஜர் கேட்டான்.

"பைத்தியமா? அமைதியாக இருப்பவர்களில் பெரும் பாலானோர் நம் பக்கம்தான். இந்தப் போர் என்னைப் பொருத்த வரை தனிப்பட்ட முறையிலானது. மிஸ்டர் சதாம், உன்னுடன் சில கணக்குகளை எனக்குத் தீர்க்க வேண்டியிருக்கிறது. நான் யுத்தம் செய்வது அமெரிக்க வாழ்க்கை முறைக்காக அல்ல. அமெரிக்கக் கனவுக்காகவும் அல்ல. ஹம்ஃபிரிகளான எங்களுக் காக. என் தம்பிக்காக. அவன் இறப்பதற்கு முன்பு ஒரு வாரம் உலக வர்த்தக மையத்தில் சிக்கிக் கிடந்தான்." ஜோவின் குரல் இடறியது.

"சீக்கிரமாக வெட்டு." பண்ணி பானர்ஜி, பாடியிடம் கூறினான். அவனுக்கு மடியில் வைத்திருந்த வாக்மேனின் ஹெட் செட்டை காதில் வைக்கும் அவசரம்.

"பண்ணி, நீ பாட்டைக் கேட்க வேண்டுமா? உலகத்தின் வெகு இனிய பாடல்?" ஜோ கேட்டான். அவன் உரக்கப் பாடத் தொடங்கினான்: "ஸ்டார் ஸ்பாங்கில்ட் பானர் . . .**"

---

* ஒரு வித வாகனம்.

** அமெரிக்காவின் தேசிய கீதம்.

“இந்திய வம்சத்தைச் சேர்ந்தவனா?” பாடி பண்ணியிடம் கேட்டான்.

“ஆமாம்.”

“பெங்காளி?”

“தெளிவாகத் தெரியாது?”

“பிறந்தது அமெரிக்காவிலா?”

“இல்லை.”

“பிறகு?”

“என்றைக்காவது நேரம் கிடைக்கும்போது நீ என் அறைக்கு வா. எனது இணைய வலைத்தளத்தில் எனது சிறு வாழ்க்கைக் குறிப்பைத் தந்திருக்கிறேன். நான் யாரென்று தெரியக்கூடாது என்பதற்காகச் சில பொய்களைச் சொல்லியிருந்தாலும் கிட்டத் தட்ட சரியாகத்தான் உள்ளது.”

மறுநாள் பாடியின் யூனிட்டில் முதல் விபத்து ஏற்பட்டது. ஒரு கையெறி குண்டுப்பட்டு ஒரு ராணுவ வீரனின் தொடையில் காயம் ஏற்பட்டது. அறுவைச் சிகிச்சைக்கு முன்பு தொடை ரோமத்தை மழிப்பதற்காக பாடி போனான். ராணுவ வீரன் – சார்ஜன்ட் ஷூல்ஸ் – டாக்டரிடம் உற்சாகமாகப் பேசிக் கொண்டிருந்தான்.

“கிரானைட் லாஞ்சருடன் நிற்கும் ஒரு சிறுமியை – ஒரு பன்னிரண்டு வயது இருக்கும் – கவனித்தபோது ஒரு நிமிஷம் நான் துப்பாக்கியின் விசையை இழுக்கவில்லை. அதற்குள்ளாக அவள் கையெறி குண்டை லாஞ்ச் செய்துவிட்டாள். கைகளுக்கு வலிமை இல்லாததால் அவளது குறி தப்பிவிட்டது. நான் சாகவில்லை.” ஷூல்ஸ் விவரித்தான்.

“அப்புறம்?” டாக்டர்களில் ஒருவர் கேட்டார்.

“சக ராணுவ வீரன் சிறுமியைச் சுட்டுக் கொன்றான். ஊர்க்காரர்கள் சடலத்தைச் சுற்றி நின்று ஒப்பாரி வைத்து அழுதார்கள். நாங்கள் வானத்தை நோக்கி சுட்டபோது அவர்கள் கலைந்துபோனார்கள். அவர்கள் சிறுமியின் பெயரைச் சொல்லிக் கொண்டிருந்தார்கள்.”

“சார்ஜன்ட், அந்தச் சிறுமியின் பெயர் என்ன?” பாடி விசாரித்தான்.

“ஆயிஷா.”

சில நாட்களுக்குப் பிறகு பாடியின் யூனிட் பாக்தாத்துக்கு அருகிலுள்ள ஒரு இடத்தில், சதாம் உசைனின் சொந்தக்காரர் ஒருவரின் பெரிய மாளிகையில் தங்கியது. இம்முறை பாடியும் ரோஜரும் ராணுவக் குடியிருப்பில் தங்கினார்கள். அவர்களுடன் பண்ணியும் ஆஸ்கரும் அந்த அறையில் இருந்தார்கள். போருக்குக் கிளம்புபவர்களிடம் "அமெரிக்காவை இறைவன் காப்பாற்றட்டும்" என்று சொல்வதற்கு ஜோ ஹம்ஃப்பிரியும் அந்த அறையில் இருந்தான். அவர்களுடன் மாக், மைக்கேல் என்ற இரட்டை சகோதரர்களும் தங்கியிருந்தார்கள். எப்போதும் கித்தாரை வாசித்துக்கொண்டிருந்த ஜான் லோபஸ் அறையின் ஏழாவது ஆள். அந்த அறையில் தங்கத் தொடங்கியது முதல் பாடி அம்மாவுக்கும் அண்ணன்களுக்கும் பண்ணியின் மடிகணினியிலிருந்து தினமும் மின்னஞ்சல் அனுப்பத் தொடங்கினான். அவர்களின் பதில் மூலமாகத்தான் பாடிக்கு யுத்தம் பற்றிய ஆர்வம் முதலில் எழுந்தது. பின்னர், இரட்டை சகோதரர்களான மாக், மைக்கேல் முகங்களில் பீதி கறைபடிந்திருந்தது. அவர்களை ஒருபோதும் ஒன்றாக யுத்தத்திற்கு அனுப்பியது கிடையாது. இருவருக்கும் வெவ்வேறு ஓய்வு நேரங்கள் என்பதால் அவர்கள் அபூர்வமாகவே சந்தித்தார்கள். சிறு சத்தத்தைக் கேட்டால்கூட அதிர்ந்து போனார்கள்.

ஜான் லோபஸ் கித்தாரைத் தேய்த்தவாறு நாள் முழுவதும் பழைய பாடல்களை மட்டுமே பாடிக்கொண்டிருந்தான். அப்ஹா, லெட் ஸெப்லின், பீகிஸ், டோர், பிங்க் ஃப்ளோயிட். அவனுடைய காதில் வாக்மேனில் மைல்ஸ் டேவிஸின் ஜாஸ். அவன் லேனோர்ட் கோஹனின் பாடல் போஸ்டரை சுவரில் ஒட்டி வைத்தான்:

நீர்ப் பரப்பில் நடந்தபோது யேசு ஒரு மாலுமியாக இருந்தார் . . .

மூழ்கி இறப்பவர்கள் அவரைப் பார்க்க இயலும்.

யேசு கூறினார்: 'கடல் விடுதலை தரும்வரை எல்லா மனிதர்களும் மாலுமிகளாகவே இருப்பார்கள்.'

ஜான் லோபஸ் எல்லோரையும் பார்த்துப் பலமுறை கூறினான்: "நான் எனது பெற்றோர்களின் நினைவுகளை அவர்களுக்குப் பிரியமான இசையினூடாக நிலை நிறுத்திக் கொண்டிருக்கிறேன். மரபணுக்கள் மூலமாக நமக்குக் கிடைப்பது இசை மட்டுமே. எனவே, நீங்கள் இசையைத் திட்டினால் அது என் தந்தையை இழிவுப்படுத்துவதற்குச் சமமாகும்."

ரோஜர் அவனது கட்டிலின் அருகில் சுவரில் ஒட்டப் பட்டிருந்த பாதி நிர்வாணத் தோற்றத்தைக் கொண்ட கேட்

மோஸின் படத்தைக் கிழித்தெறிந்தான். பதிலாக, திருக்குடும்பத்தின் படத்தை வைத்தான். ஆஸ்கர் வெளியேறியதும் அதனெதிரில் நின்று பிரார்த்திக்கத் தொடங்கினான். பண்ணி அவனுடைய மடிக்கணினியில் அன்றாடம் தனது இணைய வலைத்தளத்தில் எழுதினான். பண்ணியின் சிறு வாழ்க்கை வரலாற்றை வலைத்தளத்தில் பாடி படித்தான்.

தியோஃபிலஸ் (1980 –)

நான் சாந்திநிகேதனில் பிறந்தேன். என்னுடைய தந்தை, பிரசித்தி பெற்ற ஸித்தார் இசைக் கலைஞர். அங்கு ஆசிரியராகப் பணியாற்றினார். 1981இல் அவர் சில கச்சேரிகளை நடத்துவதற்காக அமெரிக்காவுக்குப் போனர்ர். பின்னர் அவர் திரும்பி வரவில்லை. லாஸ் ஏஞ்சல்ஸில் ஓர் இசைப் பள்ளியைத் தொடங்கினார். நானும் அம்மாவும் கல்கத்தாவுக்கு இடம் பெயர்ந்தோம். 1984இல் என் தாயார், எங்களுடைய சமையல்காரன் சம்புவோடு ஓடிப் போனாள். அம்மாவைக் குற்றம் சொல்லிப் பயனில்லை. கடுகை அரைத்து சம்பு சமைக்கும் ரேஹூ மீன்குழம்பு வெகு பிரமாதம்.

அப்பா என்னை லாஸ் ஏஞ்சல்ஸுக்குக் கூட்டிவந்தார். நான் அங்கு படித்து வளர்ந்தேன். இப்போது யு. எஸ். விமானப் படையின் விமானியாகப் பணியாற்றி வருகிறேன். பயணம் செய்வது எனக்குப் பிடிக்கும். அப்பாவின் இசை ஞானம் எனக்குக் கிடைத்துள்ளது. சிலகாலம் ஓர் இரவு விடுதியின் இசைக்குழுவில் பாடினேன்.

ஆனால் இந்த அன்றாட காரியங்கள்தான் என் நிஜ வாழ்க்கை. நான் தினமும் வாழ்ந்துகொண்டிருக்கிறேன். இரவில் அதை வார்த்தைகளாக மொழியாக்கம் செய்கிறேன். என் வார்த்தைகள் அழகை இழக்காமல் இருப்பதற்காக ஒரு நூல் பாலத்தில் வாழ்ந்துகொண்டிருக்கிறேன்.

எனக்கொரு காதலி இருக்கிறாள் – ஜி. அவள் கருப்பு நிறத்தவள். என் தந்தைக்கு நான் அவரது பாதையைப் பின் தொடராமல் போனதில் வருத்தமுண்டு. எனது அம்மாவைத் தவிர ஒருவர்பின் ஒருவராக வந்த அவரது மூன்று மனைவிகளும் வெள்ளைக்காரிகள்.

“விமானப்படையின் விமானி என்றும், லாஸ் ஏஞ்சல்ஸில் கல்வி பயின்றதாகவும் கூறியது பொய். அப்புறம்?” பாடி கேட்டான்.

“என் அப்பா ஸித்தார் கலைஞன் அல்ல; வெறும் வாய்ப்பாட்டுக்காரர் – தேவ்பிரதா பானர்ஜி. அவர் சாந்தி

நிகேதனில் படிக்கவில்லை.” பண்ணி கூறினான்: “இன்னும் ஒரு பொய் உள்ளது. ஆட்கள் நம்பமாட்டார்கள் என்பதால் சொல்லவில்லை. என்னுடைய அப்பாவுக்கு நான்கு வெள்ளைக் காரி மனைவிகள் உள்ளனர். இப்போதைய அம்மாவுக்கு என்னைக்காட்டிலும் வயது குறைவு. அப்பாவின் பாட்டு சம்புவின் மீன்குழம்பைப் போன்றிருக்கும்; பெண்களைக் காமத் தருக்களாக மாற்றிவிடும். நான் இறந்தால் எனக்காக அழுவதற்கு ஐந்து அன்னைகள் உள்ளனர்.”

முதலில் ஜோ ஹம்ஃப்ரி இறந்தான். அவன் பயணித்த வாகனம் ஒரு கண்ணிவெடியில் அகப்பட்டு வெடித்துச் சிதறிய போது மரணம் நிகழ்ந்தது. ரோஜர், பாடியிடம் கூறினான்: “முகம் சற்று அகோரமாக உள்ளது. இடது பிருஷ்டம் இல்லை. சடலத்தை நானே ஒழுங்குபடுத்திவிடுகிறேன். நீ வர வேண்டாம்.”

ஞாயிற்றுக் கிழமை. ஜோ ஹம்ஃப்ரியின் சடலத்தை அமெரிக்காவுக்கு அனுப்பும் நாள். ராணுவத் தளபதி சிறிய இரங்கல் உரையை நிகழ்த்தினார்: “ஜான் ஹம்ஃப்ரி, பிரைவேட், யு.எஸ். ஆர்மி, போயிருக்கும் சொர்க்க வானத்தின் நிறம் அடர் நீலம். அதில் ஐம்பது ஜொலிக்கும் நட்சத்திரங்கள். அதில் காணப்படும் வானவில்லுக்கு இரண்டு நிறங்கள் மட்டுமே இருந்தன – சிவப்பும் வெண்மையும். அந்தச் சொர்க்கத்தின் பெயர்தான் யுனைடெட் ஸ்டேட் ஆஃப் அமெரிக்கா. அமெரிக்காவை இறைவன் காப்பாற்றட்டும்.”

பல நாட்களாக பாக்தாத்தின் நுழைவாயில்களைப் பீரங்கிக் குண்டுகள் தட்டியபோதிலும் அவை திறக்கவில்லை. வானத்தில் வௌவால்களைப் போல பி52 விமானங்கள் சுற்றிப் பறந்து குண்டுகளை எச்சமிட்டன. விமான எதிர்ப்புத் துப்பாக்கிகள் அமைதியடையத் தொடங்கின. ‘சதாம் உசைன் விமான நிலையத்தை’ கைப்பற்றுவதற்காக பாடி மற்றும் ரோஜருடன் தங்கியிருந்தவர்கள் தினமும் போய் வந்தார்கள். ஒரு நாள் எல்லோரும் ஒருசேரத் திரும்பி வந்தார்கள். ஜோ ஹம்ஃப்ரி யின் காலிக் கட்டிலில் அமெரிக்காவின் ஒரு சிறு கொடியைப் பொருத்திவிட்டு ஜான் லோபஸ் கூறினான், “நீண்ட நாட் களுக்குப் பிறகு நாம் எல்லோரும் இன்று ஒன்று கூடியுள் ளோம். ஆகவே சங்கீதத்தை இசைக்கலாம்.”

ஜான் லோபஸின் கித்தாரிலிருந்து முரட்டுத்தனமான இசை எழுந்தது. இருப்பினும் அவனது தோளில் தலைசாய்த்து ரோஜரும் ஆஸ்கரும் மிருதுவான பாதங்களை வைத்து நடன மாடினார்கள். சட்டென்று ஜான் லோபஸின் உதடுகள் தானியங்கி துப்பாக்கி ஆனது. அதிலிருந்து குண்டுகளைப்

போல வார்த்தைகள் மளமளவென்று உதிரத் தொடங்கின. ராப் இசையுடன் ஒத்துப்போக இயலாத பண்ணியும் பாடியும் மாக்கும் மைக்கேலும் மௌனமாக இருந்தார்கள்.

அடுத்த நாள் பாக்தாத்திலிருந்து பண்ணி முதலில் திரும்பி வந்தான். அவன் வந்ததிலிருந்து கட்டிலில் அமர்ந்து இசையைக் கேட்டுக்கொண்டிருந்தான். சற்று நேரத்தில் நிறைவடைய இருக்கும் ஸிடியை பண்ணி பல தடவை கேட்டான். வாக்மேனில் ஸி.டி.யை மீண்டும் பாட வைப்பதற்கான க்ளிக் ஒலிகள் அதிகரித்துக்கொண்டிருந்தன. பாடி அவனருகில் சென்று கேட்டான், "இரவு சாப்பாடு வேண்டாமா?"

பண்ணி முகத்தைச் சுழித்துவிட்டு ஸி.டி.யை மீண்டும் மீண்டும் பாட வைத்தான். வெளி மைதானத்தில் நின்று பாக்தாத்தின் வானத்தைப் பார்த்தான். பாக்தாத் நகரத்தில் வானம் இல்லை. வானம் பூமிக்கு இறங்கி வந்திருந்தது. அந்நகரம் பல நிறங்களாலான பூக்களால் நெய்யப்பட்ட ஒரு கம்பள மாகக் காட்சியளித்தது. குறுக்கும் நெடுக்குமாக ஹெலிகாப்டர் களும் விமானங்களும் பறந்தன. எண்ணெய்க் கிணறுகள் அழிக்கப்பட்டதால் எழுந்த மெல்லிய புகை. எரியும் மனிதப் புகையின் ஒற்றை இழைகள். மண்ணில் விழுந்து வெடிக்கும் வெடிகுண்டுகளிலிருந்து எழும் டைக்ரஸ் நதியின் தேம்பல் கலந்த செங்கல் புகை. பண்ணியின் வாக்மேனின் க்ளிக் சத்தம் ஓய்வின்றி ஒலித்தது.

"எதைக் கேட்டுக்கொண்டிருக்கிறாய்?" பாடி கேட்டான்.

"போ, என்னைத் தொந்தரவு பண்ணாதே."

"உடையைக்கூட மாற்றவில்லையே."

"போ, நாய்க்குப் பிறந்தவனே." பண்ணி எழுந்து கட்டடத் தின் உட்புறத்தை நோக்கி நடந்தான். பிறகு மடிக்கணினியின் சதுரக் கட்டங்களை வேகமாக இயக்கினான். ஸி.டி. வாக்மேனின் கிளிக்குகள் அரைப்புள்ளியாக நின்றன. அதிகாலை மூன்று மணிக்கு அன்றயின் கதவைத் தட்டுவது கேட்டது. பண்ணி எழுந்து அதே உடையில் மீண்டும் பாக்தாத்திற்குப் போவதற் காகத் துப்பாக்கியுடன் ஹம்வியில் போய் அமர்ந்தான். பாடி அவனை வழியனுப்பப் போனான். பண்ணி அவனது முகத்தைப் பார்க்கவில்லை. மறுநாள் காலையில் வெகுதொலைவிலிருந்து தூது வந்த ஒரு துப்பாக்கி குண்டு பண்ணியைக் கொன்று விட்ட செய்தி முகாமில் பரவியது.

பண்ணியின் மூன்று நாள் வளர்ந்த தாடியை பாடி ஷேவ் செய்தான். பாதி நிர்வணமாகக் கிடந்த அவனது மார்பில்

துப்பாக்கிக் குண்டு துளைத்திருந்தது. இந்த ரத்தத் திலக அடையாளத்தைத் தவிர வேறு எந்தக் காயமும் இல்லை. சற்று வளர்ந்திருந்த பண்ணியின் தலைமுடியை அங்குமிங்கு மாக வெட்டி பாடி ஒழுங்குபடுத்தினான். ஜெல்லைத் தடவித் தலையை வாரினான். மருத்துவமனை அறையிலிருந்து வெளியில் வரும்போது பாடி முதல் குரலைக் கேட்டான். தெளிவான குரலில் நாராயணன் அவனை அழைத்தான், "தம்பி."

மருத்துவமனையின் வராந்தா தூணில் சாய்ந்து பாடி நின்றபோது அவனது தலையில் இரைச்சல் அதிகரிக்கத் தொடங்கியது. தணிந்த குரலில் தேவப்ரியா பானர்ஜியின் ஆலாபனை தொடங்கியது. அது உலகின் மிகவும் நீளமான ஆலாபனையாக இருந்தது. அதற்கிடையில் ஒரு பெண்ணின் அழுகைச் சத்தம் கேட்டது. அடுத்து வேறொரு பெண். அழும் பெண்கள் ஐந்து பேரானபோது பாடி மயங்கித் தரையில் விழுந்தான்.

அன்றைய தினம் சதாம் உசைனின் சிலையுடன் பாக்தாத் நகரமும் அதிகாரப்பூர்வமாக வீழ்ந்தது. அறையில் இருந்தவர்கள் காலியான கட்டில்களைப் பார்த்துப் பேசாமல் அமர்ந்திருந் தார்கள். பாடி பண்ணியின் மடிக்கணினியைத் திறந்தான். பாஸ்வேர்ட் தெரியாததால் அவனுக்கு வந்திருந்த மின்னஞ்சல் கள் திறக்கப்படாமல் கிடக்குமென்று பாடி நினைத்தான். இத்தகைய மின்னஞ்சல்கள் எங்குச் செல்லும்? இறந்தவர் களின் திறக்காத மின்னஞ்சல்கள் வானத்தில் நிறைகின்றன. இறுதியாக பண்ணி வலைத்தளத்தில் எழுதியிருந்ததைப் பாடி படித்தான்.

ஏப்ரல் 8, 2003; லங்கா தகனம்

இன்று நான் பியிடம் மோசமாக நடந்துகொண்டேன். நான் சாப்பிடாமல் ஸி.டி.யைக் கேட்டுக்கொண்டிருப்பது அவனை மிகுந்த கவலைக்குள்ளாக்கியது. அன்பான ஆட்டுக் குட்டியைப் போல அவன் என்னைப் பின்தொடர்ந்தான். நான் என் அப்பா அனுப்பித் தந்த ஸி.டியைக் கேட்டுக் கொண்டிருந்தேன். அப்பாவே உருவாக்கிய ஸி.டி. அது.

அந்த ஸி.டி.யை எத்தனை முறை கேட்டிருப்பேன் என்று எனக்கே தெரியாது. எனது வாக்மேனின் அசட்டுத்தனமான க்ளிக்குகள் பியை அதிரவைத்திருக்க வேண்டும். அவன் என்னை விடாமல் பின்தொடர்ந்தான். நான் அவனை 'நாய்க்குப் பிறந்தவனே' என்று சொல்லி விரட்டியடித்தேன்.

இன்று டைக்ரஸின் மேற்குக் கரையின் வழியாக அமெரிக்கப் படை முன்னேறியது. சதாம் ஆட்சியின் ரகசியங்களை ஒவ்வொன்றாக அவர்கள் அறுத்தெறிந்தார்கள். தாழ்வாகப் பறந்த விமானங்களின் விமானிகள் பீதியடைந்த பாக்தாத் நகர மக்களின் கண்களைக் கண்டார்கள். குண்டுகளுக்கும் பீரங்கிச் சத்தங்களுக்குமிடையில் மேற்குப் பாக்தாத்தின் 'அல் கிண்டி மருத்துவமனை'யில் அழுகையொலியைக் கேட்க முடிந்தது. பத்து லட்சம் வீடுகளைக் கொண்ட பாக்தாத் நகரின் பல பகுதிகளும் எரிந்து, ஒரு கொடிய தீபாவளியை ஆயத்தப்படுத்திக் கொண்டிருந்தது. ஏனோ திரும்பி வந்ததிலிருந்து எனக்கு அப்பா அனுப்பித் தந்த ஸி. டி.யைக் கேட்க வேண்டுமென்றும் அப்பாவின் கடிதத்தைப் படிக்க வேண்டுமென்றும் தோன்றியது.

அப்பா எழுதியிருந்தார்: "அழிந்த நகரத்தின் நினைவை ஊட்டும் ஒரு ராகத்தை நான் உனக்கு ஸி.டி.யின் மூலமாக அனுப்பித் தருகிறேன். இத்தகைய ரெகார்டுகள் அபூர்வமானவை. ஒவ்வொன்றும் மூன்று நான்கு நிமிஷங்கள் வரும். உஸ்தாத் விலாயத் கான் (சித்தார்), அலி அக்பர் கான் (ஸரோத்), என்பவர்கள் ஆலாபித்த இந்த ராகம் என் கணினியில் எங்கோ கிடந்தது.

இதுவொரு நண்பகல் நேரத்தின் ராகமாகும். பதினொன்று மணி ராகம். லங்கா தகனம் ஸாரங்க் என்பதுதான் பெயர்.

இந்த ராகத்தை வாய்ப்பாட்டாகக் கேட்கவேண்டுமென்று கொஞ்ச நாட்களாகத் தேடிக்கொண்டிருக்கிறேன். கடைசியில் ஒருவர் மின்னஞ்சலில் பண்டிட் ராமாஸ்ரய் ஜா சாஹேப் பாடியதை இணைத்து அனுப்பித் தந்தார். அதுவும் கிடைத்தப் பிறகு உனக்கு அனுப்பித்தரலாமென்று தோன்றியது."

"உனக்கு அனுமானின் கதை நினைவு இருக்குமாவென்று தெரியாது . . ."

பின்னர் அப்பா இரண்டு பக்கத்திலும் ராமாயணம் முழுவதையும் எழுதியிருந்தார். ஸ்ரீராமனின் தூதனாக அனுமான் இலங்கையை அடைந்தபோது இலங்கை வேந்தனான ராவணனின் வீரர்கள் அனுமானைச் சிறைபிடித்தனர். ஏற்கனவே ஸ்ரீராமனின் மனைவியான சீதையை இலங்கைக்குக் கடத்தி வந்திருந்தான் ராவணன். வீரர்கள் அனுமானின் வாலில் துணியைச் சுற்றினார்கள். அனுமானின் வால் வளர்ந்து கொண்டிருந்தது. துணி தீர்ந்தபோது வீரர்கள் அதில் எண்ணெயை ஊற்றித் தீ கொளுத்தினார்கள். அனுமான்

அவர்களிடமிருந்து தப்பித்து இலங்கையை எரிக்கத் தொடங்கினான். அன்று இலங்கை உலகின் ஒரு பெரும் நகரமாகத் திகழ்ந்தது.

தீ மரங்களின் உச்சியிலிருந்துதான் எரியத் தொடங்கியிருக்க வேண்டும். பிறகு கட்டடங்கள். தீ கீழ்நோக்கிப் படர்ந்தது. பாசத்தோடு தண்ணீர் வார்த்து வளர்த்தச் செடிகள். குடிசைகள். கட்டில்கள். அரிசி நிறைத்துவைக்கப்பட்ட களஞ்சியங்கள். உறங்குவதற்கான பாய்கள். தொட்டில்கள். அவற்றில் உறங்கும் குழந்தைகள். குழந்தைகளின் பொம்மைகள். பம்பரங்கள். வீணைகளும் தம்புராக்களும். சுவரில் தீட்டப்பட்ட முன்னோர்களின் ஓவியங்கள். நாய்கள். கூண்டில் வைக்கப்பட்ட கிளிகள். பெண்களின் தலையை மூடும் ஆடைகள். பாலங்கள். மருத்துவமனைகள். பிரார்த்தனைக் கம்பளங்கள். அரண்மனைகள். பின்னர் மக்கள். தீ அவர்களை நிர்வாணப்படுத்திவிட்ட பிறகே கொல்லும். குரங்குகளை வழிபடக்கூடியவர்கள் நாங்கள் என்று சொல்லி என்னைக் கேலிசெய்யக்கூடிய கெ, நீ இதைப் படிக்கிறாயா? அப்படியானால் நான் சொல்கிறேன். அனுமான் ஒரு குரங்கு தெய்வம் மட்டுமல்ல; மகா பண்டிதனாகவும் விளங்கியவன்.

அவன் இலங்கையைச் சூழந்த கடற்கரையில் நின்று கேட்டான், 'நான் என்ன காரியம் செய்தேன்? ஒரு மகா நகரத்தை அல்லவா நான் அழித்தேன்? ஒரு பண்பாட்டை? மேலும் வெட்கத்தைத் தருவது இதுதான் – என் சுவாமியின் மனைவி எதிரில் அல்லவா இதையெல்லாம் செய்தேன்? எனது தாய்க்கு நிகரான தேவி என்னைக் குறித்து என்ன நினைத்திருப்பார்?'

அனுமான் கடற்கரையில் நின்றான். தியானம், மனதின் மௌனத்தில் நிறைவடைகிறது. அந்த அமைதியை நோக்கி, வெறுமையில் காற்றைப் போல, ஒரு ராகம் பிரவேசித்தது. அதுதான் லங்கா தகனம் ஸாரங்க், அனுமானின் ராகம்.

பச்சாதாபத்தில் இந்த ராகத்தை நான் மீண்டும் ஒரு முறை கேட்க வேண்டும். நீங்களும் கேட்கலாம். அடிக்கோடிட்ட பெயர்களில் க்ளிக் செய்தால் போதும்.

தியோஃபிலஸ் 11:58: பி.எம்.

சதாம் உசைன் தலைமறைவான பிறகும் ராணுவ வீரர்களால் திரும்பிச் செல்ல இயலவில்லை. பாடி ஒரு நாள் இரவு அறைக்குள் நுழைந்தபோது அழுதுகொண்டிருக்கும் மலீக்கையும் மைக்கேலையும் பார்த்தான். மாக் பாடியிடம் கேட்டான், "இன்றைக்குத் தேதி எத்தனை?"

"ஆகஸ்ட் 16. என்ன விஷயம்?"

"எங்கள் அம்மாவின் பிறந்த நாள். நாற்பதாவது பிறந்த நாள்." என்றான் மாக்.

மைக்கேல் அழுதுகொண்டே கூறினான்,

"நாங்கள் காரில் மாறிமாறி டிரைவ் செய்து அம்மாவை லாஸ் வேகாஸிற்குக் கூட்டிப் போவதாகச் சொல்லியிருந்தோம். அம்மாவுக்கு ஸ்லோட் மெஷினில் விளையாடுவது மிகவும் விருப்பம். சாயங்காலம் முழுவதும் காம்ப்ளிங், இரவில் ஷாம்போயுடன் டின்னர்."

இரண்டு வார யுத்தம் என்றுதான் தொடங்கப்பட்டது. சதாம் போனதும் திரும்பிவிடலாம் என்றுதான் எண்ணியிருந்தோம். இப்போதும் குண்டு வெடிப்புகளும் கோபங்களும் வெளிப்பட்டுக்கொண்டுதான் இருக்கின்றன. மக்கள் எங்களை விடுதலை தந்தவர்களைப் போல ஏற்றுக்கொள்வார்கள் என்று சொன்னார்கள்." என்றான் மாக்.

"வா நாம் அம்மாவுக்கு மின் வாழ்த்து அட்டையை அனுப்பலாம்" என்றான் மைக்கேல்.

"நல்ல வேடிக்கை," ஆஸ்கருடன் அறைக்குள் நுழைந்த ரோஜர் கூறினான்: "அம்மாக்கள் கவலைப்படக் கூடாது."

நவம்பர் மாத இறுதியில் ஆஸ்கர் இறந்தான். ஒரு மனித வெடிகுண்டு அவன் எதிரில் வந்து வெடித்துச் சிதறியது. கிடைத்த உடல் பாகங்களைப் பிளாஸ்டிக் பையில் போட்டு அமெரிக்காவுக்கு அனுப்பினார்கள். ஒருநாள் முழுவதும் ரோஜர் பேசாமல் உட்கார்ந்திருந்தான். அடுத்த நாள் அழத் தொடங்கினான். அடிக்கடி மயக்கமடைந்தான். மருத்துவர்கள் அவனை மருத்துவமனையில் அனுமதித்துத் தூக்க மருந்து ஊசிகளைப் போட்டார்கள்.

அறைக்குத் திரும்பிய பிறகும் ரோஜர் அதிகம் பேசவில்லை. ஒருநாள் இரவில் ஏதோ சத்தம் கேட்டு பாடி டார்ச் அடித்துப் பார்த்தபோது, டார்ச் வெளிச்சத்தின் சிறிய வட்டத்திற்குள் – சந்திரனில் முயல் போல – சுவரோடு ஒட்டிய ரோஜரின் பெரிய மூக்கையும் தடித்து விரிந்த உதடுகளையும் கண்டான். அவன் சுவரில் ஒட்டப்பட்டிருந்த ஆஸ்கரின் படத்தை முத்தமிட்டுக்கொண்டிருந்தான். பாடி டார்ச்சை அணைத்து சந்திரனை அஸ்தமிக்க வைத்தான்.

டிசம்பர் மாதத்தின் ஒரு குளிர்ந்த இரவில் ரோஜரும் பாடியும் மட்டுமே அறையில் இருந்தார்கள். அவர்கள் தூங்கியதும்

யாரோ கதவைத் தட்டினார்கள். ரோஜர் கதவைத் திறந்த போது சீருடையணிந்த ராணுவ வீரர்களும் ராணுவத் தளபதி யும் நிற்பதைக் கண்டார்கள். "ரோஜர், சீக்கிரம் புறப்படு. ஒரு வேலை இருக்கிறது."

"என்னால் முடியாது."

"உத்தரவு." என்றான் ராணுவத் தளபதி.

"இன்று கை நடுங்கும். இன்று ஸியாட்டலில் யூத மயானத் தில் ஆஸ்கரின் சவஅடக்கம் நடக்கிறது. உங்களுடன் பாடி வருவான்."

"போதாது, அனுபவம் வாய்ந்த ஆள்தான் வேண்டும்." ராணுவத் தளபதி கூறினான்.

"பாடி வேலை பார்க்கட்டும். உடன் நானும் நிற்கிறேன்" என்றான் ரோஜர்.

ராணுவ வீரர்கள் அவர்களின் கண்களைத் துணியால் கட்டி ஒரு வாகனத்தை நோக்கி அழைத்துப் போனார்கள். இருள் சூழ்ந்த பயண வேளையில் நேரமும் தூரமும் அதிகமாக இருக்கும். ஆகவே எத்தனை நேரத்திற்குப் பிறகு பயணம் நிறைவடைந்தது என்று பாடியால் ஊகிக்க இயலவில்லை.

கண்கட்டுகளை அவிழ்த்தபோது அவர்கள் ஒரு சிறு அறையில் இருந்தார்கள். அந்த அறையின் நடுவில் உத்தரத்தில் ஓர் அறுபது வால்ட் பல்ப் தொங்கிக்கொண்டிருந்தது. பல்பின் அடியில் ஒரு மர நாற்காலியில் கருப்பு கோட் அணிந்த ஒரு கிழவன் அமர்ந்திருந்தான். அவனது இடது புருவத்திற்கு மேல் இரத்தம் கசிந்த அடையாளம் காணப்பட்டது.

கிழவனின் சுருண்ட தாடி ரோமங்களைப் பாடி கத்தரிக் கோலால் வெட்டத் தொடங்கினான். ரோஜரும் சில ராணுவ வீரர்களும் அருகில் நின்று கவனித்துக்கொண்டிருந்தார்கள். கிழவனின் கண்கள் இறந்தவர்களின் கண்களைப் போல சலன மற்றுக் காணப்பட்டன. குழிந்த கன்னங்கள்மீது கத்தரிக்கோல் நகர்ந்தபோது மட்டுமே அவன் கண்களை மூடினான். அங்கு ஏதோ காயம் பட்டிருப்பதாக பாடிக்குத் தோன்றியது. அவன் கத்தரிக்கோலை மிகவும் மெதுவாக நகர்த்தினான். பாடி அவனது முகத்தில் ஷேவ் செய்வதற்கான நுரையைப் புரட்டினான்.

கிழவனின் முகத்திலிருந்து நுரையை மழித்தெடுக்கத் தொடங்கியதும் சதாம் உசைன் தெளிவடைய தொடங்கினார். ரோஜர் கூறினான், "நான் யாரைப் பார்த்துக்கொண்டிருக் கிறேன் கர்த்தரே!"

என்.எஸ்.மாதவன்

படங்களில் பார்த்திருந்த சதாமை நினைவில் வைத்து சதாமின் மீசையையும் தாடியையும் வெட்டினான் பாடி.

திரும்பிச் செல்லும்போதும் ரோஜர் மற்றும் பாடி இருவரின் கண்களும் கட்டப்பட்டன. ரோஜர் அவனது பாக்கெட்டி லிருந்து மொபைல் ஃபோனை எடுத்தான். எண்களை அழுத்தா மல் அழைத்தான், "ஹலோ." இரண்டு மூன்று ஹலோ அழைப்பு களுக்குப் பிறகு ரோஜர் கேட்டான், "தெய்வம்தானே? இது நான்தான், ரோஜர் டிக்ஸன். ஆஸ்கருடன் பேச முடியுமா?" சற்று நேர அமைதிக்குப் பிறகு ரோஜர் பேசினான், "அன்பான ஆஸ்கர், உனக்கு விஷயம் தெரியுமா? நம்முடைய பாடி, இந்தியாவின் ஒரு மூலையில் இருந்து வந்த பாடி, சதாம் உசைனுக்கு ஷேவ் செய்தான்." ரோஜர் சிரிக்கத் தொடங்கி னான். ராணுவ வீரர்கள் மொபைலைப் பறித்துக்கொண்டார் கள். ரோஜர் கேட்டான், "கடவுளிடம் பேச எதற்கு மொபைல் போன்?"

மறு நாள் ரோஜரை மருத்துவமனைக்கு மாற்றினார்கள். அடுத்த வாரம் ரோஜரை அமெரிக்காவுக்குத் திருப்பி அனுப்பி னார்கள்.

ரோஜர் கிளம்பிய நாளின் மாலை வேளையில் பாடி அறையில் தனியாக இருந்தான். அப்போது புதிதாக இளைஞர் களான நான்கு சாதாரண ராணுவ வீரர்கள் அறையில் தங்குவதற்கு வந்துசேர்ந்தார்கள். கட்டில்களில் தங்களின் ஹாவர்ஸாக்குகளை இறக்கிவைத்துவிட்டு, கையிலிருந்த பந்து களை அங்குமிங்கும் எறிந்து விளையாடத் தொடங்கினார்கள். பந்து கையிலிருந்து தவறிவிழும் இடைவெளிகளில் அவர்களைத் தொல்லை தரும் பீதி ஆட்கொண்டது. மறுநாள் காலையில் பாடி அவர்களின் தலைமுடியை வெட்டினான்.

மும்பை

அஸீஸ் தனது இளமைப் பருவத்தின் மூலமாக உலகைத் தெரிந்துவைத்திருந்தான். சற்று யோசித்துப் பார்க்கும்போது எல்லோரும் அப்படித்தான் இருந்திருப் போம். ஆதாம் நபியைத் தவிர. ஆதி மனிதன் என்பதால் ஆதாமுக்கு இளமைக் காலம் இல்லை. (போதாததற்குத் தொப்புள் கொடியும்: ஹ, ஹ, ஹ, அஸீஸ் உள்ளூரச் சிரித்துக்கொண்டான்.) குழந்தைப் பருவத்தை நினைவு படுத்தக்கூடிய விஷயங்களுடன் அஸீஸ் சட்டென்று இணக்கமாகிவிட்டான். எனவேதான் பம்பாய் அவனுக்கு விருப்பமானதாக இருந்தது. சொந்த ஊரான மட்டாஞ் சேரிக்கு பம்பாய் நகரின் ஒரு சாயல் உண்டு. அவன் வசித்துவந்த வார்டன்ரோடின் பிளாட் உரிமையாளர் களான வயோதிகத் தம்பதியரையும் அஸீஸுக்குப் பிடிக்கும். ஷக்கூர் ஸாஹிபின் நரையோடிய பெரிய மீசையும் அதற்கு மேல் குறும்பு கலந்த கண்களும் ஏர்இந்தியாவின் மகாராஜாவை நினைவுப்படுத்தும். அதேபோலப் பெரிய கன்னக்குழிகளைக் கொண்ட அம்மிஜான், மலையாள நடிகை கே.பி.ஏ.ஸி. லலிதாவை யும் நினைவுபடுத்துகிறார்.

அதிகாலையில் கழுவித் துடைத்த டாக்சிகளின் மெருகு வழக்கம்போல அன்றும் அஸீஸை உற்சாகப் படுத்தியது. பம்பாய் டாக்சிகள் மற்ற நகரங்களின் முரட்டு அம்பாஸிடர் கார்களைப் போல இருக்கவில்லை. அவை குறிஞ்சிப் பூக்களைப் போல வருடுவதற்காகக் காத்திருக்கும் ஃபியட் கார்கள். டாக்சியில் அமர்ந்ததும் அஸீஸ்

பத்திரிகையை விரித்தான். முதல் பக்கத் தலையங்கத்தைப் புரட்டிவிட்டுப் பங்குகளின் விலைமாற்றங்களைக் குறிப்பிட்டுள்ள பக்கங்களுக்கு அவசரமாகப் பிரவேசித்தான். எண்களின் நிரந்தர பிரவாகத்தில் மூழ்கியிருக்கும்போதுதான் பத்திரிகைத் தாள்கள் காற்றில் அசைவதை அஸீஸ் கவனித்தான். கடற்கரையோர மாகப் பயணித்துக்கொண்டிருப்பதை உணர்ந்தான்.

காரின் முகப்புக் கண்ணாடிமீது ஒட்டப்பட்டிருந்த பச்சை நிற சன் ஃபிலிம் வழியாகத் தலை உயர்த்தி சௌபாத்தியின் கடலைப் பார்த்தான் அஸீஸ். பச்சை நிறக் கடல் வரலாற்றுக் காலத்தைப் போல நாகரிகத்தை எய்தாமல் இருந்தது. சன் ஃபிலிமின் அடியில் ஒட்டப்பட்டிருந்த ஸ்டிக்கர்மீது எழுதப் பட்ட இந்தி எழுத்துகளைப் படிக்க அஸீஸுக்குச் சிறிது நேரம் தேவைப்பட்டது. பாயும் புலியின்மீது மஞ்சள் எழுத்து களில் எழுதப்பட்டிருந்தது: கர்வம் கொள்ளுங்கள், இந்துவாக இருப்பதில்.

டாக்சி பயணத்தை நிமிஷத்திற்கு நிமிஷம் தடைப்படுத்தும் போக்குவரத்து வெளிச்சங்களின் சிவப்பு நிறுத்தங்களின் ஊடாக அஸீஸ் தேர்தல் முடிந்து சோம்பலில் கிடக்கும் மும்பையைப் பார்த்தான். கை, தாமரை, அம்பும் வில்லும், படகு, புகைவண்டி எஞ்ஜின் போன்ற சுவர்ச் சின்னங்கள் பம்பாயை ஒரு பெரிய, ஒன்றாம் வகுப்பு பாடப் புத்தகமாக மாற்றியிருந்தது. ஆட்சி மாற்றம் நிகழ்ந்ததும் முதலில் கைப்பற்றப்பட்டது சென்செக்ஸ் தான்.

அது நிகழ்ந்திருக்காவிட்டால் அஸீஸும் அவனது சக ஊழியர்களான சேல்ஸ் எஞ்சினியர்களும்கூட ஆட்சி மாற்றத் தைப் பற்றி அறிந்திருக்கமாட்டார்களென்று சந்தேகிக்கும் போதுதான் உணவு வேளையில் பிரதீப் பிள்ளை கூறினான், “ஆட்சி மாறிவிட்டது.”

“அதற்கு?” மற்றொரு சேல்ஸ் என்ஜினியரான ஜோதி பிரசாத் ஸ்ரீவாஸ்தவா கேட்டான்.

“வேறு பலவும் மாறும்” என்றான் பிரதீப் பிள்ளை.

“அதன் அர்த்தம்? நாம் பாடுபட்டு வாங்கின டெண்டர் களைப் புதிய அரசாங்கம் ரத்தாக்கிவிடுமா?” அவர்களில் வயதான ஜெயந்த் கர்மர்கார் வினவினான்.

“இப்படிப் பல விஷயங்களை” என்றான் பிரதீப் பிள்ளை. அவனது குரலில் ரகசியத்தை மனப்பூர்வமாக மறைக்க முயல்வ தாக அஸீஸுக்குத் தோன்றியது.

நாரிமன் முனையில் அஸீஸ் வேலை பார்த்துவந்த பலஅடுக்கு கட்டடத்தின் எதிரில் டாக்சி நிற்கும்போது, ஆழ்ந்த யோசனைக்குப் பிறகு எதுவும் மாறாது என்று உறுதிப்படுத்திக் கொண்டான். புறநகர் புகைவண்டிகள் பம்பாயை ஊடுருவி பாய்ந்துகொண்டிருந்தன. சென்செக்ஸ் மீண்டும் உயிர்ப்பு அடைந்தது. சர்ச் கேட் ஸ்டேஷனில் கூட்டம் கூட்டமாக இறங்கும் புகைவண்டிப் பயணிகள் இடதுபக்கமும் வலதுபக்க மும் திரும்பாமல் நகர்ந்துகொண்டிருந்தார்கள். அவர்களில் பாதிப் பேர் வழக்கம்போல தங்கள் விரைகளைச் சொரிந்து கொண்டிருந்தார்கள் (ஹ, ஹ, ஹ). சோற்றுப் பாத்திரங்களை ஏற்றிய டப்பா வாலாக்களின் சைக்கிள்கள் உணவு மேசை களை இலக்காக்கி நகர்ந்துகொண்டிருந்தன. இரவு ஷிப்ட் ஊழியர்களில் பலரும் உறக்கத்திலிருந்து விழித்தெழுந்து மனைவி வீட்டில் இல்லாதபோது வீட்டு வேலைக்கு வரும் வேலைக் காரியுடன் உறவாட முயலும் நேரமும் இதுதான்.

அலுவலக அறையில் நுழைந்ததும் மேசைமீது வைக்கப் பட்டிருந்த அவனது பாஸ்போர்ட் சைஸ் படங்களைச் சோதிக்கத் தொடங்கினான். எல்லாப் பாஸ்போர்ட் படங்களைப் போல அவையும் அந்நியர்களுடையது. ஃப்ராங்க்ஃபர்டில் நடக்கும் ஒரு தொழில் கண்காட்சியில் கம்பெனிப் பிரதிநிதியாகப் பங்கேற்க அஸீஸ் பாஸ்போர்ட் விண்ணப்பத்தைப் பூர்த்தி செய்தான். மிக மெதுவாகவே அந்த நீலத் தாள்களில் அவனால் முன்னோக்கி நகர முடிந்தது. பூர்த்திச் செய்யப்பட்ட விண்ணப்பத்தைப் பயண முகவரிடம் அனுப்புவதற்குள் மதியச் சாப்பாட்டுக்குப் போனவர்கள் திரும்பி வந்துகொண்டிருந் தார்கள். அவர்கள் வழக்கத்திற்கு மாறாக உரக்கப் பேசுவதைக் கேட்கும்போது ரிலயன்ஸ் மற்றும் ஏ.சி.சி. நிறுவனங்களின் பங்குவிலைகள் செங்குத்தாகச் சரியவோ உயரவோ செய்திருக்கக் கூடுமென்று அஸீஸ் கருதினான்.

“அஸீஸ், நீ சொல்லு,” அவனது அறையில் நுழைந்த ஜோதி பிரசாத் ஸ்ரீவாஸ்தவா கேட்டான்: “அந்தக் கர்மர்கார் சொல்லும் புதிய அரசாங்கம் வெளிநாட்டவர்களை வெளி யேற்றும்னு சொல்றது கொடுமையானது. அதில் என்ன தவறு?”

“அதில் எந்தத் தவறும் இல்லே. எல்லா நாடுகளும் விசா இல்லாத வெளிநாட்டவர்களை நாடு கடத்துவாங்க. அப்புறம் நாம மட்டும்?” அஸீஸ் கேட்டான்.

“இது அரசியல். உங்களுக்கு எதுவும் புரியாது?” கர்மர்கர் கோபமாகக் கூறினான்.

“எங்களுக்குப் புரியும் ஒரே விஷயம் பங்குச் சந்தை. கெடைக்கற நேரத்தில அதைப் பத்திப் படிச்சு நாலு காசு பண்ணற வழியைப் பார்க்காம எதுக்காக இந்த அரசியல் பேச்சு.” இதைச் சொல்லிவிட்டு பிரதீப் பிள்ளை அறையை விட்டு வெளியேறினான். அவனைத் தொடர்ந்து மற்றவர்களும் வெளியேறினார்கள்.

அஸீஸ் சிறிது நேரம் கண்மூடி அமர்ந்திருந்தபோது பயண முகவரின் போன் வந்தது, “மிஸ்டர் அஸீஸ், குடும்ப அட்டையோ ஒரு பிரதி உடனடியாக வேணும்.”

“ஆனால் எனக்குக் கார்டு கிடையாதே.”

“அப்படியானா உடனே ஒண்ணு ஏற்பாடு பண்ணனும்.”

“ஒரு பாஸ்போர்டுக்காக என்னென்ன தியாகங்களைச் சகிக்கவேண்டி இருக்குது. ரேஷன் அரிசியையும் தின்னணுமா?”

“அப்படி இல்லே. ஆனா முகவரியை நிரூபிக்கறதுக்காகக் கார்டோட பிரதியைப் பாஸ்போர்ட் மனுகூட இணைக்கணும்.”

“அதுக்கு நான் என்ன பண்றது?”

“வழங்கல் அலுவலகத்திற்குப் போய் ஒரு விண்ணபத்தைப் பூர்த்திப் பண்ணிக் குடுங்க. சில நாட்களுக்குப் பெறகு ஒரு ஆய்வாளர் விசாரணைக்காக வருவார். இப்போது அவரோட தொகை ஒரு காந்தி* அந்த ஆள்கிட்ட அதைக் குடுங்க. இரண்டு நாள்ல கார்டு கெடைச்சிடும். விஷயம் சுலபமா முடிஞ்சிடும்.”

எல்லா ஞாயிற்றுக் கிழமைகளைப் போலவே அன்றும் அஸீஸ் வீட்டில் அமர்ந்து வி.சி.ஆரில் ராஜ்கபூரின் பழைய திரைப்படங்களைப் பார்த்துக்கொண்டிருந்தான். இத்தகைய இந்திப் படங்களின் மூலமாகத்தான் அவன் பம்பாயைப் பற்றிய தொல்லியல் ஆய்வை நடத்திவந்தான். பழைய திரைப் படங்களின் வெளிக்கதவுகளில் நிற்பதால் முப்பது நாற்பது ஆண்டுகள் பழைமை வாய்ந்த பம்பாய் அஸீஸுக்குக் கிடைத்தது. போர்ட்டும் ஃபௌண்டனும் கிரிக்கெட் பவலியனைப் போன்ற பாந்த்ரா ஸ்டேஷனும் மெட்ரோ சினிமாவும் தாஜ் ஹோட்டலும் ஒளிப் புள்ளிகள் விழுந்து கருப்பிலும் வெள்ளையிலும் அசைந்தாடும்போது, நிகழ்கால பம்பாயின் மனதைத் துளைக் காத ஆயிரக்கணக்கான டெஃப்லோன் முகங்களிலிருந்து அஸீஸுக்குச் சற்று ஓய்வு கிடைத்தது.

உணவு வேளைகளில் அம்மிஜானின் கச்சிதமான தட்டல் களே அஸீஸின் விடுமுறை நாளின் கடிகாரம். ஆனால்

---

* ஐநூறு ரூபாய் தாள்

நேரத்திற்கு மாறாகக் காலை பதினொன்று மணிக்குக் கதவை மெதுவாகத் தட்டினார் அம்மிஜான், "யாரோ பார்க்க வந்திருக்காங்க. வழங்கல் அலுவலகத்தில் இருந்தாம்."

"ஞாயிற்றுக்கிழமை நாளிலா?"

"ஆமாம். அவர்கூட ஆளும் கட்சிக்காக இந்த மொஹல்லாவில் ஓட்டு கேட்ட ஒரு தாதாவும் இருக்கிறார்."

அஸீஸ் கதவைத் திறந்ததும் எதிர்பார்த்ததைவிட இளைஞனாகக் காட்சியளித்த வழங்கல் ஆய்வாளர் அஸீஸிடம் கேட்டார், "ரேஷன் கார்டுக்காக விண்ணப்பம் செஞ்சிருந்தீங்களா?"

"கூட இருக்கறவர் யாரு?" அஸீஸ் பதிலுக்குக் கேட்டான்.

"ராமு தாதா, வீட்டை அடையாளம் காட்டக் கூட்டி வந்தேன்."

"ம்ம்."

"சார் நாளைக்கே சப்ளை ஆபீஸுக்குப் போய் கோகலே மேடத்தைப் பார்க்கணும். பிரமீளா கோகலே. இந்த விஷயத்தை உடனே தெரியப்படுத்தறதுக்காகத்தான் ஞாயிற்றுக்கிழமையில் சாரைத் தொல்லைபடுத்தினேன்."

பிரமீளா கோகலேவின் அறையின் பாதிக் கதவைத் திறந்து உள்ளே நுழையும்போது அறை இந்த அளவுக்குச் சிறியதாக இருக்குமென்று அஸீஸ் எதிர்பார்க்கவில்லை. முதல் பார்வையில் இளமையாகத் தோற்றமளித்தபோதிலும் அவளது கண்கள் முப்பது வயது கடந்துவிட்டதை அம்பலப்படுத்தியது. பள்ளிக் குழந்தைகளைப் போலக் கூந்தலை இரண்டாகப் பின்னலிட்டு வெள்ளை ரிப்பனைக் கட்டியிருந்தாள்.

அவளது நீல கம்மீசுக்கும் வெள்ளைச் சால்வாருக்கும் துப்பட்டாவுக்கும் பள்ளிச் சீருடையின் வெகுளித்தனம் இருந்தது. பிரமீளா கோகலேயின் குவிந்த செவ்விதழ்களும் மூக்குக் கண்ணாடியின் சில்லுகள் சிறிதாக்கிக் காட்டிய செந்நிறக் கண்களும் அவளை ஒரு வெள்ளை எலியைக் காணும்போது எழும் ஈடுபாட்டைத் தோற்றுவித்தது. (இந்தச் சந்திப்பின் நடுவில் கைநீட்டி அவளை வருடும் நினைப்பு எழக் கூடாது என்று அஸீஸ் மனதிற்குள் பிரார்த்தித்தான்). அவரது மேசையின் மீது ஞானேஸ்வரி* ஏறத்தாழ பாதி வாசித்துவிட்டுக் கவிழ்த்து வைக்கப்பட்டிருந்தது.

---

* பாலயோகியான சத் ஞானேஸ்வர் ஏழாம் நூற்றாண்டுக்கு முன்பு மராத்தியில் படைத்த கீதையின் உரை.

“மிஸ்டர் அஸீஸ் தானே?” பிரமீளா மெதுவாக, மிக மெதுவாக, காதல் படபடப்பில் காதலி கேட்பதைப் போல உச்சரித்தாள்.

“ஆமாம்.”

“அப்பா பேர்?”

“பீரான் குஞ்ஞு.”

“அம்மா?”

“ஃபாத்திமா.”

“ரெண்டு பேரும் உயிருடன் இருக்கிறாங்களா?”

“இல்லே. கடந்த வருஷத்துக்கு முந்தைய வருஷம் ஒரு மாச இடைவெளியில் ரெண்டு பேரும் இறந்திட்டாங்க.”

“சொந்தமா நிலபுலன்கள்?”

“இல்லே. என்னை ஐ.ஐ.டி. யில் படிக்க வைக்கறதுக்காக வும் தம்பிக்கு அபுதாபியில் விசா எடுக்கறதுக்காகவும் நிலபுலன் களை எல்லாம் விற்க வேண்டியதாயிடுச்சு.”

“அப்படின்னா வரி கட்டின ரசீது கையில இருக்குமே?

“இல்லே.”

“உங்களுக்கு இந்தியாவுலே நிலம் இருக்கறதுக்கான எந்தச் சான்றும் கிடையாது. சரிதானே?”

“இல்லே, என்னோட ரேஷன் கார்டு . . .”

“இந்த விசாரணை அதைப்பத்தித்தான். முதல்லே நீங்க இந்தியர்னு தெரியணுமில்லையா. அப்புறம்தானே ரேஷன் கார்டு.”

“இது நல்ல விளையாட்டு. ஒரு நாள் தூக்கத்தில் தட்டி எழுப்பி, நீங்க இந்தியரான்னு நிரூபிக்கச் சொன்னா சகோதரி நீங்க என்ன பண்ணுவீங்க?”

அஸீஸின் குரல் உயர்ந்தது. சட்டென்று பாதிக் கதவின் மறுபக்கத்தில் இருந்து கணக்கற்ற பாதங்கள் ஒலியெழுப்புவது அஸீஸுக்குக் கேட்டது. பிரமீளாவின் அறை ஜன்னல் வழியாகக் கொஞ்சம் ஆட்கள் கூட்டமாக நின்றிருந்தார்கள். அவர்களின் முகங்களில் சீற்றம் ஒரு கார்மேகத்தைப் போலக் கடந்து செல்வதை அஸீஸ் கவனித்தான்.

"நான் என்னோட பேரைச் சொல்றேன். அவ்வளவுதான். என்னோட சரித்திரமும் பூகோளமும் என்னோட பேருதான். பிரமீளா கோகலே மகாராஷ்டிரா, இந்து, சித்பவன் பிராமணன் வகுப்பு; புரிஞ்சதா?" இதைச் சொல்லும்போது பிரமீளா காதலியைப் போல உள்ளூரச் சொல்லிக்கொண்டாள். அவளது கம்மிய குரல் அஸீஸை அச்சுறுத்தியது.

"நான் என்ன செய்யணும்?"

"இப்ப போகலாம். மறுபடியும் கூப்பிடுவோம். அப்ப வரணும்." பிரமீளா எழுந்து நின்றாள்.

இரண்டு நாட்களுக்குப் பிறகு மீண்டும் பிரமீளாவைச் சந்தித்தபோது அவளது தோற்றத்தில் எந்த மாற்றமும் இல்லை. மேசை இழுப்பில் 'ஞானேஸ்வரி'யை அவள் மீண்டும் வாசித்திருக்கிறாள் என்பதைத் தவிர அறை முன்பு இருந்ததைப் போலவே காணப்பட்டது.

"மிஸ்டர் அஸீஸ், கூடுதல் தகவல்களைத் தெரிஞ்சுகறதுக்காகத்தான் உங்களைக் கூப்பிட்டேன்."

"என்ன தகவல்கள்? ஒரு ரேஷன் கார்டுக்கு இத்தனை நீளமான விசாரணையா? இது என்ன கல்யாண ஆலோசனையா?"

"நீங்க எங்க பிறந்தீங்க?" பிரமீளா மிகுந்த பொறுமையுடன் கேட்டாள்.

"கேரளத்தில்."

"கேரளத்தில் எங்கே?"

"மலப்புறம் ஜில்லாவில்."

"அந்த ஜில்லாவுல எந்தக் கிராமம்?"

"பாங்க்."

"பாங்க்கா? எந்தப் பாங்க்?" பிரமீளாவின் சத்தம் முதல் முறையாக உயர்ந்தது. பாதிக் கதவுக்கு அடியில் தென்பட்ட கால்களில் ஓர் உறுமல் பரவியது.

"பாங்க் – அதுதான் என்னோட கிராமத்தின் பேர்."

"அப்படி ஒரு பேரா? ச்சே இந்தியாவுல இந்தப் பேருல ஒரு கிராமம் இருக்காது."

"மேடம். நான் எதுக்காகப் பொய் சொல்லணும்?"

“என்னவோ? அது இருக்கட்டும். பாங்க்ன்னு சொன்னா மலையாளத்தில என்ன அர்த்தம்?”

“அர்த்தம் இருக்கறதா தெரியல.”

“அர்த்தம் இல்லாத வார்த்தையா? வார்த்தைகளை அவமானப்படுத்தாதீங்க. இப்ப உறுதியாயிடுச்சு இல்லையா. பாங்க் இல்லைன்னு?”

“பாங்க் இருக்குது. நிச்சயமா இருக்குது. தேவைப்பட்டா நீங்க மலப்புறம் கலெக்டருக்குத் தந்தியடிச்சு கேட்கலாம்.”

“பாங்க்கை இந்திய வரைபடத்தில காட்டித் தர முடியுமா?”

“முடியாது.”

“கேரளத்தோட வரைபடத்தில?”

“அதுவும் சந்தேகம்தான்.”

“அதனால அப்படிப்பட்ட ஒரு இடம் இந்தியாவுல இல்ல. நீங்க போகலாம். என்னோட விசாரணை இனி அதிகம் தொடராது.”

அஸீஸ் வெளியே வந்தபோது வராந்தாவில் முண்டியடித்துக் கொண்டிருந்த ஆட்கள் விலகி அவனுக்கு வழிவிட்டார்கள். அப்போது சிசில் டி மில்லியின் ‘பத்துக் கட்டளைகள்’ படத்தில் மோசேவுக்காகச் செங்கடல் இரண்டாகப் பிளந்தது அஸீஸின் நினைவுக்கு வந்தது. இம்முறை மோசே திரும்பிச் செல்கிறான். பின்னோக்கி நடந்துபோய் மோசே ஆதாம் ஆகிறான். இளமையும் தொப்புள் கொடியும் இல்லாத, முதலில் பிறந்த அசட்டுப் பிள்ளைபோல.

சில நாட்கள் அஸீஸ் அலுவலகத்திற்குப் போகாமல் அறைக்குள் முடங்கிக் கிடந்தான். பெரும்பகுதி நேரமும் அவன் வானொலியைச் சத்தமாகத் திறந்து வைத்திருந்தான். கஃப்ரேடியில் வசிக்கும், கப்பற்படையில் பணியாற்றும் ஒரு நண்பன் தந்த கே.ஏ. அப்பாஸின் ‘சஹர் ஔர் ஸ்வப்னா’ என்ற பம்பாயைப் பற்றிய பழைய திரைப்படத்தின் டேப்பைப் பல தடவை அஸீஸ் பார்த்திருந்தான். அதன் மூலம் பம்பாயைப் பற்றிய நிலம் சார்ந்த நினைவுகள் எதையும் அகழ்ந்தெடுக்க அவனால் இயலவில்லை. ஒருநாள் சாயங்காலம் வழங்கல் ஆய்வாளரும் ராமு தாதாவும் அடுக்கு மாடிக் குடியிருப்புக்கு வந்து தங்களுடன் ஜீப்பில் ஏறி பிரமீளா கோகலேவைச் சந்திக்க வரும்படி அஸீஸை அழைத்தார்கள். கதவைச் சாத்தும் வேளையில் சுவரில் கண்ணாடிச் சட்டம் போட்ட ஓவிய

எழுத்துகளில் பொறிக்கப்பட்ட ‘பிஸ்மில்லா’வைப் பார்த்து அம்மிஜானும் ஷக்கூர் ஸாஹிபும் மௌனமாக நிற்பதை அஸீஸ் ஒரே நோட்டத்தில் கவனித்தான். ஐந்து சிகரங்கள் பரவிய மெழுகுவர்த்திகளைப் போன்ற பிஸ்மில்லாதான் அஸீஸுக்குப் பிடித்தமான அரபி வார்த்தை.

இம்முறை பிரமீளா கோகலேவின் அலுவலகத்திற்கு வெளியில் வழக்கத்தைக் காட்டிலும் அதிக ஆட்கள் காணப் பட்டார்கள். ஜன்னல்களில் மனித முகங்களின் காலரி நிறைந் திருந்தது. மேசை இழுப்பில் கவிழ்த்து வைக்கப்பட்டிருந்த ‘ஞானேஸ்வரி’யை பிரமீளா கோகலே வாசித்து முடித்திருந்தார்.

“ஆயிரத்தித் தொள்ளாயிரத்து எழுபதில் நீங்கள் இந்தியா வில் இருந்தீர்களா?” பிரமீளா கோகலே மெல்லிய குரலில் விசாரணையைத் தொடங்கினாள்.

“மேடம் நான் அன்றைக்குப் பிறக்கவே இல்லை.”

“எழுபத்தி ஒன்றில்?”

“அந்த வருஷம்தான் நான் பிறந்தேன்.”

“அப்படின்னா எழுபதில் நீங்க இந்தியாவுல இல்லன்னு சம்மதிக்கிறீங்க. சரிதானே?”

“இது நல்ல பொல்லாப்பு, மேடம், நான் அன்னைக்குப் பிறக்கவே இல்ல.”

“வங்காள தேசத்துலேர்ந்து ஊடுருவல் தொடங்கறதுக்கு முன்னாடி நீங்க இந்தியாவுல இருக்கலேன்னு நான் பதிவு செய்யட்டுமா?”

“எத்தனை தடவை சொல்றது. அன்னைக்கு நான் பிறக்கல. பிறக்கவே இல்லைன்னு நான் சொல்றேன் . . .”

“கேள்விகளுக்கு ‘ஆமாம்’ அல்லது ‘இல்லை’ன்னு பதில் சொல்லுங்க.” பிரமீளா கோகலே குரலை உயர்த்தியபோது அஸீஸுக்கு இடி முழங்கியதைப் போலத் தோன்றியது. ஜன்னலில் தென்பட்ட முகங்கள் கனத்தன. பாதிக் கதவின் அடிப்பகுதியில் தென்பட்ட கால்களின் அசைவும்.

“சொல்லுங்க, வங்காளத்திலேர்ந்து ஊடுருவல் தொடங்கற துக்கு முன்னாடி அதாவது எழுபதுக்கும் அதற்கு முன்னாடியும் நீங்கள் இந்தியாவில் இருந்தீர்களா?”

“இல்லே.” ஆஸீஸ் முணுமுணுத்தான்.

“ஊடுருவல் காலத்தில்? எழுபத்தி ஒண்ணுக்குப் பெறகு?”

“ஆமாம்.”

சற்று நேர அமைதிக்குப் பிறகு அஸீஸ் ஆர்வத்தை இழக்காமல் கேட்டான், “என்னோட ரேஷன் கார்டு?” பிரமீளா புன்னகைத்தாள். அதற்குப் பதிலாக வெளியில் நின்றிருந்தவர்கள் கொல்லென்று சிரித்தார்கள்.

“என்னோட ரிப்போர்ட் முடிஞ்சிடுச்சு. நான் அதை நாளைக்கே அனுப்பிடுவேன்.” பிரமீளா சொன்னாள்.

“நான் ஊடுருவல்காரன்னு நீங்க சொல்ல வரீங்களா?”

“அது நீங்களாகவே சொன்ன விஷயம்தானே?” பிரமீளா எழுந்து நின்றாள். பல சந்திப்புகளின் நட்புடன் அவள் அஸீஸின் கையை ஒரு நிமிஷம் தொட்டாள்.

வீட்டிற்குத் திரும்பியதும் கட்டடத்தின் எதிரில் இரண்டு போலீஸ்காரர்கள் காவல் நிற்பதை அஸீஸ் கவனித்தான். அவன் அறைக்குள் நுழைந்து கதவைச் சாத்தினான். திரைச் சீலையை விலக்கி ஜன்னலைத் திறக்க முற்பட்டபோது அதற்கப்பால், விரித்த மயில்தோகையைப் போல அன்பற்ற கண்களைக் கொண்ட, மனித முகங்கள் அடுக்கடுக்காக நிறைத்து வைக்கப்பட்டிருப்பதைப் போல அவனுக்குத் தோன்றியது. பயத்தைக் கட்டுப்படுத்த முடியாமல் அஸீஸ் கட்டிலுக்குக் கீழே ஊடுருவிச் சென்று தரையில் முகத்தைப் புதைத்து, செத்துப் பிறந்த குழந்தையைப் போல அசையாமல் கிடந்தான்.

○○○